கிருஷ்ண சந்தர் கதைகள்

கிருஷ்ண சந்தர் கதைகள்

தொகுப்பு : ராணி திலக்

எழுத்து பிரசுரம்

Title: Krishna Chandar Kathaigal
Author's Name: Krishna Chandar
Published by Ezutthu Prachuram

Ezutthu Prachuram
(An imprint of Zero Degree Publishing)
No.75 & 76, I Floor, Kuppusamy Street,
Balaji Nagar,
Padi,
Chennai - 600050

Website: www.zerodegreepublishing.com
E Mail id: zerodegreepublishing@gmail.com
Phone: 89250 61999

Ezutthu Prachuram First Edition : August 2025
ISBN : 978-93-48439-34-5
TITLE NO EP :585

Rs. 250/-

Layout: G.Selva kumar
Cover Design: Vijayan, Creative Studio
Printed at Rathna Offset, Chennai, India

சோலன் விஸ்கியை அனுப்புங்கள்

கொஞ்சம் நாளைக்கு முன், எங்கள் பள்ளி, குமரசாமி நினைவு நூலகத்தில் ஒரு புத்தகம் கிடைத்தது. அதன் பெயர் நம்பிக்கை நட்சத்திரம். 21 உருது கதைகள். இதனை மொழிபெயர்த்தவர் முக்தார். "இந்தப் புத்தகம் அரிதானது, படி எடுத்து விடுங்கள். வாசித்து விடுங்கள்" என்று தி.அ.ஸ்ரீநிவாசன் சொன்னார். படியெடுத்து வாசித்துக்கொண்டிருக்கும்போது. கிருஷ்ண சந்தரின் 'யாரையும் வெறுக்கவில்லை' என்ற கதையைத் தன் வாழ்வனுபவத்துடன் எழுதியதாகப் பாவண்ணன் கூறினார். அதையும் வாசித்தபின் மீண்டும் ஆழமான வாசிப்புக்கு உட்பட்டேன். அவருடைய கதைகளைத் தேடத் தொடங்கினேன். கும்பகோணம் சிவகுருநாதன் செந்தமிழ் நூல்நிலையத்தில் இருந்த தீபம் இதழிலிருந்து. 'பெஷாவர் எக்ஸ்பிரஸ்' கிடைத்தது. ஒரு வாளின் நுனியில் செருகப்பட்டிருக்கும் ஒரு குழந்தையின் சடலம் இன்னும் மனதில் மறையவில்லை. இந்தியா, பாகிஸ்தான் பிரிவினைக் காலத்தில், இந்து - முஸ்லிம்களின் வன்முறையை அறிந்துகொள்ளமுடிகிறது. அன்பும் பாசமும் தோற்றுப்போகும் இடத்தைத்தான் கிருஷ்ண சந்தர் எழுதுகிறார். அவரை இப்பொழுது தொடர்ந்து வாசிக்கும்போது. கிடைத்த பல கதைகளைத் தொகுத்துவிட்டேன். கிட்டத்தட்ட 1947 முதல் இன்றுவரை அவ்வப்போது, அத்திபூத்தாற்போல, சந்தரின் கதைகள் மொழிபெயர்க்கப்பட்டு வருகின்றன. 1950களில் நவயுகப் பிரசுராலயம் கிருஷ்ணசந்தரின் நீரோடை, ஆடுதன்ராணி

நூல்களைப் பதிப்பித்திருக்கிறது. நியூசெஞ்சுரி புக் ஹவுஸ், கிருஷ்ண சந்தரின் படைப்புகளைச் செம்மலர்கள் என்ற பெயரில் பதிப்பித்துள்ளது.

சதத் ஹசன் மண்ட்டோ, இஸ்மத் சுக்தாய் அளவிற்குத் தமிழில் கிருஷ்ண சந்தர் அறிமுகமாகவில்லை. தொடர்ச்சியான மொழிபெயர்ப்பு இருந்திருந்தால் அவரைப் பற்றிப் பேச்சு எழுந்திருக்கும். இத்தொகுப்பில் சக்தி, சாந்தி இதழில் வெளியான கதைகள், நம்பிக்கை நட்சத்திரம் தொகுதிக் கதைகள், ஆதவன் வழியாக நமக்குக் கிடைத்த உர்தூக் கதைத்தொகுதிக் கதைகள் இங்கே தொகுக்கப்பட்டுள்ளன. தீபம் இதழில் வெளியான ஒரு கழுதையின் சுயசரிதை மற்றும் புதிய மொழிபெயர்ப்புக் கதைகள் இன்னொரு தொகுப்பாக வெளிவரலாம். அது கிருஷ்ண சந்தர் கையில்தான் இருக்கிறது. அதற்கான தேடல் நடைபெற்று வருகிறது.

சிறந்த குடிகாரரான மண்ட்டோ, டெல்லியில் கிர்ஷன் சந்தரைத் தேடிச் சென்று பார்க்கிறார். எந்த ‘கெட்ட’ பழக்கமும் இல்லாத கிர்ஷன், மண்ட்டோவின் உரையாடலில் மயங்கி, சோலன் விஸ்கியை அருந்துகிறார். டெல்லியை விட்டு விட்டு பாம்பே நகரத்திற்கு வருமாறு, சந்தரை மண்ட்டோ வேண்டுகிறார். அடுத்த நாள் காலை, போதை தெளிந்த சந்தர் சொல்கிறார்: “பம்பாய் நாசமாகப் போக, கொஞ்சம் விஸ்கியை அனுப்புங்கள்.”

அரசியல், இலக்கியம், பொருளாதாரம், திரைப்படம், பண்பாடு எந்த விஷயமானாலும் தீவிரமும் எள்ளலும் கலந்து கேள்வி கேட்பதுடன், நமக்குள் உரையாட வைப்பவர்தான் கிர்ஷன் சந்தர். பல வருடங்களுக்குமுன் நானும் ஸ்ரீநேசனும், ஆற்காடு அருகில் இருக்கும் பஞ்சபாண்டவர் குகையில், கோணங்கி, நாகார்ஜுனன் உட்பட தீவிர எழுத்தாளர்கள், ‘போர்ஹெ’ பற்றி இரவு முழுவதும் தங்கி உரையாடினோம். அப்போது போர்ஹெயைத் தொகுத்து வாசிக்கும்போது என்னவிதமான உரையாடல் இருந்ததோ, அதே உரையாடல் கிருஷ்ண சந்தர் கதைகள் உருவாக்கிவிட்டன.

வாழ்வின் சாரத்தை ஆழமாகவும் எள்ளலாகவும் தந்த கிருஷ்ண சந்தருக்கு இப்போது 111 வயது. கிர்ஷன் சந்தர் வாசகர்களுக்கு மகத்தான கொடுப்பினை. தமிழில் முதன்முறையாக மொழிபெயர்த்த ஸ்ரீஅசோகன், முக்தார், ரா.வீழிநாதன் ஆகியோருக்கு இத்தொகுதி சமர்ப்பணம். இந்நூலிற்கு முன்னுரையும் பின்னுரையும் தந்த

பாவண்ணனுக்கும், உத்வேகம் அளித்துக்கொண்டு இருக்கும் கமலாலயன், இராம.குருநாதன், தி.அ.ஶ்ரீநிவாசன், சிவகுருநாதன் நூலக நிர்வாக இயக்குநர் திரு தயாளன், நூலகர் சரண்யா, எங்கள் பள்ளித் தலைமையாசிரியை திருமதி க.சரவணகுமாரி ஆகியோருக்கு நன்றி. புத்தகக் கதைகள் கடந்து, இணைய கதைகள் தந்துதவிய ரோஜா முத்தையா நூலகத்திற்குத் தனிப்பட்ட விதத்தில் நன்றி. இத்தொகுதி வழியாக எழுத்து பிரசுரம், கிருஷ்ண சந்தருக்கு மரியாதை செலுத்துகிறது. அவர்களுக்கும் நன்றி.

ராணி திலக்

கும்பகோணம்

முன்னுரை

சிறப்பான சிறுகதைகள்

பாவண்ணன்

வாழ்க்கையிலும் கதைகளிலும் நிகழும் எதிர்பாராத திருப்பங்களைப்போல, கிருஷ்ண சந்தரின் பதினான்கு கதைகளைக் கொண்ட இத்தொகுப்பு தற்செயலாக உருவாகிவிட்டது. இரண்டு மாதங்கள் முன்புவரையில் கூட இப்படி ஓர் எண்ணம் யாருடைய நெஞ்சிலும் இல்லை. உரையாடலின் போக்கில் எதிர்பாராத விதமாகக் கருக்கொண்டு வேகவேகமாக ஒரு தொகுதியாக மலர்ந்துவிட்டது.

இப்படி எதிர்பாராத விசித்திரங்கள் நிகழும்போதெல்லாம் என்னால் அல்லமப்பிரபுவின் வசனவரிகளை நினைக்காமல் இருக்க முடியாது. "எங்கோ மாமரம் எங்கோ குயில், எங்கிருந்து எங்கே சம்பந்தம் ஐயா, மலை உச்சியில் நெல்லிக்காய் கடலிலிருக்கும் உப்பு எங்கிருந்து எங்கே சம்பந்தம் ஐயா" என்பவைதாம் அவ்வசன வரிகள். பதினொரு ஆண்டுகளுக்கு முன்பாக நூற்றாண்டைக் கடந்த உருது எழுத்தாளரான கிருஷ்ண சந்தரின் கதைத் தொகுதிக்கு முன்னுரை எழுதும் இத்தருணத்தில் அந்த வரிகள் என் மனத்திரையில் நிழலாடுகின்றன.

கிருஷ்ண சந்தரின் கதைகளை என் கல்லூரிக் காலத்தில் 'நம்பிக்கை நட்சத்திரம்' என்னும் தொகுதியில்தான் நான் முதன்முதலாகப் படித்தேன். முதல் வாசிப்பிலேயே அவருடைய சிறுகதை என்னைக் கவர்ந்துவிட்டது. அதற்குப் பிறகு இந்தியன் லிட்டரேச்சர், இந்தியன் ஹாரிசன், இல்லஸ்ட்ரேட்டட் வீக்லி போன்ற ஆங்கில இதழ்களில்

அவ்வப்போது வெளிவரும் சமயங்களில் படித்திருக்கிறேன். நான் படித்த அவருடைய முதல் கதை வழியாக கிருஷ்ண சந்தர் என்னும் பெயர் என் நெஞ்சில் ஆழமாகப் பதிந்துவிட்டது. அன்றுமுதல் அவர் எழுதிய படைப்பு என்று தெரிந்தால் போதும், உடனே எடுத்துப் படித்துவிடுவேன்.

தற்செயலாக ஒருசில மாதங்களுக்கு முன்பு மூத்த எழுத்தாளர் விட்டல்ராவுடன் உரையாடிக்கொண்டிருந்தபோது, அவர் தன் இளமைப் பருவத்தில் வீக்லி இதழில் வாசித்த கிருஷ்ண சந்தரின் சிறுகதையை நினைவுபடுத்திக்கொண்டு நீண்ட நேரம் பேசினார். அந்த உரையாடலின் முக்கியத்துவம் காரணமாக, நான் அத்தருணத்தை ஒரு சொற்சித்திரமாக எழுதினேன். அம்ருதா இதழில் வெளிவந்த அக்கட்டுரையைப் படித்த என்னுடைய நண்பர் ஆனந்த் அக்கதையின் உள்ளடக்கத்தினால் ஈர்க்கப்பட்டு, அக்கதையை வாசிக்கும் ஆர்வத்தில் அதன் பிரதியைத் தேடத் தொடங்கினார். ஒன்றிரண்டு நாட்கள் இடைவெளியிலேயே அவர் அக்கதையின் இந்தி மொழிபெயர்ப்புப் பிரதியைக் கண்டுபிடித்துவிட்டார். அவர் இந்தி மொழியில் நன்கு தேர்ச்சி பெற்றவர் என்பதால், அடுத்த நாளே அக்கதையைத் தமிழில் மொழிபெயர்த்துவிட்டார்.

இப்படி, சில மாதங்களாகவே கிருஷ்ண சந்தர் என்னும் படைப்பாளரைப் பற்றி உரையாடல் என்னைச் சுற்றி நிகழ்ந்தபடியே இருந்தது. ஒரு தருணத்தில் எதிர்பாராத விதமாக, நண்பர் ராணி திலக்கும் அந்த உரையாடலில் இணைந்துகொண்டார்.

இந்தியச் சிறுகதை மேதைகளில் ஒருவரான உருது எழுத்தாளர் கிருஷ்ண சந்தருக்கு தமிழில் இப்படி ஒரு தொகுப்பு உருவாகியிருப்பது மகிழ்ச்சியளிக்கிறது. தன் தாய்மொழியான உருதுவில் 51 நாவல்களும் 34 சிறுகதைத் தொகுதிகளும் எழுதிய ஒரு மூத்த படைப்பாளி இத்தொகுதி வழியாக தமிழ்வாசகர்களை வந்தடைந்திருக்கிறார். இக்கதைகளை மொழிபெயர்த்த மூத்த மொழிபெயர்ப்பாளர்களான அசோகன், முக்தார், ரா.வீழிநாதன் ஆகியோரை இத்தருணத்தில் நன்றியுடன் நினைத்துக்கொள்கிறேன்.

இத்தொகுதியில் பதினான்கு கதைகள் உள்ளன. ஒவ்வொரு கதையையும் புதுப்புதுப் பின்னணியில் புதுப்புதுப் பாத்திரங்களை மையமாக்கி எழுதியிருக்கிறார் கிருஷ்ண சந்தர். ஒரு கதை

காதலைக் களமாகக்கொண்டு எழுதப்பட்டிருக்கிறது. இன்னொரு கதை தியாகத்தைக் களமாகக்கொண்டு எழுதப்பட்டிருக்கிறது. பிறிதொரு கதை அரசியல் களத்தில் கண்ட ரத்தக்களறியைச் சித்திரமாக்கியிருக்கிறது. ஒரு கதையில் கனிவு கரைபுரண்டோடுகிறது. அடுத்த கதையிலேயே நையாண்டியும் கேலியும் விரவியிருக்கின்றன. கதையின் களங்கள் மாறுபட்டாலும், அடிப்படையில் மானுட இருப்புக்கான பொருள் என்ன என்னும் வினா எல்லாக் கதைகளின் ஊடாக ஒலித்தபடி இருக்கிறது. அவரை மேதை என்று குறிப்பிடுவதற்கு இது ஒரு முக்கியமான காரணம்.

இத்தொகுதியின் மிகமுக்கியமான கதை குப்பைச்சாமியார். அதை வாசித்து முடிக்கும்போது எல்லோருக்குமே ஒரு கணம் ஜெயகாந்தனை நினைத்துக்கொள்ளத் தோன்றும். அவருடைய குருபீடம் சிறுகதை தொடக்கத்தில் ஒரு சோம்பேறிப் பிச்சைக்காரரைப் பற்றிய சித்திரத்தை ஜெயகாந்தன் வழங்கியிருப்பார். ஆனால் ஒரு சிறுவனின் தொடர் சேவை அந்தச் சாமியாருக்குள் உருவாக்கும் நுட்பமான மாற்றங்களைப் பதிவு செய்தபடி கதை போகும். ஒரு கட்டத்தில் சேவகனாக வந்தவனே குருவாக மாறிவிடுவான். பிச்சைக்காரர் சாமியாராக மாறிவிடுவார்.

கிருஷ்ண சந்தரின் குப்பைச் சாமியார் கதையிலும் அப்படிப்பட்ட ஒரு சோம்பேறிச் சாமியார் இடம்பெற்றிருக்கிறார். அவர் விரும்பி அக்கோலத்தை ஏற்றுக்கொள்ளவில்லை. அந்த நிலைமையை வந்தடைந்ததற்கு ஒரு காரணம் இருக்கிறது. வருமானம் இல்லாத குடும்பம். மருத்துவம் செய்துகொள்வதற்காக மனைவியால் மருத்துவமனையில் அனுமதிக்கப்பட்டவர் அவர்.

முதலில் அக்குடும்பத்தின் சேமிப்பு கரைகிறது. அடுத்து அவருடைய மனைவியின் நகைகளை விற்பனை செய்ததால் கிடைத்த பணமும் செலவாகிறது. பிறகு அந்த மனைவியின் வருமானமும் செலவாகிறது. செலவு கைமீறிப் போகும் சமயத்தில் மனைவி அவரைவிட்டு விலகிவிடுகிறாள். அவள் தனக்கென ஒரு புதிய துணையைத் தேடிக்கொண்டு பறந்துவிட்டாள் என்னும் உண்மையை அவரால் புரிந்துகொள்ளமுடிகிறது. அவரால் எதையும் தடுக்க முடியவில்லை. அவரால் எல்லாவற்றையும் வேடிக்கை மட்டுமே பார்க்கமுடிகிறது.

ஒருநாள் நோயாளியான அவர் மருத்துவமனையால் வெளியேற்றப் படுகிறார். போக்கிடம் இல்லாத அவர் நாள்முழுதும் நடந்து நடந்து ஒரு தெருவோரத்துக் குப்பைத்தொட்டிக்கு அருகில் வந்து சேர்கிறார். அத்தொட்டியில் கிடைப்பதை உண்டு, அங்கேயே உறங்கி இருபத்தைந்து ஆண்டுகளுக்கும் மேலாக காலம் கழிக்கிறார். அந்த வட்டாரத்துக்கே அவர் பழக்கமான ஒரு மனிதராகிவிடுகிறார்.

ஒருநாள் அந்தக் குப்பைத்தொட்டியில் உணவைத் தேடும்போது அவர் அங்கே ஒரு குழந்தையின் அழுகுரல் கேட்டு, தேடியெடுத்துச் சுத்தப்படுத்தி பசியைப் போக்கி, தன்னோடு வைத்துக்கொள்கிறார். அக்குழந்தையின் குரல் அவர் மனத்தை மாற்றிவிடுகிறது. அக்குழந்தையை அவர் மறுபடியும் தொட்டியில் வீசவோ, முகம் தெரியாத பிறரிடம் கொடுக்கவோ அவருக்கு விருப்பமில்லை. அவரே அக்குழந்தையை ஒரு தந்தையாக வளர்க்க முடிவெடுக்கிறார். அன்று இரவே அவர் அந்தக் குப்பைத்தொட்டியைவிட்டு வெளியேறிவிடுகிறார். மறுநாள் புதிய கோலத்துடன் அருகிலிருந்த கட்டுமானத்தொழில் நடைபெற்றுக்கொண்டிருந்த ஒரு கட்டடத்தில் சித்தாளாக வேலைக்குச் செல்லத் தொடங்கிவிடுகிறார். குப்பைச்சாமியாராக இருந்த ஒரு மனிதரை, ஒரு கைக்குழந்தை தன்மானம் கொண்ட ஒரு தொழிலாளியாக மாற்றிவிடுகிறது.

கிருஷ்ண சந்தரின் கதைத்தொகுதியின் செல்திசை எப்படி இருக்கும் என்பதைப் புரிந்துகொள்வதற்காக, இம்முன்னுரையில் இக்கதையைப் பற்றிச் சற்றே கோடிட்டுக் காட்டியிருக்கிறேன். அவருடைய பிற சிறுகதைகளின் உலகத்தில் நுழையும் வாசகர்கள் இதைவிடச் சிறந்த பேரனுபவத்தை அடைவார்கள். அது உறுதி.

மிகவும் குறுகிய காலத்தில் தளரா முயற்சியோடும் உற்சாகத்தோடும் வெவ்வேறு இதழ்களில் நாற்பதுகளிலும் ஐம்பதுகளிலும் வெளிவந்த கிருஷ்ண சந்தரின் கதைகளைத் தேடியெடுத்துத் தொகுத்திருக்கும் நண்பர் ராணி திலக் அவர்களுக்கு வாழ்த்துகள். எழுத்தாளர் கிருஷ்ண சந்தரின் செல்வாக்கு தமிழ்ச் சூழலில் நீடித்திருக்கட்டும்.

பொருளடக்கம்

1. புதுச்சட்டை 15

2. சிலை விழிக்கிறது 27

3. பௌர்ணமி நிலவிலே.................... 40

4. காதலுக்குப் பிறகு 58

5. மலைக்கன்னி 81

6. நான் யாரையும் வெறுக்கவில்லை.................... 91

7. அணைந்த சுவாலை....................100

8. திலீப்குமாரின் நாவிதன்....................110

9. பெஷாவர் எக்ஸ்பிரஸ்....................121

10. குப்பைச் சாமியார்....................134

11. சமுக்காளம் 153

12. நாற்சந்திக் கிணறு 174

13. 'நோ'வும் 'எஸ்' ஸும்....................183

14. யாரையும் வெறுக்கவில்லை - பாவண்ணன் 197

புதுச்சட்டை

பனிப் படலம் மலை நாட்டைக் கவிந்திருந்தது; அடிவானம் வெளுத்துக்கொண்டு வந்தது; சூரியன் இளங்கதிர்களைப் பரப்பிக்கொண்டிருந்தான்.

அப்போதுதான் பேகமா குன்றின் மீதுள்ள தன் குடிசையிலிருந்து வெளிப்போந்து, சோம்பல் முறித்தாள். கண்களைக் கசக்கி, முகத்தைத் துடைத்துக்கொண்டாள். நிஜாரையும், மேல் சட்டையையும், முக்காட்டையும் சீர்படுத்திக்கொண்டு, மலையடிவாரத்தை நோக்கினாள். பனிப் புகை சரியாகக் கலையவில்லை. ஆயினும், வயல் வரப்புகளும், தோப்புகளும் துரவுகளும் நன்றாய்த் தென்பட்டன. இளங்கதிரொளியில் அந்த இயற்கைக் காட்சி மனசாந்தியை அளித்தது. மலை அடிவாரத்தின் ஒரு பகுதியில், ஓர் ஊரும் அமைந்திருந்தது. ஊரென்றால், பத்து எட்டு குடிசைகள் தான். இரவும் பகலும் வயல் வரப்பைக் காத்துக்கொண்டு ஜீவிக்கும் விவசாயப் பாட்டாளி மக்களின் சேரி அது. அந்தப் பட்டியை அடுத்து ஒரு நதியும் ஓடிக்கொண்டிருந்தது. அந்த ஆற்று நீர்தான் வயல்களுக்கும் தோட்டங்களுக்கும் பாய்ந்து, நிலமடந்தையின் இயற்கை எழில்களை வனப்புறச் செய்துகொண்டிருந்தது.

அங்கே ஒரு நெல்வயல். நெல்வயலையடுத்த சிறுகளத்து மேட்டில், தன் கணவன் குல் ஹமீது பாடுபட்டு உழைத்துக்கொண்டிருந்ததை, மலை மேட்டிலிருந்த வண்ணம், பேகமா பார்த்துப் பரவசமடைந்து கொண்டிருந்தாள்.

அவ்வளவு உயரத்திலிருந்து அடிவாரத்திலுள்ள தன் கணவனைப் பார்த்தபோது, சின்னஞ் சிறு மனித பொம்மை அங்குமிங்கும் நடமாடி விளையாடுவது போல் தெரிந்தது அவளுக்கு. ஆம்! தான் சிறு பெண்ணாயிருந்தபோது, தானே செய்துவைத்து விளையாடும் பொம்மையே அவளுக்கு ஞாபகம் வந்தது. பாலிகைப் பருவத்தில் அவள் பொம்மை செய்வது எப்படித் தெரியுமா? சோளத் தட்டையை அளவளவாக நறுக்கி எடுத்துச் சீவிச் சுத்தப்படுத்தி ஒன்றுசேர்ப்பாள்; குச்சியை அதனுள் செருகிச் சமப்படுத்துவாள்; அதன் உச்சியில், அக்ரோட் கொட்டையின் மேல் பக்கத்தில் ஓட்டை செய்து கவிழ்த்துவிடுவாள். சோளத் தட்டைதான் உடல்; இடையில் கோத்த குச்சிதான் கைகள்; அக்ரோட் ஓடுதான் தலை. பொம்மை செய்தாய்விட்டது. பழைய துணிகளையும் பாசிமணிகளையும் அளவாக எடுத்து அந்தப் பொம்மைக்கு அலங்காரம் செய்து, ஆனந்தம் கொண்டு விளையாடுவாள் அவள்.

ஒரே ஒரு பொம்மையை வைத்துக்கொண்டு எப்படி விளையாட முடியும்? சர்தார் பொம்மை ஒன்று; சர்தாருடைய சிப்பாய் பொம்மைகள் பத்து பதினைந்து; சர்தாருடைய மனைவி பொம்மையும் ஒன்று. சர்தாருக்கு மட்டும் மனைவியிருந்தால் போதுமா? சிப்பாய்களுக்கும் மனைவி மக்கள் இருப்பார்களே? ஆண் பொம்மைகளுக்குத் தலைப்பாகையாகத் துணி சுற்றப்படும்; பெண் பொம்மைகளுக்குச் சோளக் கதிருடன் உள்ள மிருதுவான ரோமங்கள் போன்ற சிவப்பு நிற விழுதுதான் தலைமயிர்; சிப்பாய்களுக்கும் சர்தாருக்கும் மீசை வைப்பதும் அந்த விழுதைக்கொண்டுதான்.

இவ்வாறு அவன் பால்யத்தில் பொம்மைகள் செய்து விளையாடும்போது, தன் தோழனாக அப்போதிருந்த குல் ஹமீதுடன் 'சண்டை' ஏற்பட்டுவிட்டது; காரணம், குல், ஆண் பொம்மைகளுடைய தலையில் சோளக் கதிர் ரோமங்களைக் கொஞ்சம் வைத்துவிட்டான்; இதனால் ஆண் பொம்மைகளுக்கும் பெண் பொம்மைகளுக்கும் வித்தியாசம் தெரியாமல் போய் விட்டது; ஆதலின், பேகமா, அந்த மயிர்களைக் களைந்துவிட்டாள். 'ஆண்களுக்குத் தலையில் மயிர் இல்லையா? என்று கேட்டான் குல். 'ஆண்கள் மொட்டையடித்துக்கொள்ள வேண்டுமே?" என்று சொல்லி அவனது முகத்தில் நகத்தால் பிராண்டிவிட்டாள் பேகமா. அபிப்பிராய பேதம் வலுத்து, சண்டையில் முடிந்தது;

சண்டை யென்றால் அடிபிடிச் சண்டையில்லை; பொம்மைகளைத் தூக்கி எறிந்துவிட்டான் குல். பேகமாவும் அவற்றைக் காலால் இடறிவிட்டுப் போனாள். அன்று விளையாட்டு கெட்டுப்போய் விட்டது.

குன்றின்மேல் உள்ள வீட்டு வெளியிலிருந்து, அடிவாரத்து வயல் வரப்பில் நடமாடி வேலை செய்யும் ஆட்களையும் தன் கணவன் குல் ஹமீதையும் பார்க்கும் போது, பொம்மை விளையாட்டு மேலே சொன்ன ஞாபகத்துக்கு வந்தது. பேகமாவின் அதே பால்யத் தோழனாகிய தன் கணவன் குல் ஹமீதுடன் இப்போது அந்த மாதிரியான பொம்மை ஆட்டம் விளையாடலாமா என்று ஒரு நப்பாசையும் ஏற்பட்டது பேகமாவுக்கு. பெரிய பெண்ணாய், கல்யாணமாகி, குடித்தனக்காரியாய், இன்னும் சில மாதங்களில் தாயாகப் போகும் பாகும் ஒரு ஸ்திரீ, பொம்மை விளையாட்டு விளையாடுவது உசிதமாகிறதல்லவா? ஆயினுமென்ன? இன்னும் கொஞ்சக் காலம் பொறுத்தால் உயிருள்ள பொம்மையாகிய தம் குழந்தையுடனேயே, சதி பதிகளாகிய அதே இருவரும் விளையாடலாமே என்று மனத்தைத் தேற்றிக்கொண்டாள்.

இப்படியெல்லாம் மனோரதத்தை ஓடவிட்டு ஒரு கணம் மெய்மறந்திருந்த பேகம் சட்டென ரதத்தின் ஓட்டத்தை நிறுத்திக்கொண்டு, கண்ணோட்டத்தைச் செலுத்தினாள்.

இளஞ்சூரிய ஒளி அவள் முகத்தைப் பிரகாசப்படுத்திக் காட்டிற்று. வெண்ணிறமான அவள் சரீரம் பொன்மயமாய் விளங்கியது, இதையெல்லாம், அவனது புருஷன் பக்கத்திலில்லாத சமயத்தில், தூரத்தில் - அடிவானத்தில் தலைதூக்கிப் பார்த்துக்கொண்டே ஆகாயத்தில் நகர்ந்துகொண்டிருந்தான் சூரியன்.

பேகமா, சூரியோதய காட்சியை ஒரு கணம் பார்த்து ரசித்துவிட்டு, உயிருள்ள பொம்மைபோல், மலையடிவாரத்தில் வேலை செய்துகொண்டிருக்கும் தன் கணவனைக் கூர்ந்து நோக்கினாள். கீழே இறங்கிப் போய், அவனுடன் கொஞ்ச நேரம் வார்த்தையாடி, மகிழ்ச்சிக் கடலில் மூழ்கி எழுந்துவிட்டு வரவேண்டுமென்று அவள் உள்ளம் விழைந்தது; உள்ளம் விழையவே கால்கள் அசைவு கொண்டன. அந்த இளம்பாவையான மலைநாட்டு மங்கை பேகமா, அதி சுறுசுறுப்புடன் சரசரவென்று இறங்கிச் செல்லலானாள் - மலையடிவாரத்தை நோக்கி.

சரசரவென விரைவாக அவள் இறங்கி வருகையில் குறுக்கிட்ட கற்களும் தாழ்வான சரிவுகளும் அடர்ந்த புல் பூண்டுகளும் அவளது வேகத்தையொன்றும் தடுத்துவிடவில்லை; இளந்தேகமும், ரத்தத் துடிப்பும் உடையவளல்லவா. பேகமா, வரும் வழியில் ஒரு குகையில் மான் குட்டியொன்று பதுங்கித் தூங்கிக்கொண்டிருந்தது; அதைக் கண்டதும் அவள் வேகம் குறைந்தது; அந்த அழகிய பிராணியைச் சற்று நோக்கினாள். ஒரு சிறு கல்லை விட்டெறிந்து, அதை யெழுப்பி ஓட்டலாமாவென்று அவளது இளம் மனம் விழைந்தது. "சீ, இந்த விளையாட்டு வேண்டாம்; தாய்மடியில் குழந்தை தூங்குவது போல், குகையில் அந்தப் பிராணி தூங்குகிறதே, அதன் அமைதியைக் குலைக்கலாமா?" என்று அவளது அந்தராத்மா சொன்னது. "ஆம், எனது சரீரத்துள்ளும், கர்ப்பாசயம் என்னும் குகையில் ஒரு சின்னஞ் சிறு உயிர் தூங்கிக்கொண்டிருக்கிறதல்லவா?" என்ற ஞானமும் ஏற்பட்டது அவளுக்கு. ஆதலால், தளர்ந்த தன் நடையைத் துரிதப்படுத்தி மீண்டும் சரசரவென்று இறங்கிச் சென்றாள்.

இன்னும் சிறிது இறங்கிச் சென்றாள்; மலைமீது உறைந்திருந்த பனியெல்லாம், சூரிய வெப்பம் பட்டதும், நீராக மாறிப் பிரவாக மெடுத்து வழிந்து வருவதால், மலையின் அடிவாரத்துக்கு ஓடும் சிறு நதியருகில் வந்து சேர்ந்தாள்; நதியின் நீர் ஸ்படிகம் போல் தெளிந்து ஓடிக்கொண்டிருந்தது; இளஞ்சூரியனின் விரிகதிர் அதன்மீது பட்டு, வெள்ளித் தகடுபோல் இலங்கிக்கொண்டிருந்தது; அந்தக் காட்சி பேகமாவின் தூய மனத்தை ஒரு விநாடி கவர்ந்தது; கண்ணாடி போல் தெளிந்திருந்த தண்ணீரைக் குனிந்து பார்த்தாள்; அதில் தன் முகம் தெரிந்தது; முகத்தில் தவழும் புன்முறுவலையும் பார்த்து மனம் பூரித்தாள். ஏனோ அவளுக்கு என்றுமில்லாத சந்தோஷம் அன்று தோன்றியது. இது ஏன்?

விடிந்ததும் புருஷனைக் கண்டு பேசப் போகும் உற்சாகத்தினாலா? தன் கணவன் வாங்கி வந்து கொடுத்த பச்சைப் பட்டுத் துணியால் தைக்கப்பட்ட புதுச் சட்டையை அணிந்துகொள்ளப்போகும் மகிழ்ச்சியினாலா? தன் தேகத்துள் உயிர்பெற்று அசையும் சிசுவைப் பற்றித் தன் கணவனிடம் கூறப்போகும் ஆர்வத்தினாலா? என்ன காரணத்தால் இத்துணை சந்தோஷம் தனக்கு ஏற்படுகிறதென்று அவளுக்கே புரியவில்லை.

நதிக் கரையிலே அடர்ந்து வளர்ந்த ஒருவகை மரத்தின் விழுதுகளை ஒரு கிழவன் வெட்டி யெடுத்துக்கொண்டிருந்தான். பேகமா பெருமூச்சுவிட்டுக்கொண்டு ஓடுவதை அவன் கண்டான். “பானு! எங்கே இப்படிப் பரக்கப் பரக்க, பெருமூச்சுவிட்டுக்கொண்டு ஓடுகிறாய்” என்று திடீரென்று ஒரு குரல் கேட்கவே, பேகமாவின் ஓட்டம் நின்றுவிட்டது. எங்கிருந்து அந்தச் சப்தம் வந்ததென்று கவனித்தாள். ஒரு பெரும் குன்றுக்கப்பால், ஒரு மரத்தின் மேற் கிளையிலிருந்து அந்தத் தொனி வந்ததென்பதை, அங்கே தனக்கு மிகப் பரிச்சயமான நேசத்‘தாத்தா’ வான ரோஷன் தீன், குரங்குபோல் தொத்திக்கொண்டிருப்பதைக் கண்டபின்தான் அறிந்தாள்.

“என்ன தாத்தா, மரத்தின் மேல் இருந்துகொண்டு என்ன செய்கிறாய்?” என்று கேட்டாள்.

“வயிற்றுப் பிழைப்புக்காக உழைக்கிறேன். அல்லா தன் அடியார்களுக்கு எந்த வகையிலாவது ஜீவனோபாயம் கொடுத்து விடுகிறார். இந்த மரத்து விழுதுகள், கொளுத்தினால் தீப்பந்தம் போல் சுடர்விட்டெரியும். என்ன அற்புதம் பார்! இது அல்லாவுடைய கருணைதானே?”

“கொளுத்துவதற்குக் காலை ‘பத்தி’களைக் கொண்டுபோனால் போதாதா? இவ்வளவு ஏராளமாய் எதற்காக வெட்டி எடுத்துக்கொண்டு போகவேண்டும், தாத்தா?”

“குழந்தாய் பேகமா, இப்போது சில நாளாய்ப் புது வியாபாரமொன்று செய்கிறேனே.”

“அதென்ன தாத்தா?”

“இயற்கை எழில் நிறைந்த இந்தக் காஷ்மீரத்தைப் பார்க்க வேண்டுமென்று, யாத்திரீகர்கள் வந்து இம் மலைப் பிரதேசங்களில் தங்கிப் போகிறார்களே, அவர்களுக்கு எண்ணெய்ச் செலவில்லாமல் விளக்கேற்றும் தந்திரத்தை இந்தப் பத்தி விழுதுகளைக்கொண்டு கற்றுக்கொடுத்துவிட்டேன். ஆகையால், இந்த வியாபாரம் இப்போது எனக்கு நன்கு கைகொடுத்து உதவுகிறது.”

“ஓஹோ! நீ வியாபாரியாய்ப் போய்விட்டாய்; இனி என் வீட்டில் ரொட்டி, கறி ஏதாவது மிச்சம் மீதியிருந்தால், முன்போல் கேட்டு வாங்கித் தின்று எங்களை வாழ்த்த மாட்டாய்.”

“பானு! அந்த தேசச விசுவாசத்தை நான் விட்டுவிட முடியாது.”

“சரி, ரோஷன் தாத்தா! விழுதுப் பத்திகளில் கொஞ்சம் எனக்கும் கொடேன். வீட்டில் கிடந்ததையெல்லாம் எரித்தாகிவிட்டது. இரவுக்குக் கொஞ்சம் வேண்டும்.”

‘வா அம்மா, வா! வந்து எவ்வளவு வேண்டுமானாலும் எடுத்துக் கொண்டு போ! என் கண்மணிக் குழந்தையான உனக்கா நான் இல்லையென்று சொல்வேன்?”

“ரோஷன் தாத்தா! நான் அவரைப் பார்க்க வயலுக்கு இறங்கிப் போகிறேன்; போய்த் திரும்பி ஏறிவரும்போது வாங்கிக் கொள்கிறேன்.”

“ஓ, நீ ‘அவரைப் பார்க்கப் போகிறாயா? ‘அவர்’ பேச்சுக் கொடுத்து விட்டால், உன்னால் சீக்கிரம் திரும்பிவர முடியாதே!”

“அப்படியானால், ஒரு பத்துப் பத்திகளை இந்த வழியில் கட்டிப் போட்டுவிட்டுப் போ! நான் எடுத்துக்கொள்கிறேன்.”

“சரி; அப்படியே ஆகட்டும். பானு!”

“போய்வரட்டுமா, தாத்தா?”

“கொஞ்சம் இரு, அம்மா உன்னிடம் உன் புருஷனைப் பற்றி ஒரு விஷயம் கேட்கவேணும்.”

“என்ன அது!

“உன் புருஷன் மிகவும் நல்ல பையன்; நம் ஊரிலேயே அவனைப்போல் நல்ல பெயரெடுத்தவன் யாருமில்லை; அவனுக்கேற்ற நல்ல மனைவியாய், நீயும் அருமையாய் வாய்த்தாய்; உங்கள் இரண்டு பேருக்கும் அழகான ஓர் ஆண் குழந்தை பிறந்து, அதையெடுத்து நான் விளையாடவேண்டுமென்று எனக்கு ஆசையாயிருக்கிறது, பேகம்!”

“போ, தாத்தா! உனக்கு மட்டும்தான் ஆசையாயிருக்குமோ? அவரும்தான் அப்படிச் சொல்லிக்கொண்டிருந்தார். சரி, இதற்குத்தானா என்னை இருக்கச் சொன்னாய்?”

“இதற்கில்லை பானு! உன் புருஷனுக்குக் காஷ்மீர் நகரத்திலே ஓர் உத்தியோகம் கிடைத்திருக்கிறதாம்; இவ்வூர் விவசாயிகளுக்கு

நிலம் கொடுத்து உதவுகிறாரே, அந்த நவாப்கான், அவர் உன் புருஷனைக் காரியஸ்தராய் வைத்துக்கொள்ளப் போகிறாராம்!"

"அதெல்லாம் வேண்டாம் எங்களுக்கு; அந்த உத்தியோகம் எங்களைப் பிரித்துவிடும். வீட்டில் அவர் துணையின்றி நான் எப்படி ஒண்டியாய் இருப்பேன். சரி, போய்வருகிறேன் தாத்தா."

"சரி, போய்வா, அம்மா."

பேகமா, மலையடிவாரத்துக்கு வந்து சேர்ந்துவிட்டாள்; அதற்குள் சூரியனும் சிறிது உயரத்துக்கு வந்து, உஷ்ணமான கிரணங்களை எங்கனும் வீசலானான்; பனிப் படலமும், மூடு புகையும் மறைந்தன. வயலில் போர்வை போர்த்துக்கொண்டு வேலை செய்துகொண்டிருந்த இளைஞன் குல் ஹமீது நிமிர்ந்து நின்று, சூரியனின் கிரணங்கள் தன் தேகத்தில்படும்படி போர்வையை எடுத்தெறிந்தான். அப்போதே அங்கு மான் போல் ஓடிவந்து நின்ற பேகமா மீது அந்தப் போர்வை விழுந்து முகத்தை மூடிக்கொண்டது.

"யாரது?" என்று அதி ஆவலோடு கேட்டான் குல் ஹமீது.

"பூச்சி! இவரைப் பிடுச்சுக்கோ!" என்று கூறி, குழந்தைக்குப் பூச்சாண்டி காட்டுவதுபோல், கணவனை மிரட்டினாள் மனைவி பேகமா.

குல் ஹமீதே அந்தப் போர்வையையெடுத்து, மனைவியின் முகத்தைப் பார்த்தான். என்றுமில்லாத ஜோதியையும், சோபை யையும் அவ்வனிதையின் வதனத்தில் கண்டான்.

அவன் சிரித்தான்.

அவளும் சிரித்தாள்.

பேகமாவின் தோள்பட்டை மீது குல் ஹமீதின் வலது கரம் சென்றது; பேகமாவின் இடது கரம், குல் ஹமீதின் இடுப்பளவில் சென்றது. இரு இளஞ் சரீரங்களும் ஸ்பரிசிக்கப்பட்டு, ஒரு கணம் ஆலிங்கனம் என்னும் இன்ப வாரிதியில் திளைத்தன.

பேகமா அவனது பிடியிலிருந்து சட்டென்று விலகிக் கொண்டாள்.

"அதிருக்கட்டும். நீங்கள் வேலையை முடித்துக்கொண்டு சீக்கிரமே வந்துவிடுகிறேன் என்று சொன்னீர்களே, இன்னும் ஏன் தாமதம்?"

"உனக்காகத்தான் இங்கு தாமதித்துக்கொண்டிருக்கிறேன்."

“நான் மலை மேலிருந்து அடிவாரத்திற்குச் சிரமத்தோடு உங்களைத் தேடிக்கொண்டு வரவேண்டுமென்றா?”

“இல்லை, இல்லை; என் அருமைப் பேகமாவை, அப்படியெல்லாம் நான் கஷ்டப்படுத்துவேனா?”

“பிறகு, எதற்காக?”

“பச்சைப் பட்டில் உனக்குப் புதுச் சட்டை தைக்கக் கொடுத்திருந்தேனல்லவா, அந்தத் தையல்காரன், இன்று காலை விடிவதற்கு முன் கொண்டுவந்து, இங்கே தருவதாகச் சொல்லியிருக்கிறான். அதற்காக!”

“இன்றுதான் அவனுக்கு என் மீது இரக்கம் வந்தது போலும்!”

“உன் மீதல்ல; என்மீது! சரி, அதிருக்கட்டும் பேகமா, நீ என்னிடத்தில் ஒரு விஷயத்தைக் கொஞ்ச நாளாக மறைத்து வைத்துக்கொண்டு வருகிறாயே, அது நியாயமா?”

“என்ன, அது?”

“அதுவா? இது.” என்று சொல்லி, குல் ஹமீது அவளது அடிவயிற்றை மிருதுவாகத் தொட்டுக் காட்டினான்.

பேகமா லஜ்ஜையால் குன்றிப்போனாள்; முகத்தைத் திருப்பிக் கொண்டாள்.

“போங்கள், இதெல்லாம் நீங்கள் என்னிடம் கேட்கலாமா? நான் சொல்லித்தானா நீங்கள் தெரிந்துகொள்ள வேண்டும்? என்னைப் பார்த்தே தெரிந்துகொள்ள முடியவில்லையா, உங்களால்?”

“முடியாமலென்ன? எத்தனை மாதம் என்று தெரிந்துகொள்ள வேண்டாமா?”

“அதைப்பற்றி உங்களுக்கு ஏன் கவலை? அதோ யாரோ வரும் சப்தம்!”

இருவரும் விலகி நின்றனர்.

“ஏன் அப்பா, தையல்காரரே! கொண்டுவந்தாயா, இல்லையா?”

“வெறுங் கையாக நான் உங்களிடம் வருவேனா? இதோ, புதுச் சட்டை.”

“என்னிடம் கொடு; அளவு சரியாய் இருக்குமா? போட்டுக் கொண்டபின், மேலும் கீழுமாய் இழுத்துக்கொள்ளாதே?”

“அப்படியெல்லாம் இருக்காது; பேகமாதான் இங்கேயே இருக்கிறாளே? உடுத்துப் பார்க்கச் சொல்லுங்களேன்!”

“அது தெரியும்; நீ போ! சரியாக இருக்கிறதா, இல்லையா என்று நாளைக்கு வந்து சொல்கிறேன்.”

தையற்காரன் போனான்.

“பேகமா! வெளுத்த தங்க நிறமான உன் சரீரத்தில் இந்தப் பச்சை நிறப் பட்டுச் சட்டை என்ன அழகாய் இருக்கும் தெரியுமா? கொஞ்சம் என் முன்னாலேயே உடுத்துக் காட்டேன், பார்க்கிறேன்!”

“இந்த இடத்திலா, திறந்த வெளியிலா? வெட்கமாய் இராதா எனக்கு?”

“என்னிடமுமா உனக்கு வெட்கம்?”

“ஊஹூம்......”

“பேகமா எவ்வளவு நேரமா கழற்றிவிட்டுப் புதுச் சட்டையை மாட்டிக்கொள்ள?”

“நான் சட்டை மாற்றும்போது என் அங்கங்களைப் பார்த்துக் கொண்டே இருக்கலாமென்று ஆசையா உங்களுக்கு?”

“ஆம், எனக்கு அந்த ஆசையிராதா?”

“ஊஹூம்; வெட்கமாயிருக்கிறது; அதோ, அந்தப் புதருக்கப்பால் போய்த்தான், சட்டை மாற்றிக்கொண்டு வருவேன்.”

“சரி, உன் இஷ்டம்; சீக்கிரம்!”

பேகமா செடி மறைவிற் சென்று பழைய சட்டையைக் கழற்றினாள். குல் ஹமீது மெல்ல நகர்ந்து செடியருகில் போனான்.

“ஹூம், ஹூம்! இது அந்தப்புரம்; இங்கே புருஷர் வரக் கூடாது!” என்று விரட்டினாள் பேகமா.

ஆயினும் ஒரு கணம் அவளது கோமளமான சொர்ண சரீரத்தையும், புடைத்தெழுந்து, நிமிர்ந்து நின்ற கனத்த தனங்களையும் கண்டு ஆனந்தித்துப் பூரித்துத் திரும்பினான் குல் ஹமீது.

அடுத்த கணம் பேகமா, பூத்துக் குலுங்கும் பச்சை மரம்போல் எதிரில் வந்து நின்றாள். குல் ஹமீது பிரமித்துப்போனான். இத்தனை நாட்களாய் இல்லா அத்துணை அழகு அவளுக்கு எப்படி வந்தது என வியந்தான். ஆவல் மிகுதியால் ஆகர்ஷிக்கப்பட்டு, அவளைக் கட்டியணைத்து முத்தமிடப் போனான்.

“ஊஹூம், விடுங்கள்! புதுச் சட்டை கசங்கிவிடும்” என்று, அவனது பிடியிலிருந்து தன்னை விடுவித்துக்கொண்டாள்.

“நேரமாகிவிட்டது; வாருங்கள், மேலே போகலாம்” என்று அழைத்தாள் பேகமா.

“இதோ, வந்தேன்! பச்சை நிறப் பாவையழைக்கும்போது நான் வராதிருப்பேனா? வா, கைகோத்துக்கொண்டு போவோம்!”

“ஊஹூம்; அப்படி வேண்டாம்; நான் வேறு வழியாகவும் நீங்கள் வேறு வழியாகவும் போவோம்; யார் முதலில் நம் வீட்டைப் போய் அடைகிறார்களோ, அவர்தான் ஜயித்தவர்.”

“தோற்றால்?”

“நீங்கள் தோற்றால் எனக்கு ஒரு சலாம் செய்யவேண்டும்.”

“நீ தோற்றால் எனக்கு எனக்கு ஒரு முத்தம் கொடுக்கவேண்டும்.

“இதோ நான் புறப்பட்டுவிட்டேன்.”

“நானும்தான்!”

இருவரும் வெவ்வேறு மார்க்கமாய், குன்றுகளையும், பள்ளங்களையும், செங்குத்தான மேடுகளையும், புதர்களையும், நடந்தும், தாண்டியும், ஏறியும் சரசரவென்று, மேல்நோக்கிப் போய்க்கொண்டிருந்தார்கள்.

இருவரும், தாங்கள் போய்க்கொண்டிருக்கும் தொலைவையும் இடத்தையும் பரஸ்பரம் பார்த்துக்கொள்ள முடியாமல், மரங்களும் குன்றுகளும் மறைத்துக்கொள்ளும், அவ்விடங்களில் குல் சீட்டி அடிப்பான்; அந்தச் சப்தத்துக்கு மறு ஒலியாய், பேகம் தன் இனிய குரலால் கீச்சிட்டுக் கத்துவாள்.

இப்படியாக இருவரும் ஏறிப் போய்க்கொண்டிருந்தனர். மலை மீதுள்ள வீட்டை அடைவதற்கு இன்னும் கொஞ்ச தூரம்தான்

இருந்தது; முக்கால்வாசி தூரம் ஏறியாய்விட்டது;

இனிமேல் காடுமுரடான பாதைகள். இருவரும் நல்ல ரத்தம் தேகத்தில் ஓடும் இளவல்களாயிருந்ததால், கொஞ்சமும் சளைக்காமல், பந்தயத்தில் ஜயிக்கவேண்டுமென்ற ஆவலுடன் மேலே தாவித் தாவிப் போய்க்கொண்டிருந்தனர்.

குல் ஹமீதை விட, பேகமா கொஞ்சம் முன்னாடியே போய்க் கொண்டிருந்தாள்; ஆனால், மார்க்கங்கள் வேறாதலால், இருவருக்கிடையிலும் ஒரு பர்லாங்கு தூரம் வித்தியாசம் ஏற்பட்டுவிட்டது.

பேகமா, அந்தப் பக்கம் குன்றுகளைத் தாண்டிச் செல்வதைக் குல் ஹமீது பரர்த்துக் கொண்டே போனான். ஓரோர் இடத்தில் தன் இளம் மனைவி, செங்குத்தான மேட்டிலும், சிறு குன்றிலும் மான்போல் துள்ளி ஏறுவதைக் காணும்போது, குல் ஹமீதுக்குப் பகீரென்று தூக்கிவாரிப்போடும். எங்கு அவ்விளநங்கை கால் பிசகி விழுந்துவிடுவாளோ என்று பயப்படுவான். குன்றின் மீதேறி, பள்ளத்தில் அவள் குதிக்கும்போது, ‘ஆ’ என்று ஆர்ப்பரிப்பான். அவளது மிருதுவான தேகத்துள் உள்ள மிக மிருதுவான கர்ப்பாசயத்தில் வளரும் குழந்தையைப் பற்றி அதிகம் நினைத்து அவன் அஞ்சிடுவான்.

அந்தோ! குல் ஹமீது பயந்தது, உண்மையில் விபரீதமாகவே முடிந்தது. செங்குத்தான பெரிய குன்றின்மீது அவள் ஏறி இறங்கப் போகும் சமயத்தில், எதையோ கண்டு அலறிய சப்தம் இவன் காதில் விழுந்தது; சட்டென்று அந்தப் பக்கம் கோக்கினான்; பச்சை நிறப் புதுச் சட்டையைக் குறிவைத்து நோக்கினான்.

என்ன விபரீதம்! பச்சைச் சட்டை உடுத்திய அப் பாவை, இடறி விழுந்து, குன்றின் பாறையில் மோதி, கீழ்நோக்கி உருண்டாள்.

“ஹா! பேகம், பேகம்! ஜாக்கிரதை, எதையாவது பிடித்துக்கொள்!” என்று குல் ஹமீது கத்திக்கொண்டு, அந்தப் பக்கம் ஓடினான்.

ஓடிப்போய், அவள் இடறி விழுந்த இடத்தைப் பரபரப்போடு, பார்த்தான். அங்கே பேகமாவைக் காணவில்லை. அங்கு மிங்கும் துருவித் துருவி நோக்கினான்; கத்திக் கத்தித் தொண்டை கிழிய, பேகமாவை அழைத்தான். பிறகு, கண்ணுக்கெட்டிய

தூரம் ஒவ்வொரு பகுதியையும் ஆராய்ந்தான், பேகமா மீது பைத்தியங்கொண்ட குல் ஹமீது.

இறுதியாக, அவன் கண்ணோட்டம் மலையடிவாரத்துக்குச் சற்று மேலே, நதியோரம், ஒரு மரத்தின் பக்கம் சென்றது, அங்கு பச்சை நிறப் பட்டுச் சட்டை தோற்றமளித்தது. மின்னல் வேகமாய்ப் பாய்ந்தோடினான் அங்கே.

கோரக் காட்சி! பேகமாவின் உயிரற்ற உடல் மரத்தில் தொத்திக் கிடந்தது. குல் ஹமீது, புதுச் சட்டையால் மூடிய அப்பிணத்தை மரத்திலிருந்து கீழே கொண்டுவந்தான்.

கிழவன் ரோஷனும் அப்போது அங்கு வந்து சேர்ந்தான்.

சிலை விழிக்கிறது

எந்தக் கதையை இன்று நான் உங்களுக்குச் சொல்கிறேனோ, அந்தக் கதை நேற்றுவரை நடைபெறவில்லை. நேற்றிரவு இரண்டு மணி வரையிலும்கூட இக்கதை உதயமாவதற்கான அறிகுறி எதுவும் இல்லை. நேற்றிரவு இரண்டு மணிவரை யோசித்து யோசித்துக் களைத்தும், கதை எழுத வராததால் நான் இம்முயற்சியில் லயித்த வண்ணம் சௌபாத்திப் பக்கமாகக் கிளம்பினேன்.

அந்தச் சமயம் அங்கு அதிசயமான அமைதி நிலவியது. சமுத்திர இரைச்சல் மிகவும் கம்மியாக இருந்தது. அதுவும் அடிவானத்தின் ஆழத்தினின்று எழுந்து மத்திம சுருதியில் ஒலிக்கும் அழுகை மாதிரிக் கேட்டது. கரையில் படிந்திருந்த சிறு மணற்பரப்பு லட்சக்கணக்கான பாதங்களின் மிதியை இதயத்தில் ஏற்ற வேதனையில் மெதுவாக முனகின் கொண்டிருந்தது. சுற்றுப்புறம் முழுவதும் ஒருவித அதிசயச் சோகத்தின் சாயை, சோர்வின் அடையாளம் படர்ந்திருந்தது. நான் இந்த அபூர்வச் சூழலின் சோக நிலையை உணர்ந்தவாறே முன்னேறிக் கொண்டிருந்தேன். திடீரென என் காதில் ஒரு குரல் ஒலித்தது.

“திலகர் பகவானே!”

திடுக்கிட்ட நான் எதிரே பார்த்தேன். திலக மகாராஜாவின் சிலை ஒருவித அதிசய கம்பீரமும், பெருமையும் துலங்க, தலையில் தூசு படிந்து சூழ்நிலையில் பார்வை பதித்த வண்ணம் நின்றது. அதன் அருகில் ஒரு நிழலுருவம் அசைவதைக் கண்டேன். அவ்

உருவத்தின் முகத்தைத் தெளிவாகப் பார்க்க முடியவில்லை. முதுகு என்னைப் பார்க்க இருந்ததால் ஆனால் நிச்சயமாக இதைத் தெரிந்து கொண்டேன். அந்த ஆசாமி நடுத்தர வயதினன். குள்ளமானவன். கோதுமை நிறத்தவன். ஒரு மராட்டியன். அவனது சட்டையும் வேஷ்டியும் சில இடங்களில் கிழிந்திருந்தன. அவன் கால்களில் செருப்பில்லை. பாதங்களில் ஆழமான வெடிப்புகள் காணப்பட்டன. அவனைப் பார்த்ததும் நான் அந்த இடத்திலேயே சற்று நின்றுவிட்டேன். அவனுடைய வார்த்தைகளைக் கேட்பதற்காக அங்கேயே - அந்த மணற்பரப்பிலேயே - சாய்ந்து படுத்துவிட்டேன். என்னை அவன் பார்த்துவிட்டாலும், நான் தூங்க வந்த ஆசாமி, அவனது வார்த்தைகளைக் கேட்க வந்தவனில்லை என்று எண்ணிக்கொள்ளட்டும் என்ற அபிப்பிராயம்.

'திலகர் பகவானே!' அந்த மனிதன் திரும்பவும் அழைத்தான்.

திலக பகவானின் சிலை பேசிற்று: 'விவரமாய்ச் சொல். என்ன சொல்கிறாய் நீ?'

எங்காவது பளிங்குச் சிலை பேசுமா என்ற ஆச்சர்யம் உங்களுக்கு ஒருவேளை ஏற்படக்கூடும். ரேவதி அமாவாசை தினத்தன்றும், நாலா பக்கமும் கனத்த அந்தகாரம் கவிழ்ந்து தொங்கும்பொழுது, நிச்சலனமான நடுநிசி வேளையில் சிலைகள் விழிப்படைகின்றன; விழிப்படைவது மட்டுமல்ல, பேசவும் செய்கின்றன என்கிற விஷயம் உங்களுக்கு ஒருவேளை தெரியாமலிருக்கலாம். ஆனால், அவற்றை யாராவது அழைத்து, அவற்றிடம் சில விஷயங்களை வினவினால் அவை அவ்வினாக்களுக்குப் பதில்கூடச் சொல்கின்றன. ஒருவேளை உங்களுக்கு இந்த விவரம் தெரியாமலிருக்கலாம். ஆனால் எனக்கு வெகு நாட்களாகத் தெரியும். இருந்தும் நான் ஒருபொழுதும் சிலைகளுடன் சம்பாஷித்ததில்லை. முதலில் அன்றாட உலக விவகாரங்களுக்கிடையே மனிதனுக்கு ராத்திரி இரண்டு மணிக்குச் சிலைகளோடு பேசப் போவதற்கு அவகாசம் கிடைப்பதில்லை. மேலும், பம்பாயில் எத்தனை சிலைகள் உள்ளனவோ அத்தனையும் படே படே ஆசாமிகளுடைய சிலைகள். இவ்வளவு உயர்ந்தவர்களோடு எப்படி அன்பாகப் பேசி உறவு கொண்டாடுவது என்று மனிதனை யோசிக்கச் செய்யும் அந்தஸ்து உள்ளவை. எந்த வார்த்தை கண்ணியக் குறைவானதோ, யாரே கண்டது? தவிர நாடு சுதந்திரம் அடைவதற்கு முன்னால் வேறு

ஒரு பயம் இருந்தது. இந்த மனுஷன் பால கங்காதர திலகர் உடைய சிலையோடு பேசிக்கொண்டிருந்தான். பிரிட்டிஷ் அதிகாரத்திற்கு எதிராக இன்னும் என்னென்ன சதிகள் செய்கிறானோ தெரியவில்லை என்று சொல்லி ரகசிய போலீசார் எங்கே குற்றம் சாட்டிக் கைது செய்துவிடப் போகிறார்களோ என்ற பயம். ஆனால் இந்தக் காலத்திலோ! போலீஸ் அதிகாரிகள் எங்கே சுதந்திர சர்க்காருக்கு எதிராக தேசத் தலைவர் பாலகங்காதர திலகரையே திருப்பிவிடப் பார்க்கிறான் பார் இவன் என்று சொல்லிப் பிடித்துக்கொள்வார்களோ என்ற அச்சம். இந்த விஷயங்களையெல்லாம் யோசித்து நான் இன்று வரை எந்தப் பெரிய தலைவருடைய சிலையோடும் சம்பாஷித்ததில்லை. என்னுடைய உலாவுதல்களின்போது எவ்வளவோ இரவுகள் போயிருக்கின்றன. வந்திருக்கின்றன, நான் மௌனமாகவே நடந்து திரும்பிவிடுவேன். இன்று, என்னுடைய வாழ்நாளிலேயே முதன்முதலாக, யாரோ சிங்கம்போல திலக பகவானுடைய சிலையுடன் வார்த்தையாடுவதைப் பார்க்கும் சந்தர்ப்பம் கிட்டியது. நன்றாகவும், மனது திருப்தியடையும் வரையும் அந்தப் பேச்சைக் கேட்க வேண்டும் என்று மணலில் படுத்தவாறே முன்னால் நகர்ந்து சென்றேன்.

மராட்டியன் சொல்லிக்கொண்டிருந்தான்: “என் பெயர் உத்தம ராவ் காண்டேகர். பதினெட்டாம் நூற்றாண்டின் இறுதியில் பிறந்தேன்.”

“நானும்கூட அந்தக் காலத்தில்தான் பிறந்தேன்” என்றார் திலகர்.

“நான் பூனா நகரில் ஒரு பள்ளிக்கூடத்தில் வாத்தியாராக இருந்தேன். எனக்குச் சரித்திரம் என்றால் மிகவும் பிரியம்”- என்றான் காண்டேகர்.

“எனக்கும்கூட சரித்திரத்தில் பிரியம் அதிகம்தான்” என்றார் திலக் மகாராஜ்.

“சுதந்திரம் நமது பிறப்புரிமை என்று என்றைய தினம் நீங்கள் கோஷம் எழுப்பினீர்களோ அன்றைய தினம் நான் பள்ளிக்கூட வாத்தியாராக இருந்தேன். நான் நீங்கள் எழுதியுள்ள சகல புத்தகங்களையும் வாசித்திருக்கிறேன். உங்களுடைய பிரசங்கங்கள் பலவற்றைக் கேட்டிருக்கிறேன். சிறுவர்களுக்குச் சரித்திரப் பாடம்

கற்பித்து வந்தேன் நான். சரித்திரம் சொல்லிக்கொடுக்கக் கொடுக்க என் மனதில் நவநவமான ஆசைகள் உதித்தன. அற்புதமான -அதிசயமான -கற்பனைகள் என் மூளையில் தோன்றின. சரித்திரப் பாடங்களை முற்றிலும் புதிய கண்ணோட்டத்தோடு கற்பிக்கத் தொடங்கினேன். இப்படிப் பாடம் சொல்லிக்கொடுத்துப் புரட்சிகள் பற்றிய பாடங்களுக்கு வந்ததும்..."

"வந்ததும் என்ன?" என்று வினவினார் திலகர்.

"எனக்குப் பள்ளிக்கூடத்திலிருந்து சீட்டுக் கொடுத்துவிட்டார்கள். மேல் உத்தியோகஸ்தர்கள் புரட்சி வெறும் கலகம்தான் என்றும் தேச விடுதலைக்கான இயக்கம் அல்ல என்றும் அபிப்பிராயப்பட்டார்கள். அதனால் அவர்களுக்கு நான் பொய்யனாய்ப் போனேன். பாலகர்களுடைய ஆசார அனுஷ்டானங்களைக் குலைக்கத் திட்டமிடும் சதிகாரனாகிவிட்டேன். தேச அரசாங்கத்திற்கு எதிராக வெறுப்பை விளைவிப்பவனாகிவிட்டேன். இதனால் நான் பள்ளிக்கூடத்திலிருந்து வெளியேற்றப்பட்டேன். என் பிழைப்பில் மண்ணைப் போட்டுக்கொண்டேன்."

"பிறகு நீ என்ன செய்தாய்?" என வினவினார் திலக பகவான்.

திரும்ப வேலை தேடித் தெருத் தெருவாய்த் திரிந்தேன். ஒவ்வொரு வாசற்படியாக ஏறி இறங்கினேன். தேச பக்திக்குச் சன்மானமாக தின்ன ரொட்டி கூடவா கிடையாது போய்விடும் என்ற நம்பிக்கை! ஆனால் பலன் ஒன்றும் விளையவில்லை. இதற்காக யாரையும் குறைகூறிப் பயனில்லை. சர்க்கார் பற்றிய கிலி இவ்வளவு தூரம் மக்களிடையே பரவியிருந்தது. அதனால் எனக்கு உதவ யாரும் தயாராக இல்லை. உடனே நான் தேச விடுதலை இயக்கத்தில் மும்முரமாகப் பங்குகொள்ளத் தொடங்கினேன். என் மனைவி பெண்கள் பாடசாலை ஒன்றில் வேலை பார்த்து வந்தாள். ஆனால் முதன் முறையாக நான் கைது செய்யப்பட்ட உடனேயே அவள் வேலை போய்விட்டது. எங்களுக்கு இரண்டு குழந்தைகள். பசியால் அவை அழுத ஓலம் அதிகமாயிற்று. என் மனைவி அவளது தாயார் வீட்டிற்குப் புறப்பட்டுப் போனாள். அங்கே அந்தக் கிராமத்துத் தலைமைக்காரன் அவளுடைய அப்பா அம்மாவிடம் அவளுக்கு அங்கு தங்க இடம் கொடுத்தால், அவர்களையும் ஜெயிலுக்கு இழுத்துப் போய்விடுவார்கள் என்று சொல்லி அவளை வெளியே அனுப்பும்படி செய்தவிட்டான். வீட்டைவிட்டு வெளியே

விரட்டப்பட்ட என் மனைவிக்குப் பிழைப்பிற்கு ஒரு வழியும் புலப்படவில்லை. அவள் ஒரு வேசியாக மாறி வயிறு கழுவியிருக்க முடியும். ஆனால், அவளது ஆத்மா அதற்கு அனுமதிக்கவில்லை. எனவே அவள் ஆற்றில் விழுந்து உயிரைவிட்டாள். நான் ஜெயிலிலிருந்து விடுதலையடைந்தபொழுது எனக்கு எந்தவிதமான பந்தமுமில்லை. குடும்பச் சுமை? எதுவும் கிடையாது. மிகவும் தீவிரமாக விவசாயிகளிடையே வேலை செய்யத் தொடங்கினேன். வரி கொடுக்கக் கூடாது என்ற இயக்கம் தொடக்கிய பொழுது நான் சந்தன்வாடிக் கிராமத்தில் இந்த இயக்கத்தை நடத்திக்கொண்டிருந்தேன். முதலில் கிராமாதிகாரிகள், பின்பு போலீஸ், அதன் பிறகு பட்டாளம் என்று எல்லோரும் வந்தார்கள். வரி வசூலிக்க முயன்றார்கள். ஆனால், நான் கிராமவாசிகளை வரி கொடுக்க வேண்டாம் என்றேன். இதற்காக என்னைத் துப்பாக்கி கொண்டு சுட்டார்கள், நான் செத்துப் போனேன். இதோ இந்த அடையாளத்தைப் பாருங்கள். என் தேகத்தில் குறைந்த பட்சம் இருபது குண்டுகளாவது பாய்ந்த அடையாளம் இருக்கும்!"

"கேட்க மிகவும் துயரமாக இருக்கிறது. உன் பெயர் என்னவென்று சொன்னாய்?" என்றார் திலகர்.

"உத்தமராவ் காண்டேகர்."

"இந்தப் பெயரை ஒருபோதும் கேள்விப்பட்டதில்லையே!"

காண்டேகர் பதில் சொன்னான்: "என் பெயர் எவருக்கும் தெரியாது. என் மனைவி - ஆற்றில் விழுந்து உயிர் துறந்தாளே - அவள் பெயரும் யாருக்கும் தெரியாது. பட்டினி கிடந்து கிடந்து உயிரைவிட்டனவே என் இரு குழந்தைகள் - அந்தக் குழந்தைகளுடைய பெயர்களும் யாருக்கும் தெரியாது. பட்டாபி சீதாராமய்யா எழுதியிருக்கிறாரே காங்கிரஸ் சரித்திரம், அதில்கூட, எங்கள் பெயர் எந்த இடத்திலும் தட்டுப்படாது. இப்பொழுது எங்கள் பெயர் எங்கும் இல்லை. பூனாவாசிகள், கிராமத்துக்காரர்கள், மகாராஷ்டிரவாசிகள் அனைவருமே என்னை மறந்துவிட்டார்கள்."

"இப்பொழுது உனது கஷ்டம் என்ன?" திலக மகாராஜா வினவினார்.

“கஷ்டம் எதுவுமில்லை ஒரு விருப்பம். அதைப் பூர்த்தி செய்து கொள்ளத்தான் தங்களிடம் வந்திருக்கிறேன்.”

“நானும் அது மாதிரியாகிவிட்டால் போதும், ஒரு கற்சிலையாக. மரணமடைந்த நாள் முதலாக இன்றுவரை நிம்மதியில்லாமல் அலைந்துகொண்டிருக்கிறேன். இப்போது தங்களைப் போலவே ஒரு கற்சிலையாகிவிட்டால் தேவலை என்று தோன்றுகிறது” என்றான் காண்டேகர்.

இப்பொழுது நான் அந்த நிழலுருவம் சிலையை யொட்டியுள்ள பீடத்தின்மீது ஏறத் தொடங்குவதைக் கண்டேன்.

“என்ன சொல்கிறாய்?” என்றார் திலக் மகாராஜ்,

“நானும் தங்களருகே நிற்க விரும்புகிறேன். எனக்கு இளைப்பாற மட்டும் கொஞ்சம் இடம். தங்கள் காலடியில் நின்று கொள்கிறேன். உயிர் வாழ்ந்தபோது தாங்கள் காட்டிய பாதையில் நடந்தேன். மரணத்திற்குப் பின் ஆத்மபந்தம் அறுந்துவிடுமா என்ன?” என்றான் காண்டேகர்.

திலக மகாராஜா சொன்னார்: “கூடாது. தம்பி! இந்த விஷயம் கூடாது. உண்மையில் இந்த இடம் என்னுடையது. இந்தப் பீடம் என்னுடையது. சிலை என்னுடையது.”

“அப்படியானால் எனக்கு இடம் எங்கே? சரித்திரத்தில் எனக்கு இடமில்லை. சௌபாத்தி கடற்கரையில் இல்லை. மக்களுடைய மனதில் இல்லை. நான் எங்கே போவது?” எனக் கேட்டான் காண்டேகர்.

“முனிசிபல் கார்ப்பரேஷனிடம் போ. அவர்கள் உனக்காக ஒரு சிலை செய்து நிறுத்தலாம்” என்றார் திலகர்.

“ஆனால் அவர்கள் மனிதர்களாயிற்றே இந்த நாட்களில் மனிதர்களுக்கு ஆத்மாவின் பேச்சு எங்கே கேட்கப் போகிறது?” எனப் பதிலளித்தான் காண்டேகர்.

“உண்மையாகவே போய்விடு, அதுவும் சொல்கிறேன். சீக்கிரமாகவே போய்விடு, அதோ ஒரு போலீஸ்காரனுடைய ஆவி வருகிறது. உன்னைக் கைது செய்துவிடப் போகிறது. சொல்வதைக் கேள். உன் சிலைக்கு வேறு நல்ல இடமாகப் பார். இது வேண்டாம். என் காலடியில் மணல். தலைக்கு மேலே திறந்த வெளி. வெயிலெல்லாம்

தலைமேல்தான். மண்டை வெடித்துப் போகிறது. உடம்பெல்லாம் பொடிந்து போகிறது. பகல் நேரம் முழுவதும் தமாஷாக்களின் ஆரவாரம். மூர்க்கர்கள் தயிர் வடையைத் தின்றுவிட்டு மிஞ்சும் தயிரையும் இலையையும் என் பக்கமாக வீசியெறிந்துவிட்டுப் போகிறார்கள். உன்னுடைய சிலைக்கு இதைவிட நல்ல இடமாகப் பார்."

ஆனால் அந்த நிழலுருவம் போலீஸிற்குப் பயந்து மறைந்துவிட்டது. நானும் கூட: சீக்கிரமாக எழுந்து அங்கிருந்து ஓட்டமாக ஓடினேன். ஓடி ஓடி சர்ச்கேட் ஸ்டேஷன் வரை வந்துவிட்டேன், அங்கு வந்துதான் மெதுவாக நடக்கத் தொடங்கினேன். நடந்து நடந்து ஹாக்கி கிரௌண்ட் சமீபமாக வந்து சேர்ந்ததும் ஒரு ஆலமரத்தடியில் கொஞ்சம் இளைப்பாறித் தெம்பு பெறுவதற்காக நின்றேன். இதற்கிடையில் என் காதில் யாரோ, "கோகலே மகாராஜ்!" என அழைப்பது கேட்டது.

நான் திரும்பிப் பார்த்தேன். எதிரே ஒரு பீடத்தின் மீது கோகலே மகாராஜன் சிலை கோட்டும் சூட்டும் அணிந்து நின்றது. கோட்டும் காற்சட்டை அணிந்த ஒருவன் பீடத்தின் மீது ஏற முயற்சித்துக் கொண்டிருந்தான். பிளாட்பாரத்தைக் கடந்து மேலே தொத்த முயல்கையில் கோபாலகிருஷ்ண கோகலேயின் சிலை, "நீ இன்னும் முன்னேறினால், நான் போலீசைக் கூப்பிடுவேன்" என்றது.

"ஏன்?

"நான் தேசியச் சின்னம். நீ என்னை அவமதிக்கிறாய்"

"அவமதிப்பல்ல, தோழரே! உம்முடன் சில வார்த்தைகள் பேச வேண்டும், அதனால்தான்" எனப் பதிலளித்தான் அந்தக் கோட்டு, டிரௌசர் ஆசாமி.

"அது சரி, மரியாதையாகக் கொஞ்சம் எட்டி நின்று சொல்ல வேண்டியதைச் சொல். நீ யார்?" என்றார் கோகலே.

கோட்டும், டிரௌஸரும் அணிந்திருந்த அந்த மனிதன், "கர்தார்ஸிங் ஸராபா என் பெயர்!" எனப் பதிலளித்தான்.

"சீக்கியன், பஞ்சாப்காரன்! இப்படியா மரியாதையில்லாமல் சாடுவது? நான் இம்பிரியல் - கவுன்சில் மெம்பராக இருந்திருக்கிறேன் என்பது உனக்குத் தெரியாதா?" என்றார் கோகலே.

"தோழரே, எந்தக் கவுன்சிலில் நீ பணியாற்றியிருக்கிறீரோ அந்தக் கவுன்சிலைச் சேர்ந்த அதிகாரிகள்தான் எனக்குத் தூக்குத் தண்டனை விதித்தார்கள்" என்றான் கர்தார்ஸிங்.

"இதனால் எனக்கு அபகீர்த்தி எதுவும் வந்துவிடாது. ஏறக்குறைய என் வாழ்நாள் முழுமையும் தேச சேவையில் செலவிட்டு நான் என் பெருமையை நிலைநாட்டியிருக்கிறேன்" என்றார் கோகலே.

"எப்பொழுதாவது ஜெயிலுக்குப் போனதுண்டா?" என வினவினான் கர்தார்.

"எப்பொழுதாவது உண்ணாவிரதம் இருந்ததுண்டா?"

"இல்லை!"

"எப்பொழுதாவது ஜெயிலர்கள், வார்டர்களிடம் அடிபட்டது உண்டா? அந்த அடிகளால் உமது முதுகு முழுவதும் தழும்புகள் நிறைந்திருக்கின்றனவா? சவுக்குகளின் களீர்ச் சுண்டுதலினால் உமது உடலின் சதை பிய்ந்து வந்திருக்கிறதா? உம் உடலின் ஒவ்வொரு அங்கமும் தண்ணீருக்காக ஏங்கித் தவித்தபொழுது, தாகத்தால் நாக்கு தொண்டையை விட்டு வெளியே பிதுங்கிவிடும்போல் இருந்த நிலையில் குடிப்பதற்கு ஒரு சொட்டுத் தண்ணீர் கூடக் கொடுக்காமல் உம்மை வாட்டியிருக்கிறார்களா?"

"இல்லை. இவைபோன்று, பைத்தியம் பிடிக்கச் செய்யும்படியான, அனுபவம் எதுவும் எனக்கு ஏற்படவில்லை."

"இந்த அமர ஆனந்த அனுபவம் அடைந்தவன் நான்," என்று சொல்லி கர்தார்சிங் தன் கோட்டையும் சட்டையையும் கழற்றினான். அவன் முதுகில் ரத்தம் வழிந்துகொண்டிருப்பதைக் கண்டேன். சவுக்கடியில் ஏற்பட்ட காயங்களையும் பார்த்தேன். முதுகெலும்பு வெளியே தெரியும் வகையில் ஆழமாக இருந்தன சில காயங்கள். இன்னும் அவன் கழுத்தில் ஒரு கயிறு தெரிந்தது. அதை அவன் கழுத்து 'டை' மாதிரி இழுத்துவிட்டிருந்தான்.

"இது என்ன?" கோகலே மகாராஜ் தன் கண்களை மேல் அங்கவஸ்திரத்தால் மறைத்தவண்ணம் கேட்டார்.

"இது தூக்குக் கயிறு. இக்கயிறு என் கழுத்தை நெரித்த சமயம் நான் வாலிபனாக, பலசாலியாக இருந்தேன். கல்கத்தாவிலிருந்து

கிளம்பி மீரத், அமிர்த்சரஸ் வரை வந்து சைனியங்களிடையே புகுந்து சிப்பாய்களை பிரிட்டிஷ் ஆகிக்கத்திற்கு எதிராகப் புரட்சி செய்யத் தூண்டிக் கொண்டிருந்தேன்.”

“ஹிம்ஸையை அடிப்படையாகக் கொண்ட புரட்சி எனது குறிக்கோளல்ல. எனக்கு அஹிம்சையில்தான் நம்பிக்கை,” என்றார் கோகலே.

அவர் வார்த்தைகளைக் கவனியாமல் கர்தார்ஸிங், “ஆனால் எங்கள் கிளர்ச்சி பயனளிக்கவில்லை. எங்கள் புரட்சி சரி வர நடைபெறவில்லை. நாங்கள் அடக்குமுறைக்குள்ளாக்கப்பட்டோம். துப்பாக்கிக் குண்டுகள் எங்கள் சுதந்திர ஆர்வத்தைக் கருக்கடித்தன” என்றான்.

“இப்பொழுது உனக்கு என்னவேண்டும்?” என்றார் கோகலே.

“சற்று ஒதுங்கிக்கொள்ளுங்கள். இந்தப் பீடத்தில் எனக்குச் சிறிது இடம் கொடுங்கள். இதில் எனக்கும் உரிமை இருக்கிறது. ஆகஸ்ட் பதினைந்தாம் தேதியன்று உம் கழுத்தில் மாலை சூட்டப்பட்டபொழுது நான் இந்தப் பீடத்தருகேதான் நின்றுகொண்டிருந்தேன். எனக்கு யாரும் மாலை போடவில்லை. எவரும் என் கழுத்தை அலங்கரித்த தூக்குக் கயிற்றின்மீது பார்வை பதிக்கவில்லை. என் முதுகு பிளந்து சாட்சி தரும் காயத்தை யாரும் கவனிக்கவில்லை. என் உடலை யாரும் உற்றுநோக்கவில்லை. பசியிலும் பட்டினியிலும் இடைவிடாது சுதந்திர கீதம் பாடிக்கொண்டிருந்த என்னை, சுதந்திரப் பாதையில் நடந்து சகலத்தையும் பறிகொடுத்த என் தீரத்தை யாரும் பாராட்டவில்லை. யௌவனத்தின் சகல இன்பங்களையும், சகல இச்சைகளையும், வாலிபத்தின் சகல நன்மைகளையும் பலியிட்ட என்னைக் கவனிக்கவில்லை. ஜனங்கள் உமக்கு மாலைகள் அணிவித்தார்கள். ஒருவராவது என் பக்கமாக ஒரு பூ கூட விட்டெறியவில்லை. தோழரே, நான் தேசத்தின் கௌரவம் பற்றி இம்பிரியல் கவுன்ஸிலில் வாய்ப்பறை அடிக்கவில்லை. ஆனால் தேசத்தின் கௌரவத்தை நிலைநாட்டத் தூக்குக் கயிற்றை என் கழுத்தில் வலிய ஏற்றேன். உமக்கு நான் மரியாதை செலுத்துகிறேன். உம் பெருமையைப் பாராட்டுகிறேன். ஆனால், மிகவும் அலைந்து அலுத்துவிட்டேன். இப்பொழுது சற்று, இளைப்பாற விரும்புகிறேன்.

கல் சிலையாக ஆகிவிட விரும்புகிறேன், உம்மைப்போல. சற்றே இடம் கொடும்."

"இப்பொழுது நான் எதுவும் செய்ய இயலாத நிலையில் இருக்கிறேன். உனக்கு என்னருகில் இடம்தர முடியாது. காரணம் நான் அஹிம்ஸையில் பற்றுதலுள்ளவன். நீயோ ஹிம்ஸாவாதி நம் இருவர் கொள்கைகளும் முரணானவை. நீ ஏன் முனிஸிபல் கார்ப்பரேஷனுக்கு மனு செய்யக்கூடாது? அங்கே போ. ஒருவேளை உன் ஆசை நிறைவேறலாம். அப்படி நிறைவேறுவதாகயிருந்தால் இந்தப் பக்கத்தில் எங்காவது உன் சிலைக்கு இடம் கிடைக்காமல் பார்த்துக்கொள். எனக்கே இந்த இடத்தில் இருப்பது சங்கடமாக விருக்கிறது. இங்கு ஆலமரம் இருக்கிறது. அதிலிருந்து பட்சிகள் என் தலைமீது எச்சமிடுகின்றன. சாதாரண நாட்களில் இந்த இடத்திற்கு அவ்வளவாக ஜனங்கள் வருவதில்லை. ஆனால் ஹாக்கி கிரௌண்டில் யுவதிகளின் ஹாக்கி விளையாட்டுப் போட்டி நடைபெறும்பொழுது அவர்களுடைய மூடப்படாத முழங்கால் அழகைக் கண்டுகளிக்க என்னைச் சுற்றிப் பெருங்கும்பல் கூடிவிடுகிறது. அதனால் எனக்கு இங்கு நிற்பதே சிரமமாகப் போய்விடுகிறது.

இன்னும் இரவு பன்னிரண்டு மணிக்கெல்லாம் இந்த பிளாட்பாரத்தை அடுத்த பெஞ்சுகள், வேசிகளும் அவர்களிடம் இன்பத்தை நாடி வந்தவர்களும் பரிமாறும் ஸ்தலமாகிவிடுகின்றன."

இதற்குமேல் கோகலே மகாராஜினால் எதுவும் சொல்ல முடியவில்லை. காரணம் போலீஸ் சிப்பாயின் ஆவி வேகமாக வந்துகொண்டிருந்தது. அதைக் கண்ட கர்தார்ஸிங் ஸராபா ஓட்டமாக ஓடினான். நானும் அவன் பின்னால் வேகமாக ஓடினேன். இருந்தும் அவன் ஓடிய வேகத்தில் என்னால் அவனைப் பிடிக்க முடியவில்லை. ஓடி ஓடி மூச்சுவாங்கவே நான் குழம்பிப்போய் நின்றேன். அந்தக் குழப்பத்தினிடையே எதிரே இந்தக் காட்சியைக் கண்டேன். ஓர் அழகான தோட்டம். அதில் சாதாரணமான ஆசாமிகள் பிரசித்தி பெற்றவர்களது சிலைகளைப் பற்றி ஏறி இடம்பிடிக்க முயன்றுகொண்டிருந்தார்கள். அவர்களுக்கு மத்தியில் ஒரு பெரிய பீடத்தின் மீது தாதாபாய் நௌரோஜியின் பெரிய சிலை அன்பு ததும்பும் பார்வையுடன் அகில இந்தியாவையும் பார்த்துக்கொண்டு நிற்கக் கண்டேன்.

சிறிது நேரம், ஹிந்துஸ்தானத்தில் தேசிய உணர்ச்சியைப் பயிரிட்ட அவரைப் பார்த்துக்கொண்டே நின்றேன். அப்பொழுது யாரோ, "தாதாபாய்!" என அழைக்கும் குரல் கேட்டது.

நான் திரும்பிப் பார்த்தேன். உயரமான கறுப்புநிற ஆசாமி ஒருவன் நின்றான். வெள்ளைக் கமிசும் காக்கி நிக்கரும் அணிந்திருந்தான் அவன். அவன் 'கண்கள் மூடியிருந்தன. உதடுகளும் மூடியிருந்தன. தலையில் மட்டும் ஒரு துவாரம் தெரிந்தது. அதன் வழியாக ரத்தம் வழிந்துகொண்டிருந்தது. மீண்டும் குரல் ஒலித்தது. "தாதாபாய்?"

நிச்சயமாக அந்த மனிதன்தான் பேசியிருக்கவேண்டும். ஆனால் உதடுகளைத் திறக்காமலே அவனால் எப்படிப் பேச முடிந்தது என்பதுதான் புரியவில்லை.

நௌரோஜி கேட்டார்: "என்ன சமாசாரம் குழந்தாய்?"

'தாதாபாய். நான் மில் தொழிலாளி," என்றான் அந்த நெட்டையான ஆசாமி.

மிகவும் பரிவுடன், "இங்கே எந்த மில்லில் நீ வேலை செய்கிறாய்?" என விசாரித்தார் தாதாபாய்.

"இல்லை தாதாஜீ! நான் அமல்னேரில் இருந்தேன். என் பெயர் பட்டீல். எனக்கு மூன்று குழந்தைகள். ஒரு கிழத் தாயார். ஒரு கிழத் தந்தை, அவர்களைக் காப்பாற்றும் பொறுப்பு என்னைச் சேர்ந்ததுதான். இந்தக் கொஞ்ச ஊதியத்தில் அந்தப் பொறுப்பை சமாளிக்க முடியவில்லை, எஜமானே!"

"அதற்கு என்ன செய்யவேண்டுமென்கிறாய்? சம்பள உயர்வா?" என்றார் தாதாபாய்.

"ஆம் எஜமானே! விலைவாசிகள் உயர்ந்துவிட்டன. செலவு அதிகம், வாழ்வே துரதிர்ஷ்டமாகிவிட்டது."

"நீ ஏன் மில் முதலாளியிடம் சொல்லக்கூடாது"

"அவர் கேட்பதாயில்லை."

"அப்படியானால் அரசாங்கத்திடம் முறையிடு, உன்னுடைய சர்க்காரிடம் சொல். இப்பொழுது தான் சுதந்திர சர்க்காராச்சே!"

"சுதந்திர சர்க்காரும் கேட்பதாயில்லை. துப்பாக்கிக் குண்டுகளுக்குப்

பலியாக்குகிறார்கள், எஜமானே! இதோ தலையில் குண்டு பாய்ந்த அடையாளம் இருக்கிறது - நான் அமல்நரைச் சேர்ந்த மில் கூலி. எனக்கு மூன்று குழந்தைகள்; ஒரு மனைவி வயோதிகத் தாய்; தந்தை எல்லோரையும் காப்பாற்ற வேண்டியவன் நான். என்னைக் கொன்றுவிட்டார்கள். இப்பொழுது அவர்களனைவரும் பட்டினி. நான் எப்பொழுதும் காங்கிரஸிற்குச் சந்தா செலுத்தி வந்தவன், சுதந்திரத்திற்காக ஹர்த்தால் செய்திருக்கிறேன். இப்பொழுது சுதந்திரம் வந்துவிட்டது. சுதந்திர சர்க்காரின் முதல் துப்பாக்கிக் குண்டு என் நெற்றியில் பாய்ந்திருக்கிறது எஜமானே!"

"அதற்கு என்ன செய்ய வேண்டுமென்கிறாய்?

"ஒன்றுமில்லை. உங்கள் பாதுகாப்பில் கொஞ்சம் இடம் கொடுங்கள். தங்களருகில் நின்று உலகத்திற்கு என் தலையிலுள்ள ரத்தம் ஒழுகும் இந்தக் காயத்தைக் காட்ட விரும்புகிறேன். தாதாஜி. எனது மண்டையிலுள்ள இந்தப் பிளவு ஒருபோதுமே ஒட்டாதா? என் கிழத்தந்தைக்கு யாரும் உணவு கொடுக்கமாட்டார்களா? என் கிழத்தாய்க்கு எவராவது கஞ்சி ஊற்றமாட்டார்களா? என் தாயின் துயரத்தை எது தணிக்கும்? சொல்லுங்கள்! தாதா பாய் சொல்லுங்கள், தாதா பாய்! பார்லிமெண்டில் சிங்கம் போல கர்ஜனை புரிந்திருக்கிறீர்களே! இப்பொழுது ஏன் ஊமையாய்ப் போய்விட்டீர்கள்?"

என் கண்களில் கண்ணீர் ததும்பிவிட்டது. அதற்குமேல் எதையும் கேட்க முடியவில்லை. அங்கிருந்து கிளம்பிவிட்டேன். கண்ணீர் வடித்தபடியே அகில இந்திய காங்கிரஸ் பந்தலுக்கு முன்னால் வந்து சேர்ந்தேன். மகாத்மா காந்தியின் சிலை அங்கு நின்றது. அகில இந்திய காங்கிரஸ் கமிட்டியின் கூட்டமெல்லாம் முடிந்துவிட்டது. பார்க்க வந்தவர்களெல்லாம் போய்விட்டார்கள், பந்தலும்கூட பாதி பிரித்தாயிற்று. பெரிய பெரிய மூங்கில் கால்களை லாரிகளில் ஏற்றி எடுத்துப் போய்க்கொண்டிருந்தார்கள். நான் சிலையருகே போய், சோகத்தால் அடைபடும் தொண்டையில் பேசினேன்:

"பாபு நீங்கள் ஸ்தாபித்த ராஜ்யம் எவ்வளவு இருளடைந்திருக்கிறது பார்த்தீர்களா, முழுத் துண்டு தரித்த மகானே, வாருங்கள் காட்டுகிறேன். உங்கள் பெயரால் என்ன செய்து கொண்டிருக்கிறார்கள் என்பதை!" என்றேன்.

ஆனால் சிலை பதில் எதுவும் சொல்லவில்லை. ஏனென்றால் அமாவாசை இரவு கழிந்து விட்டது. செந்நிற வைகறைப் பொழுது புலர்ந்து கொண்டிருந்தது. பொழுது விடிந்து வெளிச்சம் பரவத் தொடங்கினால் சிலை பேசுவதில்லை.

என்னருகே ஒரு தொழிலாளி வந்து நின்றான் "சற்றுத் தள்ளி நில்லுங்கள், சிலையை எடுத்துப் போகவேண்டும்" என்றான்.

"எங்கே?" என்று கேட்டேன்.

"இதை ஒரு மில் முதலாளி விலைக்கு வாங்கிவிட்டார். இன்று இதை அவர் வீட்டிற்குக் கொண்டுபோகப் போகிறேன்" என்றான் அவன்.

பௌர்ணமி நிலவிலே

ஏப்ரல் மாதம். கிளைகளிலெல்லாம் பாதாம் மலர்கள் பூத்துச் செறிந்து கனத்துத் தொங்கின. வசந்த ருதுவின் புரையோட்டம் அங்கு வீசிய குளிர்காற்றில் கலந்திருந்தது. நீண்டு வளர்ந்த துங்க மரங்களுக்கடியில் கார்காலத்தின் வெண்பனி திட்டு திட்டாகப் படிந்திருந்தது. தூரதிருஷ்டிக்கு, அந்தப் பனித்துகள்கள் வெண்மையான மலர்கள்போல் காட்சியளித்தன. மே மாதம் பிறந்துவிட்டால், அந்தப் பனித் திரைகள் உருகிக் கரைந்துவிடும்; பின்னர் கபில நிறங்கொண்ட பூதேவியின் திகம்பர மேனியில், பட்டுப்போன்ற பசிய புல்லிதழ்கள் வளர்ந்து போர்த்துவிடும்; பாதாம் மரங்களில் பச்சைப் பசிய பாதாம் காய்கள் கொத்துக் கொத்தாய்க் காய்த்துக் குலுங்கிக் கனக்கத் தொடங்கிவிடும்; தூரத்தே தெரியும் நீலமலைச் சிகரங்களைக் கவிந்து போர்த்துள்ள பனி மூட்டம் மறைந்துவிடும்; ஏரிக்கரைக்கு அப்பாலுள்ள புழுதி படிந்த சாலையில் ஆட்டுக் குட்டிகளின் சப்தம் எதிரொலிக் கும்; ஆடு மேய்க்கும் இளைஞர்கள் வருவார்கள்; துங்க மரத்தடியில் அமர்ந்து தங்கள் ஆடுகளைக் கண்காணிப்பார்கள்; அவர்களில் யாரேனும் ஒரு கோஷ்டிக்கான நாட்டுப் பாடலைப் பாடத் தொடங்குவார்கள். வசந்தத்தில் யார்தான் பாட மாட்டார்கள்?

ஆனால், இன்னும் மே மாதம் பிறக்கவில்லை; ஏப்ரல் மாதம்தான். தங்கப் பழுப்பு நிறங்கொண்ட துங்க மரங்களின் கெட்டியான கிளைகளில் இன்னும் பசுந்துளிர்கள் தளிர்விடவில்லை; நீல மலைச் சிகரங்களின் பனிமூட்டம் இன்னும் தெளியவில்லை; ஏரிக்

கரைக்கு அப்பாலுள்ள சாலைவழி குளிர்ந்து விறைத்துப் போய் மோன சமாதியில் மூழ்கிக் கிடந்தது. தாமரை மலர்களெனும் அகல் விளக்குகளை ஏற்றியேந்தி, வசந்த ருதுவை வரவேற்கும் ஏரிப்பரப்பு செயலற்றுக் கிடந்தது. அந்தச் சின்னஞ்சிறு அகல் விளக்குகள், ஒருவேளை அந்தப் பச்சைப் பசிய நீலநிற ஏரியின் உந்தித் தலத்தில் எங்கோ ஒளிந்துகொண்டிருந்தன போலும்! வசந்த பருவம் வந்து விட்டாலோ, அந்த மலர்கள் ஒன்றன் பின் ஒன்றாக நீர் மட்டத்துக்கு வந்து தலை காட்டும்; கண்ணாமூச்சி விளையாடும் குறும்புக் குழந்தைகளைப்போல் செல்லச் சிறுநகையுடன் வெளியே வரும். ஆனால், இப்போதோ ஏரியில் தாமரைப் புஷ்பங்களையே காணவில்லை; ஏனெனில் ஏப்ரல் மாதம்தான் கார்காலத்தின் அந்திப்போது; இப்போதெல்லாம் பாதாம் பூக்கள் மட்டுமே வெள்ளை வெளேரென்று பூத்துக்குலுங்கும்; "பசிய நீலம் கலந்த ஏரிப்பரப்பின் மீது குலுங்கி அதிர்ந்து கொட்டி உதிரும்; நீர்ப்பரப்பின் மீது விழுந்து மிதக்கும் அந்த வெள்ளிய மலர்க் கூட்டம், வசந்தத்தின் வரவை எதிர்நோக்கிக் காத்திருக்கும் வெண் பல்லக்குகளைப் போல் அசைந்தாடிக்கொண்டிருக்கும்......

மரப் பாலத்தில் சாய்ந்து குனிந்தவாறு, நான் அவள் வரவை எதிர்நோக்கி நின்றேன். ஆனால், அவள் வந்தபாடாய்க் காணோம். அந்தி மாலை அஸ்தமனச் செக்கர் வெள்ளமாக மாறிக்கொண்டிருந்தது. பெரிய படகு வீடுகள் பாலத்தைக் கடந்து, உல்லார் ஏரியின் திசை நோக்கிச் சென்று கொண்டிருந்தன. அந்தப் படகு வீடுகளின் மீது சந்தியாவின் வண்ணக் கோலங்கள் பட்டுதெறித்து விளையாடும் கோலாகலத்தை நான் வெகுநேரம் ரசித்துக்கொண்டிருந்தேன். பொன்னிறம், இளஞ்சிவப்பு, கருஞ்சிவப்பு, இளம்பழுப்பு, கரும் பழுப்பு - இப்படியாக அந்த நிறங்கள் மாறி மாறி இருளத் தொடங்கின; கடைசியாக என்னைச் சுற்றிலும் இருளே கவிந்துவிட்டது. இருளில் அந்தப் படகுகள் என் கண்ணுக்குத் தெரியவில்லை.

திடீரென்று நான் குளிரால் நடுங்கினேன்; என் கழுத்தை உயர்த்திச் சுற்றுமுற்றும் பரர்த்தேன். இருள் எங்கும் பரவிவிட்டது; ஏரியின் மீதும், பாலத்தின் மீதும், பாதாம் மரங்களின் மீதும் பரவிவிட்டது; ஆளரவ மற்ற சாலைவழி அந்தகாரத்தில் மூழ்கிவிட்டது. வீடு நோக்கிச் செல்லும் வழிப்போக்கன் ஒருவனின் உல்லாச கீதத்தைப் போல, இருளின் அமைதியூடே வான்மண்டலத்தில் தாரகை

பூத்து மினுக்கியது; காற்றின் சீதம் அதிகரித்தது; பனிக் காற்றின் வேகத்தினால், என் நாசித் துவாரங்கள் நமநமத்து நடுங்கின. பின்னர் நிலவு உதயமாயிற்று...!

திடீரென்று நான் அவளைக் கண்டேன்; சாலை வழியிலுள்ள பாதாம் மரங்களுக்கூடாக, அவள் ஒரு வனதேவதையைப் போல் ஓடி வந்து கொண்டிருந்தாள், அவள் என்னைக் கண்டதும் நின்று விட்டாள். பின்னர் அவள் தன் நடையைத் துரிதப்படுத்தி, என்னை நோக்கி ஓடோடியும் வந்தாள்.

அவள் தனது மெல்லிய விரல்களால் என் தோளைத் தொட்டபோது, அவள் இரைக்க இரைக்கப் பெருமூச்சு வாங்கினாள்; பின்னர் அவள் நீண்ட நெட்டுயிர்ப்புடன் தன் தலையை என் தோள்மீது சாய்த்தாள். அவளது கரிய நீண்ட சுருள்கள் என்னுள் ஆழப் புதைவதுபோலிருந்தன; அந்தக் கருங்குழல் கற்றைகள் என் கழுத்தைச் சுற்றிலும் விழுந்து மூடின. அவற்றின் பட்டுப் போன்ற குளிர்ந்த ஸ்பரிச சுகத்தை அனுபவித்தவாறு நான் அவளை நோக்கிக் கூறினேன்:

"உனக்காக நான் வெகு நேரமாய்க் காத்துக்கொண்டிருக்கிறேன்..."

"எனக்குத் தெரியும்" என்று சிரித்துக்கொண்டே கூறியவாறு அவள் தன் மென்சிறு கரத்தை என் கரத்தோடு சேர்த்தாள்.

என் தோலை மறுபடியும் தொட்டாள்; பின்னர் அந்தக் கரத்தை என் தோள் மீது வைத்தாள். பாதாம் மரத்திலிருந்து ஒரு மெல்லிய வெள்ளிய மரக்கிளை ஒடிந்து ஒசிந்து என் தோள்மீது விழுந்து கிடப்பதைப் போன்ற சுகத்தை நான் உணர்ந்தேன்.

நாங்கள் இருவரும் நெடுநேரம் வரையிலும் பேசாதிருந்தோம்; அன்பு நிறைந்த அரவணைப்பில் பிணைப்புற்றிருந்தோம். உலகையே மறந்து, எங்களுக்குள் ஒருவருக்குள் ஒருவராக மனமிழந்து இன்ப லஹரியில் மூழ்கியிருந்தோம். பின்னர் அவள் என் பிணைப்பிலிருந்து விடுபெற்றவாறு, பேசத்தொடங்கினாள்: "சாலை வழியின் திருப்பம் வரையிலும் என் அப்பா என்னோடு துணைக்கு வந்து விட்டார். அவர் இங்கு வரையிலும் என்னோடு துணை வந்திருந்தால், நான் என்ன செய்திருப்பேன்? உங்களைக் கண்டும் காணாதது போல், கடந்து சென்றிருப்பேன். நல்ல வேளை! அவர் அங்கேயே திரும்பிப் போய்விட்டார்!

"ராஜி வீட்டில் இன்று இரவு முழுவதும் நாங்கள் பாட்டுக் கச்சேரி நடத்தப் போகிறோம் என்று சொன்னேன். ஏனெனில் மலர் செறிந்த ஏப்ரல் மாதத்தின் கடைசி இரவு இது. எனவே எங்கள் கிராமத்திலும், அக்கம் பக்கத்துக் கிராமங்களிலும் உள்ள இளம் பெண்களெல்லாம், இன்று இரவு முழுவதும் பாட்டும் கூத்துமாகப் பொழுது போக்குவது வழக்கம்... நான் நேரத்தோடேயே வரவிரும்பினேன். எனினும் எவ்வளவோ வேலைகளை முடிக்க வேண்டியிருந்தது; நெல் குத்த வேண்டியிருந்தது. மேலும், நேற்றுத் துவைத்துப் போட்ட என் துணிமணிகளும் காயவில்லை... அம்மா விறகு பொறுக்குவதற்காகக் காட்டுக்குச் சென்று விட்டாள். அவள் வரும் வரையிலும், நான் காத்திருக்க வேண்டியதாகிவிட்டது... அவள் வரும் வரையிலும் நான் காத்திராவிட்டால், நான் எப்படி உங்களுக்கென்று காட்டு இலந்தைப் பழங்களையும் பேரீச்சம் பழங்களையும், கரும் பையும் கொண்டு வந்திருக்கமுடியும்? பாருங்கள், உங்களுக்காக நான் என்ன கொண்டு வந்திருக்கிறேன் என்று! என்மீது கோபப்படாதீர்கள்! இந்த மாதிரி பாராமுகமாய் இராதீர்கள். இதோ பாருங்கள். எப்படியும் நான் வந்து சேர்ந்து விட்டேன். நிலவும்கூட மேலே வந்துவிட்டது. வாருங்கள். எரிக்கரையிலுள்ள படகிலேறிக்கொண்டு, படகோட்டிச் செல்வோம். வாருங்கள், வாருங்கள் என்றால்..."

அவள் என் கண்களையே பார்த்தாள்; நான் அவள் கண்களையே பார்த்தேன். அவள் கண்களில் வியப்பும் காதலும் விரவி ஒளிசெய்தன; பௌர்ணமி நிலவு மரச்செறிவின் ஊடாகப் பாய்ந்து வந்து என்னை இமைகொட்டாமல் பார்த்துக்கொண்டிருந்தது. அந்தப் பால் நிலவு என்னிடம் பின்வருமாறு சொல்லிற்று: "அவள் சொல்வதே சரி. அந்தப் படகில் உன் காதலியை ஏற்றிக்கொண்டு, ஏரியின் மத்திய பாகத்துக்குப் படகோட்டிச் செல். இன்றுதான் ஏப்ரல் மலர்ச்சியின் இனிய இரவு; காஷ்மீரப் பள்ளத்தாக்கு முழுவதிலும் வெண்பனித் துகள்கள் போல, பாதாம் புஷ்பங்கள் கொட்டிக் குலுங்கிக் கிடக்கும் பருவத்தில் நடைபெறும் ஆனந்த கீதங்கள் ஒலிக்கும் திருநாள் இன்றுதான். இந்தக் கோலாகலத் திருநாளன்று அவள் தன் பெற்றோரையும், சகோதர சகோதரிகளையும், தோழிகளையும் விட்டுப் பிரிந்து, உன்னை நாடி வந்திருக்கிறாள். அமிர்தப் பாலைப்போல் அவளது இதயத்திலே காஷ்மீரத்துக் கானங்கள் பொங்கிப் பிரவகிக்கும்

இந்தப் பௌர்ணமி நிலவு வேளையில் அவள் உன்னைத் தேடி வந்திருக்கிறாள். அவளது கழுத்தை அலங்கரிக்கும் அந்தச் சிவப்புக் கண்டசரத்தைக் கவனித்தாயா? இன்றைய திருநாள் வைபவத்துக்கு அவளது தாய் அவளுக்கு அன்போடு சூட்டிவிட்ட மணிமாலை அது. அந்த மாலையை அவள் கழுத்தில் அணிந்தபோது அவள் தாய் அவளிடம் என்ன சொன்னாள், தெரியுமா? 'என் மகளே, போய்வா. இன்று இரவு நீ நன்றாகப் பாடவேண்டும். ஏனெனில் நமது அருமைத் திருநாட்டில் இன்றிரவில்தான் வசந்தம் மலரப் போகிறது. வசந்த ருதுவின் வரவைக்கூறும் இந்தப் பௌர்ணமி இரவில், குங்குமப்பூ போன்று மலர்ந்து விரியும் உன் துவர் இதழ்களில் இருந்து, அருமையான கீதங்கள் பிறந்து ஒலிக்கட்டும்."

அவனது கண்களின் கலங்கிய பார்வையின் மூலம் அந்த வட்ட நிலா எனக்கு இத்தனை கதையையும் சொல்லிற்று. உடனே நான் முகத்தை வேறு பக்கம் திருப்பினேன். தூரத்திலே, ஜீலம் நதிப்பரப்பிலே, படகோட்டிகள் தங்கள் படகுகளில் விளக்கேற்றினார்கள். ஒரு வானம்பாடி களிப்புடன் பாடத் தொடங்கியது. பள்ளத்தாக்குக்கு அப்பாலுள்ள குக்கிராமங்களிலிருந்து, நெடிய துங்க மரங்களின் ஊடாகத் திரிந்தலைந்து வரும் மெல்லிய பூங்காற்றில் பஹாரி கீதங்களின் இன்னிசையும், மான்விழி மடவார்களின் மங்கிய சிரிப்பொலியும், நாள் முற்றும் உழைத்தலுத்த மாந்தரின் ஆழ்ந்த, படபடப்பான பேச்சுக் குரலும், உணவு கேட்டு ஓலமிடும் சின்னஞ்சிறு குழந்தைகளின் மெல்லிய அழுகைக் குரலும் கலந்து வந்து எதிரொலித்தன. சுடுசோறு, பொரித்த மீன், கொதித்துக் கமழும் 'காரம் இலை ரசம்' முதலிய உணவுப் பொருள்களின் கமகமப்பையும் அந்தக் காட்டு தூரத் தொலைவில் இருந்து சுமந்து வந்து பரப்பியது. என்னைச் சுற்றி உள்ள சூழ்நிலையிலும் அவளுடைய கூட்டுறவிலும், என் மனம் திடீரென்று பூரண சாந்தியும் சந்துஷ்டியும் பெற்றது.

நான் அவளது கரத்தை என் கரத்தால் பற்றியெடுத்தவாறு, அவளிடம் சொன்னேன்: "வா, நாம் படகில் செல்லலாம்."

நாங்கள் ஏரிக்கரையை நோக்கி நடந்தோம். பாலத்தையும், வரிசை வரிசையாகவுள்ள பாதாம் மரங்களையும், பசிய இளம் புல்லந்தரிசையும் கடந்து சென்றோம். ஏரியின் கரையோரமாக நாங்கள் இருவரும் கைகோத்தவாறு மெதுவாக நடந்து சென்றோம்.

தவளைகள் புதர்க்கூட்டங்களிலிருந்து முணுமுணுத்தன; மின் மினிப் பூச்சிகள் அங்குமிங்கும் மின்னிச் சென்றன; இராக் காலத்தின் சின்னஞ்சிறு பூச்சி பொட்டுக்களான ஜிங்கார், பீண்டா, சீனா முதலிய தும்பியினங்கள் மெல்லிய, இனிமையான சொப்பன சுகம் போன்ற ரீங்கார இசைகளை இசைக்கத் தொடங்கின; ஏரியின் மத்திம பாகத்தில் பூர்ணச் சந்திரன் காதலரின் வரவு நோக்கிக் காத்திருக்கும் வெள்ளைப்படகு போல் பிரதிபலித்து மிதந்து கொண்டிருந்தது; இந்தக் காதல் இரவுக்காக ஆயிரம் ஆயிரம் ஆண்டுகளாகக் காத்துக்கொண்டிருந்தது... எனக்காகவும் என் காதலிக்காகவும் காத்துக்கொண்டிருந்தது... லட்சோபக் கணக்கான ஆடவருக்காகவும், பெண்டிருக்காகவும் இந்தப் புனிதமான சிருஷ்டி உதயத்தின் இரவில் காத்துக்கொண்டிருந்தது... முதன் முதல் காதலின் புனித முத்தத்தைப் பெறப்போகும் கன்னியெழிலைப் போல் காத்துக்கொண்டிருந்தது..."

சின்னஞ்சிறு மரப்படகு ஒன்று கரையருகே நின்ற ஒரு காட்டு இலந்தை மரத்தோடு கட்டப்பட்டுக் கிடந்தது. அங்கு ஏரிக்கரையின் மண் மெதுமணலாக, மிருதுவாக இருந்தது. ஏரிநீர் தரைமகளைத் தழுவி முத்தமிடுவதுபோல, கரையின் மீது அடிக்கடி அலைவீசியெழுந்து வடிந்துகொண்டிருந்தது. நான் படகைக் கட்டவிழ்த்துவிட்டேன்; பின்னர் அந்த இலந்தை மரத்தின் மெல்லிருளின் நிழலிலே அவளை என் கரங்களால் இழுத்தணைத்தேன்; முத்தமிட்டேன். ஏரித் தண்ணீர் ஏரிக்கரை மணலை விட்டுவிட்டுப் பலமுறை முத்தமிட்டு வடிந்தது; நானும் அதுபோல் அவளை விட்டுவிட்டுப் பலமுறை முத்தமிட்டேன். நான் அவளுடைய கண்களின்மீது முத்தமிட்டபோது, பின்மீது கோடானு கோடித் தாமரை மலர்கள் மேலெழும்பி மலர்ந்து விரிந்தன; அவளது கன்னத்தில் முத்தமிட்டபோது, மந்த மாருதமெல்லாம் ஒன்றுகூடி வீசி, நூற்றுக்கணக்கான இனிய கீதங்களை இசைக்கத் தொடங்கியது; அவளது உதடுகளில் நான் முத்தம் சொரிந்த போது, தேவாலயங்களின் லட்சக் கணக்கான மணிகளெல்லாம் மனித விசுவாசத்தைப் பிரதிபலிக்கும் பெரும் பிரார்த்தனைக் கீதமாக வானமண்டலமெல்லாம் நிறைந்து ஒலித்தன; பூப்பரப்பின் மலர்க் குலங்களும், வான வெளியின் தாரா கணங்களும், மலைமுகடுகளின் மேகத் திரள்களும் ஒன்றுகூடி உற்சாகமாகக் குலவையிட்டுக் கூத்தாடத் தொடங்கின; அவளது மெல்லிய சுவாசத்தின்

நறுமணம் என்னுள் இனிய சுகந்தத்தைப் பரப்பியது. பின்னர் நான் அவளது நாடியில் முத்தமிட்டேன்; மெல்லிய பூங்கொடி மாதிரி வளைந்தொசியும் கழுத்தில் முத்தமிட்டேன்; என் உடம்பின் உணர்ச்சிவேகம் பூரண திருப்தி பெற்றது. எனவே தாமரை மலர்கள் மறைந்தன; பாட்டுக் குரல்கள் பம்மின; ஆனந்த நடனம் ஆழ்ந்த அமைதியில் திடீரென்று அடங்கியமர்ந்தது. மீண்டும் தவளைகள் முணுமுணுத்தன; மெல்லிய சப்தத்தோடு ஏரியின் சிற்றலைகள் கரையில் மோதி வடிந்தன; அவள் என் தோள்மீது சாய்ந்தவாறே மெதுவாக விம்மிப் பொருமிக்கொண்டிருந்தாள்.

நான் அவளைப் படகினுள் தூக்கிச் சென்றேன். படகின் துடுப்பைக் கையிலேந்தி மெதுவாகத் துடுப்பை வலித்து, படகை உந்தித் தள்ளிச் சென்றேன். அவள் புன்னகை செய்தவாறே, மறுதுடுப்பை எடுத்துக்கொண்டாள். சிறிது நேரத்தில் எங்கள் படகு ஏரியின் மத்திய பாகத்துக்கே வந்துவிட்டது. அங்கு ஏரி நீர் மிகுந்த அமைதியுடன் நிச்சலனமாக இருந்தது; எனவே எங்கள் படகும் அசைவற்று நின்றது. நாங்கள் இருவரும் எங்கள் கைகளில் இருந்த துடுப்புக்களைப் படகினுள் போட்டுவிட்டு, நிலவைப் பார்த்தோம்.

அவள் சாதுர்யமாகப் புன்னகை புரிந்தவாறு, தன் பார்வையை நிலவிடமிருந்து - திருப்பினாள். திருப்பி, எங்களுக்காக அவள் கொண்டுவந்திருந்த உலர்ந்த பழங்கள் சிறிய கொண்ட மூட்டையை அவிழ்த்தாள். அவள் தன் வாயில் ஒரு ஈச்சம் பழத்தைப் போட்டுக்கொண்டவாறே, எனக்கும் சில ஈச்சம் பழங்களைக் கொடுத்தாள்.

“இந்தப் பழங்கள் பல ருசியும் கலந்தவை. இவை புளிக்கவும் செய்கின்றன; அதே சமயத்தில் இனிக்கவும் செய்கின்றன. அப்படித்தானே!” என்றாள் அவள்.

“அப்படித்தான்!” இன்று நானும் ஆமோதித்தேன்.

“இந்தப் பழங்கள் போன வருஷத்து வசந்த ருதுவில் சேகரித்தவையாக்கும்” என்றாள் அவள்.

நான் பழக்கொட்டையைத் தண்ணீருக்குள் எறிந்தேன்.

“ஆனால், சென்ற வசந்த ருதுவில் நீங்கள் மட்டும் இங்கில்லை!” என்று சொன்னாள், அவள்... ஆம். சென்ற வசந்த பருவத்தின்

போது நான் அங்கு இல்லைதான். ஆனால் ஈச்சமரங்கள் அங்கு இருந்திருக்கும்; நான்தான் அங்கில்லை. ஈச்ச மரங்கள் அங்கு பூத்துக் குலுங்கவே செய்திருக்கும். செந்நிற இதய கமலங்களைக் கொண்ட சின்னஞ்சிறு வெள்ளிய ஈச்ச மலர்கள் சென்ற வசந்த ருதுவின் போது மடல் பிளந்து உவகை பொங்கச் சிரித்துக் குலுங்கவே செய்திருக்கும்; அப்போது, நான்தான் அங்கில்லை. பின்னர் அந்த வெண்மலர்கள் சின்னஞ்சிறு பசிய ஈச்சம் பிஞ்சுகளாக மாறியிருக்கும்; அந்தப் பிஞ்சுக் காய்கள் மிகவும் சிறியதாகவும் புளிப்பாகவும் இருந்திருக்கும்; அவற்றைச் சிறிதளவு உப்புடனும், மிளகாய்ப் பழங்களோடும் மக்கள் தின்றிருப்பார்கள். அவற்றைத் தின்னும்போது அவர்களுக்கு நாக்கெல்லாம் ஜலம் ஊறியிருக்கும்; மூக்கிலும்கூட நீர் வழிந்திருக்கும்; எனினும் மக்கள் அவற்றை ரசித்துச் சாப்பிட்டிருப்பார்கள். சென்ற வசந்தத்தின் போது, அவளும் அந்தப் புளிக்கும் பிஞ்சுகளைத் தின்றிருப்பாள். நான் மட்டும்தான் சென்ற வருஷம் அங்கில்லை. பின்னர் அந்தப் பச்சைப் பசிய இளம் பிஞ்சுகள், மஞ்சளாகவும் தங்கச் சிவப்பு நிறமாகவும் மாறியிருக்கும். களிபொங்கும் கண்கள் கொண்ட விவசாயி மக்களுக்கு அவற்றின் நிறஜாலமும், பழச்சாறும், பழச் சாற்றின் ருசியும் பிடித்துப் போயிருக்கும். அவற்றைத் தமது வெளிறிய கைகளால் அவர்கள் பறித்துச் சேகரித்து, வீட்டுக் கூரைகளின் மீது சூரிய ஒளியில் உலரப் போட்டிருப்பார்கள். ஏனெனில் மறு வசந்தம் கோலாகலமாக வருங்காலத்தில், இனிப்பும் புளிப்பும் கொண்ட அந்த உலர்ந்த ஈச்சம் பழங்களை யாருக்காவது தின்னக் கொடுக்கலாம் என்று அவர்கள் கருதியிருப்பார்கள்...

ஈச்சம் பழங்களைத் தின்று முடிந்ததும், நாங்கள் இருவரும் காட்டிலந்தைப் பழங்களைத் தின்னத் தொடங்கினோம். உலர்ந்த காட்டிலந்தைப் பழங்களைத் தின்னத் தொடங்கும்போது அவ்வளவு ருசி தட்டுப்படு வதில்லை. எனினும், அவற்றை வாயில் வெகுநேரம் வரையிலும் ஒதுக்கி வைத்திருந்து, பின்னர் மெல்ல மெல்லச் சுவைத்துத் தின்றால், அவை தேனாகத் தித்திக்கின்றன.

“இவை மிகவும் தித்திப்பாய் இருக்கின்றன” என்றேன் நான்.

அவள் ஒரு இலந்தைக்கொட்டையை வாயிலிட்டுத் தனது வெள்ளிய சிறு பற்களால் கடித்துடைத்து, அதனுள் இருந்த பருப்பை எடுத்து என்னிடம் கொடுத்தாள்:

“இதைச் சாப்பிட்டுப்பாருங்கள்!”

“அடடே! இது அசல் பாதாம் பருப்பு மாதிரியல்லவா ருசிக்கிறது. இதுபோன்ற இலந்தைப் பழங்களை நான் தின்றதே இல்லை” என்று கத்தினேன் நான்.

அவள் சொன்னாள்: “நான் சிறு பிள்ளையாயிருந்தபோது, என் அப்பா எனக்கென்று சிறிது நிலம் கொடுத்தார்; அந்த நிலத்தில் நான் வளர்த்துப் பயிராக்கிய என் இலந்தை மரத்தில் பழுத்த பழங்கள் இவை. அந்த மரத்தின் பழங்கள் எல்லாப் பழங்களையும்விட இனிப்பானவை. அந்த மரத்தின் பழங்கள் நன்கு செக்கச் சிவந்து பழுத்துக் குலுங்கும்போது கிராமத்திலுள்ள என் சிநேகிதிகள் எல்லாம் அந்த மரத்தடியில் வந்து குழுமிக்கொள்வார்கள்; தங்களுக்குப் பழம் பறித்துத் தரும்படி என்னை நச்சரித்துவிடுவார்கள். சென்ற வசந்தத்தின் போது....”

நான் அங்கு இல்லாத காலமான சென்ற வசந்தத்தை நினைத்துப் பார்த்தேன். அவளுடைய சின்னஞ்சிறு நிலத்தில் அந்த இலந்தை மரம் நின்ற காட்சியைக் கற்பனை பண்ணினேன். சென்ற வசந்தத்தில் அந்த மரம் முழுவதும் பச்சைப் பசிய இலைகள் நிறைந்து இருந்திருக்கும்; கொட்டையில்லாத, புளிப்புள்ள இளம் இலந்தைப் பிஞ்சுகள் அந்த மரத்தில் கொத்துக் கொத்தாய்க் காய்ந்திருக்கும். காஷ்மீர் பள்ளத்தாக்கிலுள்ள விவசாய மக்கள் அந்தப் பிஞ்சுக் காய்களைத் துவையல் அரைத்து அரைத்து ருசித்துச் சாப்பிட்டிருப்பார்கள். பின்னர் அந்தப் பிஞ்சுக் காய்களுக்குள் பிஞ்சுக்கொட்டைகள் தோன்றியிருக்கும்; நாளாரம்பத்தில் அந்தக் கொட்டைகள் முற்றி முதிர்ந்து கெட்டியாகியிருக்கும். அப்போதும், அந்தப் பச்சை இலந்தைகள் புளிக்கவே செய்திருக்கும். எனினும் அதன் கொட்டையிலுள்ள பருப்பு மட்டும் அப்போதும் சுவையாகவும் மிருதுவாகவும் மென்மையாகவும் இருந்திருக்கும். சிருஷ்டியின் அற்புதம் மேலும் மேலும் நிகழ்ந்துகொண்டிருக்கும்போதே அந்தப் பச்சைக் காய்கள் அருணோதயச் செக்கரைப்போல் நிறம்மாறிப் பழுத்திருக்கும்; இதோ இந்தக் காஷ்மீர யுவதியைப்போல் இனிமை நிறைந்ததாய் மாறிப்போயிருக்கும். மரகதச் சோலையாகவுள்ள மரக்கிளைகளிலே அந்தப் பழங்கள் பழுத்துச் சிவந்து பொன்னொளி வீசிக் கொண்டிருக்கும். அவன் தன் சகோதரனை அந்த மரத்தின்

மீது ஏறி, பழங்களைப் பறித்து, தன் தோழியரிடம் விட்டெறியச் சொல்லியிருப்பான். ஆஹா! நான் அங்கு இல்லாத சென்ற வருஷ வசந்தத்தின்போது அந்தப் பழங்கள் எவ்வளவு இனிமையுடையதாய் இருந்திருக்கும்!

பின்னர் நாங்கள் சோளக் கதிர்களைத் தின்னத் தொடங்கினோம். புதிதாக உழப்பட்ட மண்ணின் மணத்தைப்போல், அந்தக் கதிர்களில் ஓர் இனிய மணம் நிறைந்திருந்தது. நெருப்பிலே வாட்டப்பட்டிருந்த போதிலும், முத்துப் போன்ற அந்தத் தானிய மணிகள் தமது பொன்னொளியை இழந்துவிடவில்லை.

"இவைகூட நன்றாயிருக்கின்றன" என்றேன் நான்.

"ஆமாம், சென்ற அறுவடையின்போது பயிரான எகிப்திய நாட்டுச் சோளம் இது! இதை நான் ஒரு மண்பானையில் பத்திரமாகப் போட்டு வைத்திருந்தேன்" என்றாள் அவள். அந்தக் கதிரிலுள்ள முதல் வரிசையை நான் தின்று முடித்தேன்; பின்னர் அவள் அதன் இரண்டாவது வரிசையைத் தின்றுவிட்டு, கதிரை என்னிடம் தந்தாள். நான் மீண்டும் இரண்டு வரிசைகளைக் காலி செய்துவிட்டு அவளிடம் கொடுத்தேன். இப்படியாக, அந்தக் கதிரில் வரிசை குலையாமல் இருந்த தானிய மணிகள் அனைத்தையும் நாங்கள் தின்று தீர்த்தோம். ஆம். சென்ற வசந்தத்தின்போது நான் அங்கில்லை; எனினும் சென்ற அறுவடையில் விளைந்த தானியக் கதிர் நன்றாகத்தான் இருந்தது!

ஆனால், என் காதலி - அவள் அங்கிருக்கத்தான் செய்தாள். அவளுடைய தந்தை நிலத்தை உழுது பயிரிடத்தான் செய்தார்; மேகங்கள் மழை பொழியத்தான் செய்தன; வானத்தை நோக்கி, சிருஷ்டியின் மரகதப் பதாகைகளை வீசியாட்டி, பூமி களிகொள்ளவே செய்தது. என் காதலியும் தன் தாய் தந்தையரோடும், சகோதர சகோதரிகளோடும் அந்த நிலத்தில் பாடுபட்டிருப்பாள். எனவே அந்தச் சோளப் பயிரின் மரகதப் பதாகைகள் நன்கு செழித்து வளர்ந்து, கத்தி முனையைப்போன்ற கூர்மை படைத்த நெடிய கதிர்த்தாள்களோடு விம்மி வளர்ந்திருக்கும். ஒரு தாய் தன் குழந்தையை வயிற்றில் பாரமேற்று வளர்ப்பதைப்போல, தானியக் கொத்துக்கள் கதிர்த்தாள்களினூடே பச்சைப் பசியதாய் வளர்ந்து வந்திருக்கும். அந்த வயல்வெளி எங்கணும், கைகளிலும் வயிற்றிலும் குழந்தைகளைத் தூக்கிச் சுமக்கும் தாய்மார்களைப்போல்

எண்ணிறந்த கதிர்கள் வளர்ந்து நிறைந்திருக்கும். முதலில் அந்தத் தானியக் கதிர்கள் மெல்லிய பசும் இலைகளால் போர்த்தப்பட்டு வெள்ளை வெளேரெனத் தோன்றியிருக்கும்; அந்தக் கதிரை நகத்தால் மெல்லக் கீறினால், வெண்மையான தானியப் பால் வழிந்தோடியிருக்கும். அந்த வெள்ளைப் பால் கபில நிற மண் வளத்திலிருந்து உருவாகிச் சுரந்திருக்கும்; ஆனால், அப்போது நான் மட்டும் அங்கில்லை. பின்னர் சில நாட்களில் அந்தத் தானியப்பால் கெட்டித்து, நிறம் மாறி, தானிய மணி நிறைந்த இளங்கதிர்களாக முற்றி வளர்ந்திருக்கும். அப்போதும் நான் அங்கில்லை; அவளும் எனக்காகக் காத்திருக்கவில்லை. பயிர்கள் அறுவடையாகி, வயல் வெளிகளில் அம்பாரமாகக் குவிக்கப் பட்டிருக்கும்; பின்னர் அந்தத் தானியப் போரிலிருந்து, கதிர்கள் இழுத்துப் பரப்பப்பட்டிருக்கும்; மாடுகள் அந்தக் கதிர்களைப் பிணையலடித்து, தானியம் வேறாகவும், வைக்கோல் வேறாகவும் பிரித்திருக்கும். அந்தக் கதிர்களில் சிலவற்றை, சிறந்தனவற்றை, ஒரு சிறு மண் பானைக்குள் சேகரித்து ஒளித்து வைத்துவிட்டு அவளும் அங்குள்ள ஏனைய குடியானவப் பெண்மணிகளோடு ஆடிப்பாடிக் களித்திருப்பாள். எனினும் அப்போது நான் அங்கில்லை. பூமியும் வாழ்க்கையும், காதலும், சிருஷ்டியும், சுவை நிறைந்த சோளக் கதிரின் பொன்னொளியும் அங்கிருந்திருக்கும்; ஆனால், நான் மட்டும்தான் அங்கில்லை.

நான் அவளை ஆனந்தம் ததும்பப் பார்த்தவாறே அவளிடம் பேசினேன்: “இன்றிரவு நிலவும் பூர்ணப் பொலிவோடு விளங்குகிறது. எல்லாமே நிறைவுடனும் செழிப்புடனும் விளங்குகின்றன. நேற்றுவரையிலும் இப்படி இல்லை இன்று எல்லாமே பூர்ண சந்திரோதயம்போல் பொலிவுற்று விளங்குகின்றன. இல்லையா?”

அவள் அந்தத் தானியக் கதிரின் கடைசி வரிசையில் பாதியைத் தின்று, மறு பாதியை என் உதட்டருகே, அவளது இதழ் ஈரத்தை இன்னும் உணர்ந்துகொண்டிருக்கும் என் உதட்டருகே கொண்டு வந்தாள். “நான் உன்னை முத்தமிடப் போகிறேன்” என்றேன் நான்.

“கூடாது. இந்தப்படகு சின்னப் படகு. இது கவிழ்ந்துவிடும். நாம் மூழ்கிப்போவோம்!” என்று கத்தினாள், அவள்.

“பின் என்னதான் செய்வது?” என்றேன் நான்.

“மூழ்கியே போவோமே!” என்றான் அவன்...

அந்தப் பௌர்ணமி இரவை நான் என்றும் மறந்ததில்லை. இப்போது எனக்கு எழுபது வயது - ஆகிறது; எனினும் எல்லாம், நேற்று நடந்ததுபோல், அந்த நாட்கள் என் மனசில் பசுமை குன்றாமல் பதிந்து இருக்கின்றன. அந்த நாட்களில் அவளைக் காதலித்தது போல், என் ஆயுளில் நான் வேறு யாரையும் அப்படிக் காதலித்ததில்லை என்றே சொல்லவேண்டும். ஒருவேளை அவளும் பின்னர் அப்படி வேறு யாரையும் காதலித்திருக்க மாட்டாள். அந்தப் பூர்ண சந்திரோதய இரவு எங்கள் இருவரையும் ஏதோ ஓர் அதிசயமான பிரேம பாசத்தால் பிணைத்து இணைத்து விட்டது; மேலும் அவள் என்னோடு துணிந்து ஓடிவந்துவிட்டாள்; அதன் பின்னர் அவள் தன் பெற்றோரிடம் திரும்பிப் போகவே இல்லை. முதல் ஐந்தாறு நாட்களும் நாங்கள் அந்தப் பள்ளத்தாக்கில் இங்கும் அங்கும் சுற்றித் திரிந்தோம்; மரத்தடிகளில் படுத்துறங்கினோம்; சிற்றோடைகளின் கலகலப்புக் கானத்தைக் கேட்டு மகிழ்ந்தோம்; எங்கள் காதலின் பரவச மயக்கத்திலேயே மூழ்கிக்கிடந்தோம். நான் ஏரிக்கரையில் ஒரு சிறு வீட்டை விலைக்கு வாங்கினேன்; அதில் நானும் அவளும் ஒருமாத காலம் ஆனந்தமாக வாழ்க்கை கடத்தினோம். ஒரு நாள் நான் அவளை நோக்கி, “ஒரு தோட்டக்காரனை நியமிப்பதற்காக, நான் ஸ்ரீநகர் வரையிலும் சென்றுவருகிறேன். நமது வீட்டைச் சுற்றி, நாம் ஒரு அழகிய நந்தவனத்தைச் சிருஷ்டிப்போம்” என்று சொன்னேன். அவளுக்கும் என் யோசனை பிடித்திருந்தது. எனவே நான் மூன்று தினங்களில் திரும்பி வந்துவிடுவதாகச் சொல்லிவிட்டு, ஸ்ரீநகருக்குப் புறப்பட்டுச் சென்றேன். வருவதாகச் சொல்லிச் சென்ற நாளில் நான் வந்து விட்டேன். எனினும் அவளைத் திடுக்கிடச் செய்வதற்காக மெல்லப் பதுங்கிப் பதுங்கி வீட்டினுள் சென்றேன். அங்கு, அடுப்பங்கரையில் அவள் ஒரு இளைஞனோடு குதூகலமாகப் பேசிக் களித்துக்கொண்டிருந்தாள். உடனே நான் திடீரென்று கதவுக்குப் பின்னால் மறைந்து நின்றுகொண்டேன். அவர்கள் இருவரும் ஒரே தட்டில் ஒன்றாக அமர்ந்து உணவு சாப்பிட்டுக் கொண்டிருந்தார்கள். சிலசமயம் அவன் அவள் வாயில் உணவை ஊட்டினான்; சில வேளை அவள் அவன் வாயில் உணவை ஊட்டினாள்; சிரிப்பும் களிப்புமாக அவர்கள் சாப்பிட்டுக் கொண்டிருந்தார்கள். அதிருஷ்டவசமாக அவர்களை நான்தான் கவனித்துக் கொண்டிருந்தேனே யொழிய, அவர்கள் என்னைக்

கவனிக்கவில்லை. நான் அங்கு இல்லாத அந்தச் சென்ற வருஷத்து வசந்த ருதுவின்போது அவளுக்குக் கிடைத்த பழைய காதலன்தான் அவன் என்று கருதியவாறு, நான் மீண்டும் பதுங்கிப் பதுங்கி வெளியே வந்துவிட்டேன். வசந்த ருதுக்கள் வந்துவந்து செல்லும்; பூர்ண சந்திரனும் உதயம் ஆகியாகி மறைவான்; அவளுடைய காதலும், ஒரு விபசாரியின் காதலைப்போல் ஆளுக்கு ஆள் தாவும், எனவே எனக்கும் வசந்தபருவம் முடிந்து, இலையுதிர் காலம் தலைகாட்டிவிட்டது. எனக்கு இங்கு இனி வேலையில்லை' என்று சிந்தித்தவாறே, அவர்களை மீண்டும் சந்திக்காமலே நான் அந்த வீட்டை விட்டு வெளியேறிவிட்டேன்; மீண்டும் அங்கு திரும்பிச் செல்லவே இல்லை...

இப்போது, நாற்பத்தைந்து வருடங்களுக்குப் பின்னர் நான் மீண்டும் அந்தப் பள்ளத்தாக்கில் காலடி எடுத்து வைத்தேன். இப்போது என் மக்கள் என்னோடு இருக்கிறார்கள். என் மனைவி இறந்துபோனாள். எனினும் என் பிள்ளைகளும், அவர்களுடைய மனைவிமார்களும், அவர்களுக்குப் பிறந்த குழந்தைகளும் என்னுடன் இருக்கிறார்கள். ஸ்ரீநகரிலிருந்து காஷ்மீர நாட்டின் இந்த ஏரிக்கரையைக் கண்டுகளிப்பதற்காக நாங்கள் வந்திருக்கிறோம். இதுவும் ஏப்ரல் மாதம்தான். மாலை வேளை. மரப்பாலத்தின் மீது நின்றுகொண்டு, வெண்மலர்கள் குலுங்க எங்களை வரவு கூறித் தலையசைக்கும் பாதாம் மரச் செறிவை நான் காண்கிறேன். ஆளரவமற்ற சாலையின் திருப்பத்திலே, கையிலே சின்னஞ்சிறு மூட்டையைச் சுமந்துகொண்டு ஒரு இளம்பெண் என்னைக் கடந்து அவசர அவசரமாகச் செல்கிறாள். என் இதயம் ஒரு கணம் படபடத்துத் துடிக்கிறது... முண்டும் முடிச்சுமான துங்கமரத்தின் கிளையொன்றில் ஏறிக்கொண்டு, ஒரு பெண் தன் கணவனை அந்தி வேளைச் சாப்பாட்டுக்காகக் கூவி அழைக்கிறாள்... எங்கோ ஒரு கதவு திறந்து மூடப்படுகிறது... ஒரு குழந்தை அழுகிறது... பின்னர் அமைதி சூழ்கிறது. எங்கும், என்னைச் சுற்றிலும் அமைதி நிலவுகிறது... தேவ பிரார்த்தனையைப்போல், விவ சாயிகளின் வீடுகளிலிருந்து புகைமண்டலம் எழும்பி, வானைத் தழுவுகிறது... துங்கமரக்கிளைகளில் கூடுகட்டி வாழும் பறவைகள் சிறகடித்துச் சப்திக்கின்றன... பின்னர் மீண்டும் அமைதி நிலவுகிறது... ஆறு மெதுவாகக் கனகனத்து ஓடுகிறது... படகோட்டி தன் படகில் விளக்கேற்றுகிறான். தாழஸ்தாயியில் தனக்குத்தானே பாடிக்கொள்கிறான்...

நான் மெதுவாகப் பாலத்தைக் கடந்து சென்று, பின்னால் திரும்பிப் பார்த்தேன். என் பிள்ளைகளும், மருமக்களும், பேரன் பேத்திகளும் தமக்குள் சம்பாஷணையில் ஈடுபட்டவாறே என்னைப் பின்தொடர்ந்து வந்தார்கள். பாலத்தைக் கடந்துவிட்டோம். பாதாம் மரவரிசைகள் வெட்ட வெளியான புல்லந்தரிசோடு முடிவடைந்தன. ஏரியும் ஏரிக்கரை இலந்தை மரமும், இலந்தை மரத்தோடு கட்டப்பட்டுக் கிடக்கும் சிறு மரப்படகும், நாற்பத்தைந்து வருஷங்களுக்கு முன்னர் இருந்தது போலவே அங்கு இருந்தன. நான் குடியிருந்த வீடும் இருந்தது. ஆம். அதுதான் எனது முதல் வசந்த வீடு; அதுதான் பூர்ண நிலவின் இல்லம். அந்த வீட்டினுள் விளக்கெரிந்தது; குழந்தைகளின் செல்லச் சிரிப்பொலி கலகலத்தது. யாரோ ஆழ்ந்த கனத்த குரலில் பாடிக் கொண்டிருந்தார்கள். ஒரு வயதான கிழவி, “சும்மா இரு” என்று அதட்டினாள், மீண்டும் அமைதி நிலவியது, உள்ளே போவோமா என்று நான் யோசித்தேன். போவதால் இடையூறு கிடையாது. எப்படியிருந்தாலும், அது என் வீடு, நான்தான் அதை விலைக்கு வாங்கினேன். சொத்துரிமைச் சட்டத்தின்படி அந்த வீடு எனக்கே இன்னும் சொந்தம். எனவே நான் உள்ளே சென்று அங்கு யார் வசிக்கிறார்கள் என்று பார்ப்பதில் தவறொன்றுமில்லை. எனவே நான் உள்ளே சென்றேன்.

வீட்டின் வெளி முற்றத்தில் சில குழந்தைகள் கண்ணாமூச்சி ஆடிக் கொண்டிருந்தார்கள்; ஒரு இளம் பெண் தன் கணவனுக்காக, கொதிக்கும் சுடுகஞ்சியை ஒரு பாத்திரத்தில் எடுத்துக்கொண்டு வந்தாள். என்னைக் கண்டதும், அவள் அந்தப் பாத்திரத்தைக் கையில் ஏந்தியவாறே நின்றாள். தங்கள் வீட்டினுள் வந்த அந்நியனைக் கண்டு, அந்தக் குழந்தைகளும் வியப்புடன் என்னைப் பார்த்தார்கள். மரத்தூணோடு ஒன்றி நின்ற ஒரு கிழவி அதிகார த்வனியில் என்னை நோக்கிக் கேட்டாள்:

“நீங்கள் யார்? எங்கு வந்தீர்கள்?”

“இது என் வீடு” என்றேன் நான்.

“ஆமாமாம், இது உங்கள் அப்பன் வீடுதான்!” என்று அந்தக் கிழவி கிண்டலாகப் பதில் சொன்னாள்.

“என் அப்பன் வீடல்ல; என் வீடுதான். இந்த வீட்டை நான்

நாற்பத்தைந்து ஆண்டுகளுக்குமுன் விலைக்கு வாங்கினேன். இந்த வீட்டை வெறுமனே பார்த்துவிட்டுப் போகத்தான் வந்தேன். ஏனென்றால்... ஏனென்றால்..." என்னால் அதற்குமேல் பேச இயலவில்லை. எனவே மறுபக்கமாகத் திரும்பி நின்றுகொண்டு, "என்னை மன்னியுங்கள், நான் வெறுமனே இந்த வீட்டைப் பார்த்துவிட்டுப் போகத்தான் வந்தேன். இங்கு வசிக்கும் யாரையும் வெளியேற்றுவதற்காக அல்ல" என்று சொன்னேன்.

அந்தக் கிழவி அப்படியே வியந்து விறைத்துப்போய்விட்டாள்; அவளது கைகள் தூணை இறுக அணைத்துப் பிடித்துக்கொண்டன; எலும்பும் தோலுமாய் வெளிறிப்போயிருந்த அவளது கைவிரல்கள் சந்திர ஒளியில் பளபளத்துத் தெரிந்தன. அவள் நெடிய மூச்சு வாங்கிக்கொண்டு, தன் வியப்புணர்ச்சியை விழுங்கியவாறு, சிறிது நேரங்கழித்துப் பேசத் தொடங்கினாள்: "தாங்களா?... தாங்களா?...."

வெகுநேரம் வரையிலும் அவள் குனிந்த தலை நிமிராமல், வாய் பேசாமல் அந்தத் தூணை ஒட்டியே நின்றாள். வெகுநேரம் வரையிலும் நானும் அவளையே பார்த்துக்கொண்டிருந்தேன். பின்னர் அவள் தன் தலையை மெதுவாக நிமிர்த்தியவாறு என்னை நோக்கிச் சாதுரியமாகப் புன்னகை செய்துகொண்டே பேசத்தொடங்கினாள்: "வாருங்கள்.... என் குடும்பத்தாரைப் பாருங்கள்... அதோ அவன்தான் மூத்தமகன்; இவன்தான் இளையவன். அதோ அவள்தான் என் மூத்தமகனின் மனைவி; என் மருமகள், அந்த வாண்டுப் பயல்தான் என் தலைப்பேரன்; இந்தச் சின்னப் பெண்தான் என் பேத்தி!... உஷ்! எழுப்பாதீர்கள், அவர்தான் என் கணவர். அவர் நன்கு தூங்கட்டும். அவருக்கு உடம்புக்குச் சுகமில்லை..."

பின்னர் அவள் என்னிடம் திரும்பி, "உள்ளே வாருங்கள்!" என்று வரவேற்றாள்.

நான் அவளைப் பார்த்தேன்; அவளுக்குப் பின்னாலுள்ள மண் சுவரைப் பார்த்தேன். அந்தச் சுவரில் அறையப்பட்டிருந்த ஒரு முனைக் கம்பின்மீது, வறுத்த சோளக் கதிர்கள் மாலைபோலக் கட்டப்பட்டுத் தொங்கிக்கொண்டிருந்தன. நான் அந்தச் சோளக் கதிர்களைப் பார்ப்பதை அவள் கவனித்தாள்; அதைக் கண்டு, புன்னகை செய்தாள்.

“எனக்கு இப்போது ஒரு பல் கூட இல்லை!” என்றாள் அவள்.

“எனக்கும் ஒன்றிரண்டு பற்கள்தான் மிச்சம். என்றாலும் அவற்றைத் தின்ன முடியாது” என்றேன் நான். என் மக்கள் என்னைத் தொடர்ந்து அந்த வீட்டினுள் வந்து சேர்ந்தார்கள். சீக்கிரமே அவர்கள் அங்குள்ளவர்களிடம் பழகி, பரவசத்தோடு பேசிக் களிக்கத் தொடங்கிவிட்டார்கள். நானும் அவளும் மட்டும் மெதுவாக வெளியே நழுவினோம். நாங்கள் இருவரும் ஏரிக்கரைப் பக்கமாகச் சென்றோம்.”

“உங்களுக்காக, நான் ஆறு வருஷங்கள் வரையிலும் காத்துக் கிடந்தேன். நீங்கள் என் தேதியில் திரும்பி வரவில்லை?” என்று கேட்டாள் அவள்.

“நான் வந்தபோது, நீ ஒரு இளைஞனோடு இருக்கக் கண்டேன் எனவே திரும்பிப் போய்விட்டேன்!” என்றேன் நான்.

“இல்லவே இல்லை!”

“நிஜமாகத்தான் உன்னோடு ஒரு இளைஞன் இருந்தான். நீயும் அவனும் ஒரே தட்டில் சாப்பிட்டுக்கொண்டிருந்தீர்கள்; சிரித்துக் கொண்டிருந்தீர்கள். உங்கள் கண்களிலும் காதல் வேட்கை பிரதிபலித்தது. எனவேதான் நான் போய்விட்டேன்.”

அவள் ஒரு கணநேரம் பிரமித்துப் போய் நின்றாள்! பின்னர் அவள் முகம் மலர்ந்தது; இடுப்பை இரு கைகளாலும் இறுகப் பிடித்துக்கொண்டு, குலுங்க குலுங்க வாய்விட்டுச் சிரித்தாள்.

“என்ன விஷயம்? ஏன் இப்படிச் சிரிக்கிறாய்?” என்று கேட்டேன் நான்.

“என்னத்தைச் சொல்ல? அவன் என் சொந்தச் சகோதரன்தான். நீங்கள்தான் உள்ளே வந்து சந்தேகத்தைத் தீர்த்துக்கொள்ளாமல் அசட்டுத்தனமாய் ஓடிப்போய்விட்டீர்கள்!”

திடீரென்று அவள் தன் சிரிப்பையெல்லாம் நிறுத்திவிட்டு அவளது வாழ்க்கை வரலாற்றை மெல்ல மெல்லச் சொல்லத் தொடங்கினாள்:

“நான் முழுசாக ஆறு வருஷ காலம் தங்களுக்காகக் காத்துக் கிடந்தேன். நீங்கள் போன புதிதில், நான் மிகவும் துக்கித்தேன்.

பின்னர் எனக்கு ஒரு மகன் பிறந்தான். உங்கள் மகன்தான்! ஒரு வருஷம் கழித்து, அவன் இறந்துபோனான். மேலும் நாலு வருஷ காலம் நான் உங்களுக்காகத் தவம் கிடந்தேன். பிறகுதான் நான் கல்யாணம் செய்துகொண்டேன்."

அவள் என்னைப் பார்த்துப் புன்னகை செய்தாள்.

ஒரு சிறுவனும் சிறுமியும் வீட்டுக்குள்ளிருந்து எங்களை நோக்கி ஓடிவந்தார்கள். ஓடிவரும் அந்தப் பையனைச் சுட்டிக் காட்டியவாறே, "அவன்தான் என் பேரன்" என்றாள் அவள்.

"அவள்தான் என் பேத்தி!" என்றேன் நான்.

அந்தக் குழந்தைகள் எங்களை விட்டுப் பிரிந்து ஏரிக்கரையை நோக்கி ஓடத் தொடங்கினார்கள். நெடுநேரம் வரையிலும் நாங்கள் அமைதியோடு இருவரும் நடந்து வந்தோம். பின்னர் அவள் என்னருகே நெருங்கி வந்து என்னை நோக்கிப் பேசினாள்: "இன்று நீங்கள் வந்துவிட்டீர்கள். எனக்கு இப்போது துக்கமேதுமில்லை. பாருங்கள் – எனக்கு இப்போது பெரிய குடும்பமும் குழந்தைகளும் உண்டு. நான் அவர்களோடு வாழ்கிறேன். இங்குள்ள காற்றோடும், மண்ணோடும், நீரோடும் வாழ்கிறேன். இன்று நீங்கள் வந்துவிட்டீர்கள். இனிமேல் எனக்கு எள்ளளவும் துக்கமில்லை. உங்களுக்கு வருத்தமாய் இருக்கிறதா!"

நான் ஒரு கணம் பேசாதிருந்தேன். பிறகு பேசினேன்: "இத்தனை வருஷ காலமும், உன்னைச் சந்தித்துவிடக்கூடாது என்ற பயத்தால் இங்கு வரவுமில்லை. ஆனால், இப்போது நான் இங்கு வந்துவிட்டேன். என் இதயத்திலும் இப்போது, வேதனை இல்லை. உண்மையாகவே."

ஏரிக்கரை ஓரமாக, நாங்கள் அமைதியாக நடந்தோம். குழந்தைகள் இருவரும் எங்களிடம் திரும்பி வந்து விட்டார்கள். அவள் என்னுடைய பேத்தியை வாரியெடுத்துக் கொண்டாள்; நானும் அவளுடைய பேரனைக் கையில் தூக்கிக்கொண்டேன். நாங்கள் இருவரும் ஒருவர் கண்களை ஒருவர் பார்த்து ஆனந்தித்தவாறே, அந்தக் குழந்தைகளை ஆவிசேர முத்தமிட்டோம். அப்போது தீக்ஷண்யம் நிறைந்த அவளது வயோதிகக் கண்களில் மீண்டும் பூர்ணிமை ஒளிபரப்பியது; அந்த நிறைநிலாப் பிரவாகம் என்னை நோக்கிப் பின்வருமாறு சொல்லிற்று:

"மனிதர்கள் மறைவார்கள். எனினும் வாழ்க்கை நிலைத்திருக்கும். இந்த ஆண்டின் வசந்த பருவம் கழிந்து மறையும்; எனினும் அடுத்த ஆண்டில் புதிய வசந்தம் பூத்து மலரும். ஆண் பெண்களின் பேதைமை நிறைந்த இளங்காதல்கள் வாடி மறையும்; எனினும் வாழ்க்கையின் மகோன்னத வேட்கை என்றென்றும் நிரந்தரமாய் சிரஞ்சீவியாய் நிலைத்திருக்கும். சென்ற வசந்த ருதுவின்போது நீங்கள் இருவருமே இங்கில்லை; இந்த வசந்த ருதுவிலோ நீங்கள் இருவரும் வாழ்வின் வேட்கையை, மகிழ்ச்சியின் தாகத்தை ருசித்து அனுபவிக்கிறீர்கள். அடுத்த வசந்த ருதுவின்போது ஒருவேளை நீங்கள் இருவரும் இங்கு இல்லாதிருக்கலாம். எனினும் வசந்தம் இங்கிருக்கும்; காதல் இருக்கும்; வாழ்க்கை இருக்கும். இளமை இருக்கும்; இதய பரவசம் இருக்கும். அழகு இருக்கும்; அன்பு இருக்கும்; அறிவறியாப் பேதைமையும் இருக்கும்..."

அந்தக் குழந்தைகள் எங்களை விட்டுப் பிரிந்து ஏரிக்கரையில் ஓடியாடி விளையாடத் தொடங்கிவிட்டன. அவர்கள் இருவரும் கையோடு கைகோத்துக்கொண்டு, அங்கு நின்ற இலந்தை மரத்தருகே சென்று, அதில் கட்டிப் போடப்பட்டிருந்த படகில் ஏறி அமர்ந்து கொண்டார்கள்.

நான் அவளை நோக்கிப் பரவசத்தோடு கேட்டேன்: "இது அந்தப் பழைய- அதே இலந்தை மரம்தானே!"

"இல்லை, இது அதன் பேரன்" என்றாள் அவள்!

காதலுக்குப் பிறகு

பொதுவாக இலக்கிய எழுத்தோவியங்கள் காதலில் வந்து முடிவடைந்து விடுகின்றன. ஆனால் அதற்குப் பிறகு யாது நிகழுகிறது? இஃதொரு சுவைமிக்க வரலாறு ஆகும். ஆனால் இதுவரை இந்த விஷயத்தைக் குறித்து மிகக் குறைவாகவே சிந்தனை செய்யப்பட்டுள்ளது.

- கிர்ஷன்சந்தர்.

பாத்திரங்கள்

லைலா - மஜ்னு - மஜ்னுவின் தாயார் - ரோமியோ-ஜூலியட்- ஹீர் - ரான்சா - கதை கூறுபவர் - சேவகன் - பட டைரக்டர் - குமாஸ்தா முதலியோர்.

காலம் : நிகழ்காலம்.

காட்சி : 1

திரை விலகும் சமயம் மேடையின்மீது இருள் சூழ்ந்திருக்கிறது. வலதுபுறத்தில் மட்டும் ஒரு சிறிய லேம்ப் ஷேட் ஒரு பிரகாசமற்ற வட்டமான வெளிச்சத்தைத் தோற்றுவித்தவாறு குவிந்திருக்கிறது. அதற்கு முன்னால் ஒரு சாய்வு நாற்காலியின் மீது ஒரு நாற்பது வயது மதிக்கத்தக்க மனிதர் வீற்றிருக்கிறார். அவர் ஒரு

புத்தகத்தை வாசித்துக்கொண்டிருக்கிறார். திரை விலகியதும், சில வினாடிகளுக்குப் பிறகு அவர் தமது கண்ணாடியைக் கைக் குட்டையால் சுத்தப்படுத்தியவாறு மக்களை நோக்கிக் கூறுகிறார்.

கதை கூறுபவர்: நீங்கள், காதல் வீழ்ச்சியுறாது; அமரத்துவம் பெற்றது; அழியாதது? மரணிக்காதது; உண்மையாகக் காதல் புரிபவர்கள் என்றும் மரணம் அடைவதில்லை என்றெல்லாம் செவியுற்றிருப்பீர்கள். இஃது உண்மையென்றால் லைலா-மஜ்னு, ஹீர் -ரான்சா, சசி-பன்னு, ரோமியோ - ஜூலியட் இன்றும் உயிருடன் நிகழ்ந்து காதலில் மூழ்கித் திளைத்துக்கொண்டிருக்கிறார்கள்? இது உண்மையானது. இதற்கு முன்பு நானும், இது வாய்மையற்றது எனக் கருதினேன். ஆனால் ஒருநாள் நிகழ்ந்த சம்பவம் இது, உண்மையென நிரூபித்தது. ஒரு நாள் மாலை வேளையில் உலாவி வருவதற்காக நகரை விட்டுச் சிறிது தூரம் சென்றுவிட்டேன். அங்கு சாலையோரத்திற்கு அப்பால் நான்கைந்து குடிசைகள் இருப்பதைக் கண்ணுற்றேன், அவற்றில், மிகவும் பாழடைந்த கடைசிக் குடிசையின் கதவை ஒரு மனிதன் தட்டினான்.

(கதவு தட்டும் சப்தத்துடன் மேடையிலும் சிறிது சிறிதாக ஒளிபரவ ஆரம்பிக்கிறது. இப்போது அந்த 'லேம்ப் ஷேட்' அணைந்துவிட, புத்தகம் வாசித்துக்கொண்டிருந்த அந்த மனிதன் மேடைக்குப் பின்னால் சென்றுவிடுகிறான். இப்போது மேடையின் ஒளியிலே, ஒரு பாழடைந்த குடிசையின் உட்புறம் தெரிகிறது. சகிக்க முடியாத வறுமை நிலை அங்கு தாண்டவமாடுகிறது. சுவர்களில் புகையினால் கருநிற வர்ணம் ஏற்பட்டுள்ளது. ஒரு மூலையில் லைலா, அடுப்பிலே ஈரமான விறகுகளை எரிக்க முயற்சி செய்கிறாள். அடிக்கடி ஊதிக்கொண்டிருந்ததால் அவளது மஞ்சள் நிறமான முகம் சிவப்பேறிவிடுகிறது. அவள் கண்களில் கண்ணீர் வழிகிறது. குடிசை ஒரே புகைமயமாகவே காட்சி தருகிறது. மூன்று அல்லது நான்கு முறை கதவு தட்டும் சப்தம் கேட்ட பின்னர், அவள் மேடையின் இடதுபுறத்தை அடைந்து கதவைத் திறக்கப் போகிறாள்)

மஜ்னு : *'லைலா! லைலா! சண்டாளி!! எங்கே? இறந்து விட்டாளா? கதவைத் திற. எவ்வளவு நேரமாகக் கத்திக்கொண்டிருக்கிறேன்.'*

லைலா: 'வருகிறேன் மஜ்னு - வருகிறேன்.'

(கதவு திறக்கப்படுகிறது)

லைலா: ஏன், என்ன விஷயமோ? கதவை இவ்வளவு பலமாக ஏன் தட்டினீர்களாம்? - கதவு உடைந்து விட்டால்...?'

மஜ்னு: 'புதிய கதவு வந்திருக்கும்.'

லைலா: *(பரிகாசமாக)* 'புதிய கதவு வந்திருக்கும்... எங்கிருந்து வரும்? விவாகமாகி எத்தனையோ ஆண்டுகள் கழிந்துவிட்டன. ஒரு வெள்ளி நகையும் கொண்டுவந்து கொடுக்கவில்லை.'

மஜ்னு: காதலை வெள்ளி, தங்கம் முதலியவற்றுடன் எடைபோட வேண்டாம் கண்ணே! *(இருமுகிறான்)* இங்கே ஒரே புகைமயமாக இருக்கிறதே?

லைலா: 'காட்டிலே ஈரமான விறகுகளே இருக்கின்றன.'

'புகை இல்லாமல் அவை சுவாலைகளையா கொட்டும்? உங்களால் மாதத்தில் ஒரு மூட்டை நிலக்கரியும் கொண்டு வந்து கொடுக்க முடியவில்லையே.'

மஜ்னு: 'லைலா! லைலா! நான் உனக்காக என் உயிரையும் அர்ப்பணிக்கத் தயாராக இருக்கிறேன்.'

லைலா: 'உயிரைத்தர முடியும். ஒரு மூட்டை கரி கொண்டுவர முடியாது.'

மஜ்னு: 'நீ ஆணையிட்டால் நான் வானத்தில் மின்னும் விண்மீன்களையும் பறித்துவருவேன்.'

லைலா : 'ஆனால் நான்கு கெஜம் துணி கொண்டுவர முடியாது. என் மேல் சட்டை எப்படியாகி விட்டது, பார்க்கலாமே?'

மஜ்னு : 'அம்மா எங்கிருக்கிறார்?'

லைலா: 'ஒட்டகங்களை மேய்க்கச் சென்றிருக்கிறார். உங்களுக்கு எப்போதும் அம்மாவைப் பற்றியே கவலையாக இருக்கிறது. வெளியிலிருந்து வந்ததும், அம்மா எங்கே எனக் கேட்கிறீர்கள். வெளியே செல்லும் சமயம் என் அம்மா' என்று குலாவுகிறீர்கள். அம்மாவோ கிழவியாகிவிட்டார். ஆனால் பத்து வாலிபர்கள் சாப்பிடும் உணவு அவர் ஒருவருக்குப் போதவில்லை. கைப்பட்டவுடன் ரொட்டிகள் மாயமாக மறைந்துவிடுகின்றன. சட்டியைக் கை வைத்ததும் சாறு தீர்ந்து விடுகிறது. அவரது வயிறா அல்லது 'ஷம் ஊனின்' குதிரைச் சாலையா? எவ்வளவு

புல்லும், கொள்ளும் போட்டாலும் தீர்ந்து விடுகிறதே.'

மஜ்னு : 'என் அம்மாவை வசைகவி பாடவேண்டும். நான் இதற்கு முன்பு ஆயிரம் தடவைகள் கூறியிருக்கிறேன். நான் உனது பேச்சுகள் எல்லாவற்றையும் சகிக்க முடியும். ஆனால் அம்மாவை இழிவாக ஏதேனும் கூறினால் என்னால் சகிக்க முடியாது. கேட்கிறாயோ? செவியில் பட்டதோ?'

லைலா: 'நன்றாகக் கேட்கிறது. நான் செவிடு அல்லவே. ஆம்; இந்தக் குடிசையில் உம்முடன் இன்னும் சிறிது காலம் இருந்தால் காதுகளும் செவிடாகிவிடும். நான் எந்த அபசகுனமான நேரத்திலோ... உங்களுடைய இனிமையான காதற் பேச்சுகளை நம்பி உங்களுடன் இந்தச் சுடுகாட்டிற்கு வந்துவிட்டேன்.'

(புலம்பி அழுகிறாள்)

மஜ்னு: 'லைலா! லைலா! என் அன்பே. என்னை மன்னித்து விடு. நான் சிறிது சினங்கொண்டிருந்தேன். நாள் முழுவதும் அலைந்து திரிந்து சோர்வடைந்த பின்னர், திரும்பி வந்ததும் இந்தக் கசப்பான பேச்சுகள் என்னைச் சினங்கொள்ளச் செய்தன. அன்பே! ஆருயிரே! செல்வமாக வளர்ந்து, அரச மாளிகைகளில் வாசஞ் செய்யும் லைலாவை நான் இந்த வறுமை வேதனையால் துடிக்கச் செய்வது எனக்கே அவமானமாகவும், வெறுப்பாகவும் இருக்கிறது. ஆனால் யாது செய்வது? எனக்கு எங்கும் வேலை கிடைப்பதில்லையே.

லைலா: 'இன்று வேலை தேடித் தரும் ஸ்தாபனத்திற்கும் சென்றிருந்தீர்களா?"

மஜ்னு : 'போயிருந்தேனே.'

லைலா : "அங்கு ஒன்றும் பலன் கிடைக்கவில்லையா?"

மஜ்னு: "அங்கு வேலையின்றித் திண்டாடுபவர்களின் ஒரு கூட்டமே வரிசையாக நின்றிருந்தது. சுமார் இரண்டு மணி நேரத்திற்குப் பிறகு நான் அழைக்கப்பட்டேன்."

(மஜ்னு தனது வசனத்திற்கு இடையில் மேடையின் காட்சித் திரையை நோக்கி நகர்ந்து செல்கிறான். அத் திரையைத் தொட்டவுடன் அது மேலே சென்றுவிடுகிறது. குடிசைக்

காட்சியின் ஒளி மறைந்துவிடுகிறது. இப்போது 'உள் சீட்டு' பிரகாசமடைகிறது. ஆனால் அந்தப் பிரகாசம் குடிசை இருக்கும் 'சீட்'டிலும் சிறிது விழுகிறது. மேடையின் முன் பாகம் இருளில் இருப்பது போலவும், அந்த இருளில் நின்றவாறு லைலா கடந்த காட்சியைக் காணுவது போலவும் தென்படுகிறது. மேடையின் பின்புறத்தில் ஒரு Employment Exchange' காரியாலயம் காட்சி தருகிறது. அங்கு வேலையில்லாமல் திண்டாடும் வாலிபர்கள் வரிசையாக நிற்கிறார்கள். அந்த வரிசையில் சில வாலிபர்கள் எதிரே போடப்பட்டிருக்கும் மேசைகளில் சில காகிதங்களை நிரப்பிக்கொண்டிருக்கிறார்கள். மத்தியில் இருக்கும் ஒரு மேசையின் முன்பு மஜ்னு நிற்கிறான். ஒரு 'கிளார்க்' அவனை விசாரித்துக் கொண்டிருக்கிறான்)

குமாஸ்தா : 'உமது பெயர்?'

மஜ்னு: 'மஜ்னு!'

குமா: 'தந்தையின் பெயர்?'

மஜ்னு: 'கல்தூன்.'

குமா: 'எதுவரை படித்திருக்கிறீர்கள்?'

மஜ்னு: 'என்ன ஐயா?'

குமா: 'நீர் மெட்ரிக் வரை படித்திருக்கிறீரா?' அல்லது பி.ஏ., எம்.ஏ., போன்ற எந்த 'டிகிரி'யைப் (பட்டத்தை) பெற்றிருக்கிறீர்கள்?'

மஜ்னு: 'இப்போது நீதிமன்றத்தில் ஒரு பட்டாலியன் எனக்கு எதிராக ஒரு 'டிகிரி'யை வாங்கிவிட்டான். ஓராண்டு காலமாகக் குடிசை வாடகை தரவில்லை.'

குமா: 'அப்போது நீர் கல்வி கற்கவில்லையா?'

மஜ்னு: 'இல்லை. ஆனால் அம்மாவின் வயிற்றிலிருந்து கவிஞனாகவே பிறந்திருக்கிறேன்.'

குமா: 'கவிதைக்கும், வேலைக்கும் யாது சம்பந்தம்? நல்லது, உமக்கு என்ன வேலை செய்யத் தெரியும்?'

மஜ்னு: 'காதல் செய்யத் தெரியும். பாலைவனங்களில் திரிகிறேன். மனம் சோர்வடையும் சமயம் ஆடைகளைக் கிழித்துக்கொண்டு

'லைலா லைலா' என்று கதறுவேன் (பாடுகிறான்) நான் காடுகளில் லைலா லைலா என்று கூவுகிறேன். எனது லைலா, எனது மனதினுள் வாழுகிறாள்.'

குமா: 'மஜ்னு! நீர் வேலை தேடு முன்பு ஒரு டாக்டரிடம் சென்று சிகிச்சை செய்து கொள்ளுங்கள். உமது மூளை கலங்கிவிட்டது போலத் தோன்றுகிறது. இந்த மூளைக்கோளாறு...சரி; *Next.*'

(குமாஸ்தா Next 'அடுத்தவன்' எனக் கூறியதும் மஜ்னு உறுதியிழந்து திரும்புகிறான். மேடையின் முன் பாகத்தை அதாவது குடிசை சீட்டை அடைகிறான். பின்புறச் 'சீட்'டின் ஒளி அணைந்துவிட, முன் 'சீட்' பிரகாசமடைகிறது. மஜ்னு தனது குடிசையை அடைகிறான். காட்சித் திரை விழுந்து பின் சீட்டை மறைத்து விடுகிறது. மஜ்னு கலவரமடைந்த லைலாவைப் பார்க்கிறான். அவள் விம்முகிறாள்.)

மஜ்னு: 'இது நவீன உலகமாகும், இங்கு மக்கள், காதலைக் கத்தரிக்காய் என்றும், உண்மைக் காதல் புரிபவர்களை வேலை யற்றவர்கள் என்றும் கருதுகிறார்கள். உண்மையில் இது ஒரு பெரிய வேலையாகும். நாங்கள் சிறிது ஏமாந்தால், காதலி மறைந்து விடுவாள்!'

லைலா: 'ஆனால் நீங்களும் என்னை முன்போலக் காதலிப்பதில்லையே!'

மஜ்னு: 'கவிஞன் பைஸ் கூறுகிறான்: என்னிடம் முன்போன்ற காதலைக் கேட்க வேண்டாம், என் காதலியே!'

லைலா: 'ஏன்?'

மஜ்னு: 'நீயும் பழைய லைலாவாக இல்லை. இப்போது ஒல்லியான, பலவீனமான தேகம் படைத்திருக்கிறாய்.'

லைலா: 'நான் உடல் தளர்ந்து விட்டேன், நீங்கள் உடல் பருத்துவிட்டீர்கள். சிறிது கண்ணாடியில் முகத்தைப் பாருங்களேன். கன்னங்கள் ஊதிவிட்டன. உங்கள் முகத்தைக் கண்டு எவரும் அந்தக் காதல் பைத்தியம் மஜ்னுவெனக் கூறமாட்டார்கள். பாலைவனங்களிலும், காடுகளிலும் தனது காதலியை நினைத்து அலைந்து திரிந்த மஜ்னு என்று நம்பமாட்டார்கள். நீர் வெட்கங் கொள்ளவேண்டும். நான் உங்களுக்காக வீட்டை விட்டு ஓடி

வந்தேன். காட்டில் வாசஞ் செய்கிறேன். உங்களுக்காகப் பட்டினி கிடக்கிறேன். சமையல் செய்கிறேன். அடுப்பு எரிக்கிறேன். காட்டிலிருந்து விறகுகள் கொண்டு வருகிறேன். கிழிசல்களை அணிந்துகொண்டிருக்கிறேன். எனது பசியைப் பொருட்படுத்தாமல் உங்களுக்கு உணவு அளிக்கிறேன். ஆனால் நீங்களோ, எனக்காகப் பேரீச்சம்பழங்களைக்கூட கொண்டுவருவதில்லை?'

மஜ்னு: 'என்ன செய்வது. லைலா! பேரீச்சம்பழங்களின் விலை அதிகரித்துவிட்டதே.'

மஜ்னுவின் தாயார்: 'ஓ சண்டாளியே! என் குழந்தையுடன் என்ன குலாவிக்கொண்டிருக்கிறாய்? அடுப்பின் மீது சட்டி கொந்தளிப்பதைப் பார்க்கவில்லையா?'

லைலா: *(தாழ்ந்த குரலில்)* 'உங்கள் அன்னை வந்துவிட்டார். *(உருக்கமாக)* மன்னியுங்கள் அம்மா, பேச்சுகளில் மறந்துவிட்டேன்.'

தாய் : 'ஹூம், மறந்துவிட்டாய். நிம்மதியாகச் சாப்பிட மட்டும் தயார்.'

லைலா: 'ஐயோ, எவ்வளவு செல்வமாக வளர்க்கிறீர்களே என்னை. எனது விவாகத்தின்போது எவ்வளவோ நகைகள் போட்டீர்களே...'

தாய் : 'வீட்டைவிட்டு ஓடிவருபவர்களுக்கு எவரேனும் நகைகள் தருவார்களா? பெண்கள் தாய் வீட்டிலிருந்து சீதனம் கொண்டு வருவார்கள். நீயோ, செல்வம் கொழித்த வீட்டில் பிறந்தும், அணிந்த ஆடைகளுடன் ஒட்டகத்தின் மீதேறி வந்துவிட்டாய். மஜ்னு வீணாக வலையில் அகப்பட்டுத் தவிக்கிறான். காதலில் செல்வம் கிடைப்பதில்லை. செல்வம் இல்லாத இடத்தில் வறுமை தாண்டவமாடும்.'

லைலா: 'அப்போது நான் மூதேவி என்கிறீர்களா?'

தாய்: 'அதாவது...'

லைலா: 'இன்னொருமுறை கூறும் - பார்க்கிறேன், கிழட்டுப் பிண்டம், பிசாசு!'

மஜ்னு: 'எனது அம்மாவைத் திட்ட வேண்டாம்...'

லைலா: 'ஏனோ? உமது வீட்டிற்கு வந்து எனக்கு என்ன கிடைத்துவிட்டதாம்? வறுமை, வசைமொழிகள், பட்டினி, பிணி,

அடி, உதை, குத்து. இதுதான் உமது உண்மைக் காதலோ? நீர் எதை உண்டு இப்படி எருமை மாதிரிப் பருத்துவிட்டீரோ? நான் உமக்குப் பணி புரிந்து இங்ஙனம் எழில் இழந்து வாடுகிறேன். எனது நற்பணிக்கு இதுதான் கிடைத்த பலனோ? எனது ஒட்டகத்தைக் கொண்டு வாரும், நான் எனது பிறந்தகத்திற்குச் செல்கிறேன்.'

தாய்: 'தாராளமாகச் செல்லுங்கள் மகாராணி! நீ பயமுறுத்த வேண்டாம். எனது செல்வனுக்கு உன்னைப் போல ஆயிரம் மனைவிகள் கிடைத்துவிடுவர்.'

லைலா: 'ஒன்றும் கதைக்க வேண்டாம்!'

தாய்: 'நீ ஒன்றும் அளக்க வேண்டாம்.'

லைலா: *(அறைந்து)* 'கிழட்டுப் பிண்டம்!'

தாய்: *(பதிலுக்கு அறை விடுத்து)* 'மூதேவி.'

லைலா: 'பிசாசு!'

தாய்: 'துரதிருஷ்ட அவதாரம்!'

(லைலாவுக்கும், மஜ்னுவின் தாயாருக்குமிடையே பலமான சண்டை ஏற்பட்டுவிடுகிறது. இந்தச் சண்டையில், மஜ்னு தனது அம்மாவிடமும், லைலாவிடமும் உதைபடுகிறான். சிறிது சிறிதாகத் திரை விழுகிறது.)

காட்சி - 2

(இரண்டாவது காட்சியின் திரை விலகிடும் சமயம். முதல் காட்சியில் கதை கூறிய மனிதர் ஒரு வழக்கறிஞனின் உடைகளுடன் தமது காரியாலயத்தில் அமர்ந்திருக்கிறார். அவர் ஒரு செல்வம் படைத்த வக்கீலாகத் தோற்றம் தரவில்லை. காலச் சதியால் ஏழ்மையில் திண்டாடும் வழக்கறிஞராகவே தோன்றுகிறார். அங்கு இருந்த மேசை, நாற்காலிகள், புத்தக மேலட்டைகள், அறையின் சுவர்கள், அவரது ஆடைகள் அனைத்துமே அவரது வறுமையை விளம்பரப்படுத்தின.

வக்கீல் ஒரு புத்தகத்தை வாசித்துக்கொண்டிருக்கிறார். திரை விலகியதும் சில வினாடிகளுக்குப் பிறகு அவர் மக்களை நோக்கிக் கூறுகிறார்.)

கதை கூறுபவர் : 'ஆஹ்! இதுவே காதலின், நன்றியின் முடிவா? எந்த லைலாவின் நாணம் கலந்த பார்வையும். வெட்கமும் எழிலும் மஜ்னுவைப் பைத்தியம் கொள்ளச் செய்தனவோ, பாலைவனங்களில் அலைந்து திரியச் செய்தனவோ அந்த லைலா இவள்தானோ! லைலாவின் ஆணையிட்டு. காட்டிலிருந்த மரங்களையும், பாலைவனப் பாறைகளையும். மணல் மேடுகளையும் லைலாவின் இருப்பிடத்தைத் தெரிவிக்குமாறு கேட்டுத் திரிந்தானே. அந்த மஜ்னுவும் இதே மஜ்னுதானோ? எனது மூளை கலங்கிவிட்டது. இதனை உண்மையெனப் பாவிக்க மனம் இடம்தரவில்லை. ஆனால் கண்ணால் கண்டதை நம்பாமல் இருக்க முடியுமா? எனினும், கெடுதலான நிலைகளில் நல்ல மனிதர்களும் கெட்டவர்களாகிவிடுகிறார்கள். தானிய விலைவாசிகள் உயர்ந்ததும் காதல் மலிவாகிவிடுகிறது; அதனைக் கேட்பாரும் எவருமிருப்பதில்லை. சிற்சில நேரங்களில் இவ்வாறும் நடைபெறுகிறது என்று மனதைச் சமாதானப்படுத்திக்கொண்டேன். ஒரு லைலாவும் மஜ்னுவும் ஒருவருடன் மற்றொருவர் வாழ முடியவில்லையென்றால் கவலையுற வேண்டாம். இப்போதும் காதல் வாலிபம் பெற்றிருக்கிறது. காதல் உயிருடன் இருக்கிறது.

உலகிலேயே இஃதொரு தனித்த உணர்ச்சியாகும். இது காலப் போக்குகளுடன் மாறுவதில்லை. ஓர் அசையா பாறையைப் போன்று, ஒரு வெளிச்ச ஸ்தூபியைப்போல வழிகாட்டுகிறது. லைலாவும், மஜ்னுவும் காதலில் பலவீனம் பெற்றுவிட்டால் குடிமூழ்கிவிடாது. இன்னும் உலகில் ஷீரின் - பர்ஹாத், சசி - பன்னு, ஹீர் - ரான்சா, ரோமியோ - ஜூலியட்டின் வீழ்ச்சியுறாத காதல் இருக்கிறது. இதைச் சிந்தித்து நான் அமைதி பெற்றேன். ஆனால் ஒருநாள் ஒரு நிகழ்ச்சி நடைபெற்றது. நான் காரியாலயத்தில் அமர்ந்தவாறு வேலை செய்துகொண்டிருந்தேன். பணியாளன் ஒரு முகவரிச் சீட்டைக் கொண்டு வந்து நீட்டினான். அதில் 'ரோமியோ மான்டேகு' *(Romeo Mantague)* என்று எழுதியிருந்தது.'

கதை கூறுபவர்: *(பணியாளனை நோக்கி)* 'ரோமியோ மான்டேகு யாரோ?'

பணியாளன்: 'ஒரு மேனாட்டவனைப் போலத் தெரிகிறது. அவருடன் ஓர் ஆங்கில மாதுவும் இருக்கிறாள்.'

வழக்கறிஞர்: *'சாரி; அவர்களை உள்ளே அழைத்து வா.'*

ரோமியோ: *'குட்மார்னிங்.'*

ஜூலியட்: *'குட்மார்னிங்.'*

வழக்: *'குட்மார்னிங். அமருங்கள்.*

ரோமி: *'மன்னிக்கவேண்டும். நாங்கள் அபாயின்ட் இல்லாமலேயே வந்துவிட்டோம். ஆனால், நீங்கள் ஒரு வழக்கறிஞராக இருப்பதால் தங்களிடம் ஒரு விஷயத்தைப் பற்றிக் கலந்தாலோசிப்பது மிகவும் உசிதமானது.'*

வழக்: *'கூறுங்கள்.'*

ரோமி: *'அதாவது-ஆனால் சற்றுப் பொறுங்கள். நான் முதலில் அறிமுகம் செய்து வைக்கிறேன். எனது பெயர் ரோமியோ மான்டேகு என்பது. இவர் எனது மனைவி ஜூலியட் என்பவர்.'*

வழக்: *(அமெரிக்க நடையில்) 'ஹாய்யாகா கா.'*

ரோமி: *'நீங்கள் எங்கள் கதையை வாசித்திருப்பீர்கள்.'*

வழக்: *'சிறிது சிறிதாக நினைவுக்கு வருகிறது.'*

ரோமி: *'நாங்கள் இருவரும் இதாலியின் 'வீரோனா' எனும் நகரில் வசித்து வந்தோம். எனது தந்தை மான்டேகு பரம்பரையின் தலைவராக இருந்தார். எனது சகவாசியான ஜூலியட்டின் பிதா கேஹூவ்ட் கூட்டத்தினரின் தலைவராகத் திகழ்ந்தார்.'*

வழக்: *'ஓ, ஞாபகம் வந்துவிட்டது. நீங்கள் இருவரும் ஒருவரையொருவர் காதலித்தீர்கள். ஆனால் உங்கள் பெற்றோர்கள்- அதாவது தங்களின் இரு கூட்டத்தினரும் பகைமை பாராட்டினார்கள்.'*

ரோமி: *'இதுவரை பகைவர்களாகவே இருக்கிறார்கள் ஐயா. காதலும் இறந்துவிடுகிறது. ஆனால் இந்த அறிவற்ற மனிதர்களின் பகை உணர்ச்சி, என்றும் அழிவதில்லை.*

வழக்: *'நீங்கள் ஏமாற்றமடைந்தவர்கள் போலத் தோன்றுகிறீர்கள்.'*

ரோமி: *'வாழ்க்கை பல கசப்பான அனுபவங்களைத் தந்திருக்கிறது.'*

வழக்: *'இஃது உண்மையானதே. ஆனால் நீங்கள் ரகசியமாக மணம்*

செய்துகொண்டிருந்தீர்களல்லவா? ஆனால் ஜூலியட் அதாவது உங்கள் மனைவியின் பெற்றோர்கள் உங்களது விவாகத்திற்குச் சம்மதிக்கவில்லை. அப்புறம் நீங்கள் ஆழ்வனத்தில் ஜூலியட்டைச் சந்திக்கச் சென்றீர்கள். அங்கு ஜூலியட்டின் சடலம் கிடப்பதைக் கண்டு விஷம் சாப்பிட்டுவிட்டீர்கள். ஆனால் ஜூலியட் இறந்து விடவில்லை. அவர் விழிப்படைந்த சமயம் ரோமியோ மரணித்து விட்டதைக் கண்டு, சுத்தியை மார்பில் பாய்ச்சிக் கொண்டார்.'

ஜூலி: *(பரிகாசமாக)* 'ஆம். ஆனால் உண்மையில் நிகழ்ந்தது யாதெனில், விஷம் சாப்பிட்ட பின்னரும் இந்த ரோமியோ தப்பித்துக் கொண்டார். எந்த டாக்டரிடம் இவர் விஷம் வாங்கி வந்தாரோ, அந்த மருத்துவர் அந்த விஷத்துடன் அதன் எதிர் விஷமும் கலந்துவிட்டார்.'

வழக்: 'ஓஹோ!'

ரோமி: *(பரிகாசமாக)* 'ஆமாம். அத்துடன் எனது மனைவிக்கும் இத்தகைய சம்பவமே நேரிட்டது. என் காதலில் இவர் மரணிக்கத் துணிந்த சமயம். கத்தி இவரது இருதயத்தில் பாயாமல், விலா எலும்புகளின் வழியே சென்றுவிட்டது. இவரும் உயிர் மீண்டார்.'

ஜூலி: 'அந்தத் தவறு நேரிட்டதால் இதுவரை அதன் பலாபலன்களை அனுபவித்து வருகிறேனே!'

வழக்: 'மேடம், நீங்கள் ஏன் இவ்வாறு சோர்வுடன் ஏதோ மொழிகிறீர்கள், தங்கள் இருவரின் காதல் என்றும் வீழ்ச்சியடையாதது. வில்லியம் ஷேக்ஸ்பியரைப் போன்ற தலைசிறந்த நாடகாசிரியர் தங்களின் காதலை அமரத்துவம் பெறச் செய்துவிட்டாரே! உலகம் உங்கள் காதல் வரலாற்றை வாசித்து, இன்றும் கண்ணீர் சிந்துகிறது.

ஜூலி: 'எனது விதியை நினைத்து நான் அழுவதுபோல!"

வழக்: 'இஃது யாது கூறுகிறீர்கள், மேடம்?'

ஜூலி: 'விஷயம் ஒன்றுமில்லை. என்னால் சமாளிக்க முடியவில்லை. நான் இவருடன் விவாகரத்து செய்துகொள்ள விரும்புகிறேன்.'

வழக்: 'விவாகரத்து? ரோமியோவுடனா? இதை நீங்கள் கூறுகிறீர்களா மேடம்? உலகம் யாது கூறும்? நமது வில்லியம் ஷேக்ஸ்பியர்

என்ன சொல்லுவார்? அவர் உங்களைப் புகழ்ந்து ஒரு நீண்ட நாடகமே இயற்றியிருக்கிறாரே!'

ஜூலி: 'உலகம், வில்லியம் ஷேக்ஸ்பியர்! அவர்கள் எக்கேடு கெட்டாவது போகட்டும். நான் ரோமியோவுடன் விவாகரத்து செய்துகொள்ளப் போகிறேன்.'

வழக்: 'ஆனால், ரோமியோ செய்த குற்றம் யாது? (ரோமியோவை நோக்கி) ஏன் ஐயா?'

ரோமி : 'ஐயா! எனது குற்றம் யாதெனில், நான் இந்த மங்கைக்காக எனது நாட்டைவிட்டு இந்தியாவிற்கு வந்தேன். நாங்கள் இருவரும் எங்கள் வமிசத்தினரின் பகைகளிலிருந்து தப்பி இருக்க வேண்டும் என்ற எண்ணத்துடன்.'

வழக்: 'இங்கு நீங்கள் யாது செய்கிறீர்கள்?'

ரோமி: 'நான் தோல் வியாபாரம் செய்கிறேன். ஆண்டவன் அருளால் எனது வணிகம் நன்றாக நடைபெறுகிறது. தோல் கருத்திருந்தாலும், வெள்ளையாக இருந்தாலும் நான் விற்றுப் பணம் சம்பாதிக்கிறேன். என்னிடம் ஒரு கார், ஒரு பங்களா இருக்கிறது. பணியாட்கள், சேவகர்கள் எல்லாம் இருக்கின்றனர்.'

வழக்: 'அப்படியென்றால் நீங்கள் விவாகரத்து ஏன் செய்துகொள்ள விரும்ப வேண்டும்?'

ஜூலி: 'நான்... நான்... பாருங்கள் வழக்கறிஞரே! இவர் தினமும் இரவு ஒன்றரை, இரண்டு மணிக்கு மது அருந்திவிட்டு மயக்கத்தில் தடுமாறியவாறு திரும்பி வருகிறார். வந்ததும் காலணிகளைக் கழற்றாமல் படுக்கையின்மீது படுத்து உறங்குகிறார். பாதரட்சைகளுடன் படுத்து, இரவின் பனிரண்டு மணி நேரத்தில் பத்து மணிகள் குறட்டைகள் விடும் மனிதரின் மனைவியாக இருக்க நான் விரும்பவில்லை.'

வழக்: 'ஆனால் நீங்கள் இவருடன் ஆழ்ந்த காதல் கொண்டிருந்தீர்களே? எனக்கு ஞாபகம் இருக்கிறது. நீங்கள் ஆழ்வனத்தில், ரோமியோ பிணமாகக் கிடப்பதைக் கண்டு கூறிய வசனம்.'

ஜூலி: 'நானே கூறுகிறேன்...

What's hear? A cup closed in my True love's Hand? Poison I see hath been his Timeless End: O Churl Drunk All, And left no Friendly drop to help my after? I will kiss thy lips... *நான் இதைத்தான் கூறினேன் அல்லவா?'*

வழக்: *'ஆம்! இவ்வாறே.ஷேக்ஸ்பியரின் நாடகத்தில் படித்திருக்கிறேன்.'*

ஜூலி: 'பாவம். ஷேக்ஸ்பியருக்கு என்ன தெரியும்? அவர் ரோமியோவின் குறட்டைகளைக் கேட்கவில்லை. ஐயா! நான் கூறுகிறேன். இவர் குறட்டைவிடும் சமயம், இரண்டாயிரம் குதிரைகள் ஒரே நேரத்தில் கத்துவதைப் போலத் தோன்றுகிறது. எனது காதல் இமயமலையைப் போன்று உறுதியுடையதாக இருந்தாலும், இந்தக் குறட்டைகளுக்கு எதிரில் நிற்க முடியாது. மேலும், நான் தோலும் மாமிசமும் கொண்ட ஒரு சாதாரண நங்கையன்றோ?'

வழக்: 'இந்தக் குறட்டைகளே உங்கள் காதலுக்கு இடையூறாக இருந்தால், இதைச் சுலபமாகச் சிகிச்சை செய்ய முடியுமே. நீங்கள் உங்கள் கணவரின் உணவுகளில் சிறிது மாறுதல்...'

ரோமி: *'ஹா, ஹா, ஹா - என்ன சொல்கிறீர்கள்? எனது உணவில் மாறுதல் ஐயா? எனது டார்லிங் ஜூலியத்திற்கு, இந்த ஏழையின் உணவைக் குறித்து அக்கறை கொள்ள ஓய்வு எங்கிருக்கிறது? நாள் முழுவதும் லிப்ஸ்டிக், பவுடர், பிக்னிக், மாலை நேரங்களில் சில நாட்களில் இந்த கிளப், சில நாட்களில் அந்த கிளப், இந்த பார்ட்டி, அந்த விருந்து - இந்த விநோதிகள்-என்னென்னவோ பலவித வேலைகள், விளையாட்டுகள் - நான் உங்களிடம் யாது கூறுவது? கத்தரிக்காயும், உருளைக்கிழங்குகளையும் வேகவைத்துச் சாப்பிட்டு நான் பன்றியாகவல்லவோ மாறிவிட்டேன்.'*

ஜூலி: *'பார்த்தீர்களா? அந்த மிருகத்தின் எல்லாப் பழக்கங்களும் இவரிடம் காணப்படுகிறதே. இவரது காதலும் அவ்வாறே மாறிவிட்டது. இவர் இப்போது என்னைவிட்டு ரோஜலின் எனும் வேசியிடம் மையல் கொண்டுவிட்டார். அவளை விட்டு முதலில் என்னை விவாகம் செய்து கொண்டாரல்லவா இவர்? விவாகத்திற்குப் பிறகு இவர் மீண்டும் அவளையே சுற்றிச் சுற்றித் திரிகிறார்.'*

வழக்: *'ரோமியோ, நன்றி மறப்பதா? ச்சூ ! மிஸ்டர் ரோமியோ? ஷேக்ஸ்பியர் யாது கூறுவார்?'*

ரோமி: 'இப்போது என்ன வேண்டுமானாலும் கூறட்டும். உண்மையில் நான் ரோஜலினை விட்டுப் பெருந் தவறு செய்தேன். அவள் ஜூலியத்தைப் போன்று அழகு பெற்றிருக்கவில்லை எனினும், எழில் பெற்றிருப்பதால் மட்டும் வாழ்க்கை நடைபெறாது. உண்மையாகக் கூறுகிறேன். ரோஜலின் என்னைக் குறித்துக் கவலை கொண்டிருக்கிறாள்: அக்கறை காட்டுகிறாள்; எவ்வளவு சுவையாகச் சமைக்கிறாள் தெரியுமா? ஒருநாள் நீங்களும் வாருங்களேன்.'

ஜூலி: 'ஆமாம், இவரையும் அழைத்துச் செல்லுங்கள். நீங்கள் எவ்வளவு ஒழுக்கமுடையவர் என்பதை உலகிற்குக் காட்டுங்கள்.'

ரோமி: 'உனது ஒழுக்கத்தைக் குறித்தும் பேசுவோம். நான் ஒரு மங்கை என்று நினைத்துப் பொறுத்துக்கொண்டிருக்கிறேன். அதனால், நீ என்னைக் குரங்கு நடனமாட வைக்க வேண்டாம் - நான் குருடனல்லவே, உனது செய்கைகளைப் பார்க்காமல் இருப்பதற்கு. நீ எங்கெங்கு செல்கிறாய்? எந்தெந்தக் காரணங்களைக் காட்டி ஈரல் பேரேஸை சந்திக்கிறாள் என்பது எனக்குத் தெரியும்!'

ஜூலி: 'ஆம்; சந்திக்கிறேன்! அவரைக் காணுகிறேன்! நீர் இவ்வாறு கூறினால் நானும் உலக மக்கள் முன்னிலையில் கூச்சலிட்டுக் கூறுவேன்; பிரகடனப்படுத்துவேன். நான் ஈரல் பேரேஸை சந்திக்கிறேன். அளவளாவுகிறேன். அவரை எனக்குப் பிடித்திருக்கிறது. நான் அவரைக் காதலிக்கிறேன்.'

வழக்: 'ஈரல் பேரேஸையா? ஆனால் மேடம்! அவர் உங்களைவிட வயதில்... ஷேக்ஸ்பியர் இவ்வாறுதான் எழுதியிருக்கிறார்.'

ஜூலி: 'அவர் அதிக வயதுள்ளவராகயிருந்தால் என்னவாம்? அறிவும் அதிகமாக இருக்கிறது. வாழ்க்கை அனுபவங்களும் அவரிடம் குவிந்திருக்கின்றன. இவைகளைவிட மேலான விஷயம் யாதெனில், அவர் எனது உணர்ச்சிகளை அளவுக்கு மீறிக் கௌரவிக்கிறார், ஐயா!?"

ரோமி: 'அவன் ஒரு ஆந்தை என்று ஏன் கூறவில்லை.'

ஜூலி: 'நீரே ஆந்தையாக இருக்க முடியும்.'

ரோமி: 'ஷட் அப்'

ஜூலி: 'யூ, ஷட் அப்'

ரோமி: 'நீதிமன்றத்திற்கு வா.'

ஜூலி: 'வாரும். இப்போதே செல்வோம்.'

ரோமி: 'விவாகரத்து?'

ஜூலி: 'வழக்கறிஞரே! விவாகரத்து?'

வழக்: 'ஆனால், வில்லியம் ஷேக்ஸ்பியர் யாது கூறுவாரோ?'

ஜூலி: 'நான் ஒன்றும் கேட்க முடியாது. நான் உடனே விவாகரத்து செய்துகொள்ளவேண்டும்.'

ரோமி: 'நான் ஒன்றும் கேட்க விரும்பலில்லை. உடனே விவாக ரத்து செய்யவேண்டும்.'

காட்சி - 3

(இரண்டாவது காட்சியில் காணப்பட்ட அதே அறை. ஆனால், இப்போது அறையினுள் இருள் சூழ்ந்திருக்கிறது. நமது கதை கூறுபவர் முதல் காட்சியிலிருந்தவாறு வலது புறத்தில் ஒரு 'லேம்ப் ஷேட்'டின் முன்பு குனிந்தவாறு ஒரு நூலை வாசித்துக் கொண்டிருக்கிறார். திரை விலகியதும் அவர் மக்களின் மீது பார்வையைப் பதித்தவாறு கூறுகிறார்)

கதை கூறுபவர்: 'நான் அவர்களுடைய வழக்கை எடுத்துக் கொள்ளவில்லை. ஆதலின், அதற்குப் பிறகு யாது நடந்ததென என்னால் கூறமுடியாது. அவர்கள் விவாகரத்து செய்து கொண்டனரா? அல்லது அதற்குப் பிறகு ஒன்றுபட்டு, காதல் குன்றுகளில் மறைந்துவிட்டனரா எனக்குத் தெரியவில்லை. ஆனால் அவர்கள் ஒருவரையொருவர் இழிவாகப் பேசிக்கொண்டது என்னைப் பாடுபடுத்திவிட்டது. அந்நிகழ்வுக்குப் பின்னரும் நான் பல நாட்கள் வரை நிம்மதியின்றிக் கலவரமுற்றிருந்தேன். ஏனெனில், அன்று நடந்த சம்பவத்தால் எனது அநேக காதல் கனவுகள் சிதறிவிட்டன. ஒருநாள் நான் 'பால்கனி'யின் அருகே ஒரு ஏடு வாசித்துக்கொண்டிருந்தேன். அப்போது மழை பொழிந்து கொண்டிருந்தது. குளிர்ந்த காற்று வீசிக்கொண்டிருந்தது. சிற்சில நேரங்களில் மின்னலும் மின்னிற்று, நான் எனது சிந்தனையில் மூழ்கியிருந்தேன். திடீரென ஒரு மிகவும் பிரகாசமான மின்னல்

மின்னிட, அதே நேரத்தில் எனது அறைக் கதவு திறந்தது. ஒரு வாலிப ஆடவனும், ஒரு வாலிப மங்கையும், மழையில் நனைந்தவாறு எனது அறையினுள் பிரவேசிப்பதைக் கண்டேன். நான் பால்கனியில், இருளில் மறைந்திருந்ததால் அவர்களால் என்னைப் பார்க்க முடியவில்லை.'

(கதை கூறுபவரின் 'லேம்ப் ஷேட்' அணைந்துவிடுகிறது. அறையினுள் இருளும் அதிகரிக்கிறது)

ரான்சா: *(சிரித்து) 'ஹிர்! இந்த அறையின் கதவு திறந்திருக்கிறது. நல்லவேளை! இல்லாவிடில் நாம் மழையில் நனைந்திருப்போம்.'*

ஹீர்: 'இந்த அறை யாருடையதோ, ரான்சா?'

ரான்: 'எவரது அறையாக இருந்தாலும் நமக்கென்ன வந்தது. சிறிது நேரம் தங்கியிருப்போம். மழை நின்றதும் சென்றுவிடுவோம்.'

ஹீர்: 'ஆனால் எங்கு செல்வது?'

ரான்: 'அதோ வெளியே நடைபாதைக்கு!'

ஹீர்: 'ரான்சே! அதற்காகவே நமது கிராமத்தை விட்டு பம்பாய்க்கு வரவேண்டாமென நான் தடுத்தேன்.'

ரான்: 'கிராமத்தில் அனைவரும் எனது எதிரிகளாகவே இருந்தனர். உன்னைத் தவிர அங்கு எவரும் விரும்பவில்லை. நாம் அங்கு இருந்தால், நம் காதல் உயிருடன் இருக்க முடியாதே.'

ஹீர்: 'ஆனால் அங்கு இரண்டு வேளை சாப்பாடு கிடைத்திருக்கும். தயிர்க் கோப்பையும், கீரைவகைகளும் கிடைத்திருக்கும். திறந்த சூழ்நிலை. நீர் ஒரு சாமியாரைப் போல வேடம் தரித்து என்னிடம் வருவீர். எனது இதயத்தின் ஒவ்வொரு மூலையிலும் பல வண்ண வண்ணாத்திப் பூச்சிகள் பறந்து செல்லும்.'

ரான்: 'இப்போது வயிற்றில் எலிகள் ஓடுகின்றன. *(சிரித்தவாறு)* உண்மையாகவே, ஹிரியே! 'லஸ்ஸி'யைச் சாப்பிட்டு எவ்வளவு காலமாகிலிட்டது. இங்கு வெண்ணெயும் சாப்பிடப்படுவதில்லை. ஒருவரைப் புகழுவதற்காக வெண்ணெய் தடவப்படுகிறது.'

ஹீர்: 'உங்கள் உடல் மெலிந்துவிட்டது.'

ரான்: 'நினைவிருக்கிறதா? நாம் இந்த நகரை அடைந்த முதல் நாள் 'லஸ்ஸி' சாப்பிட ஒரு கடைக்குச் சென்றோம்? எவ்வளவு

தயிர் போட்டு 'லஸ்ஸி' தயாரிப்பதென அவன் கேட்டான். 'உன்னிடமுள்ள தயிர் எல்லாம் போட்டுத் தயார் செய்' எனக் கூறினேன் நான்.'

ஹீர்: 'அதைக் கேட்டு அவன் மூர்ச்சையடைந்துவிட்டான்!'

(இருவரும் சிரிக்கிறார்கள்)

ஹீர்: 'இங்கு இருள் அதிகமாக இருக்கிறது ரான்சா!'

ரான்: 'பார்க்கிறேன். மின்விளக்கு இருக்கும் *(மின் பொத்தானை அழுத்துகிறான்)* இதோ, ஒளி பரவிவிட்டது.'

ஹீர்: 'இந்த மின் விளக்கும் ஒரு அற்புதமாகும் ரான்சே! பொத்தானை அழுத்த வேண்டியதுதான். உடனே விளக்கு எரிந்துவிடும். நமது அக் காலத்தில் மின்சாரம் இருக்கவில்லை.'

ரான்: 'ஆனால் அக் காலத்தில் பொத்தானை அழுத்த வேண்டிய அவசியம் இருக்கவில்லை. நாம் ஒரே வினாடியில் உனது பிரகாசமான முகத்தினால், நமது உள்ளங்களைப் பிரகாசப்படுத்துவோம். மேலும் அதற்கு வரியும் விதிக்கப் பட்டிருக்கவில்லை.'

ஹீர்: 'எனக்குப் பசி அதிகமாக இருக்கிறது.

ரான்: 'மூன்று நாட்களாக நானும் ஒன்றும் சாப்பிடவில்லை. ஹிரியே! இந்த இடைவிடாத மழையின் காரணமாகவே மூன்று நாட்களாக வெளியே செல்லவும் முடியவில்லை. கட்டிடங்களின் நிர்மாண வேலையும் நின்றிருக்கிறது. முன்பு செங்கல் சுமந்தால், கூலியாவது கிடைக்கும். இப்போது அந்த வேலையும் தடைபட்டு விட்டதே.'

ஹீர்: 'ஏழைகள் இந்த மழையில் எப்படி அவதிப்படுகிறார்களோ?'

ரான்: 'நம்மைப் போலவே மழையில் நனைவார்கள்: பசியால் வாடிக்கொண்டிருப்பார்கள்.'

ஹீர்: 'வறுமை, ஒரு சகிக்க முடியாத வேதனை.'

ரான்: 'ஆம். ஆனால் துணிவும் உறுதியும் கொண்டால் எல்லாவிதத் துன்பங்களையும் போக்க முடியும். ஆமாம். நான் உன்னைக் கேட்கவே மறந்துவிட்டேன். நீ அந்தத் திரைக் கம்பெனிக்குப்

போகவில்லையா?'

ஹீர்: "எந்தத் திரைக் கம்பெனிக்கு?"

ரான்: 'ஹீர்-ரான்சா எனும் திரை ஓவியம் தயாரிக்கும் திரைக்கம்பெனிக்கு-அதாவது, நம் காதல் கதையைச் சிருஷ்டிக்கப்போகும் திரைக் கம்பெனிக்கு.'

ஹீர்: 'போயிருந்தேன்.'

ரான்: 'டைரக்டரைச் சந்தித்தாயா?"

ஹீர்: 'ஆம்; கண்டேன்.'

ரான்: 'அப்புறம்?'

ஹீர்: 'அவனொரு வினோதப் பேர்வழியாக இருக்கிறான். அங்கு இருந்தவர்களோ அபூர்வமான மனிதர்களாக இருந்தார்கள். நான் உள்ளே சென்றதும், பால்காரன் எருமையைப் பார்ப்பதுபோல் நோக்கினார்கள். டைரக்டர் என்னிடம் கேட்டார்.'

(ஹீர் திரும்பிக் காட்சித் திரையை நோக்கிச் செல்ல, அத்திரை மேல்நோக்கிச் செல்கிறது. முன் சீட்டில் இருள் பரவ, பின்புற சீட் பிரகாசமடைகிறது. இது ஒரு திரைக் கம்பெனி அலுவலகமாகும். அங்கு ஆறேழு மனிதர்கள் தேநீர் அருந்திக்கொண்டிருக்கிறார்கள். தேநீர் கொண்டு வந்த சிறுவன், திலீப்குமாரைப் போலவே இருக்கிறான். மத்தியில் இருக்கும் மேஜையின் முன்பு ஒரு டைரக்டர் உட்கார்ந்து கொண்டிருக்கிறான். அவன் 'ஆவரா டைப் கால் சட்டையும், மஞ்சள் நிற 'டி சர்ட்'டும் அணிந்திருக்கிறான். 20 சதவீதம் டைரக்டராகவும், எண்பது சதவீதம் குஸ்தி நிபுணர் தாராசிங்கின் உதவியாளனாகவும் காட்சி தருகிறான். திரை விலகியதும் அவன் தேநீர் கொண்டு வந்த சிறுவனை நோக்கிச் சொல்லுகிறான்)

டைரக்டர்: *(சோஃபாவில் அமர்ந்திருந்த ஒரு வழுக்கைத் தலை ஆசாமியைப் பார்த்து)*, 'ஐயாவுக்கு ஒரு தேநீர் கொண்டு வா' *(மற்றொரு மனிதனை நோக்கி)* 'ஆமாம், மிஸ்டர் கடரர்கர்! இன்று 'பைனான்ஸுக்குப் போக வேண்டும். இன்று ஒண்ணரை லட்ச ரூபாய் தருவதாக வாக்குறுதி என்னமோ செய்திருக்கிறான். உம்மிடம் நான்கணா இருக்கிறதா? தேநீர்க்காரனுக்குக் கொடுத்து அனுப்புங்கள்.'

(கடரார்கர் ஒரு நாணயத்தை எடுத்து அச்சிறுவனிடம் தருகிறான். அச்சிறுவன் நாணயத்தைப் பார்த்துக் கூறுகிறான்)

சிறுவன்: 'இது *ஈய நாணயமுங்கோ!*'

டைரக்டர்: 'பரவாயில்லை-நாளைக்கு வாங்கிக்கொண்டு போ. ஆமாம் ஷர்மாஜி! அந்த 'நெகடிவ்'வுக்காக ஏற்பாடு செய்தீர்களோ?'

ஷர்மாஜி: 'அது நாளை முடிந்துவிடும். பச்சுபாய்சேட் போந்துபாயிடம் கூறிவிட்டால் வேலை முடிந்துவிடும்.'

டைரக்டர்: 'ஆனால் பச்சுபாய் ஏன் கூறப்போகிறார்?'

ஷர்மாஜி: 'அதற்கு ஒரு வழியும் தேடிவிட்டேன். அது இருக்கிறதே. நமது ஸைடு ஹீரோயின் மிஸ் மதர்பாலா.'

(எல்லோரும் சிரிக்கிறார்கள். இப்போது டைரக்டர் மேஜையின் முன்பு நிற்கும் ரான்சாவைப் பார்த்து விசாரிக்கிறான்)

டைரக்டர்: 'உனக்கு என்ன வேலை இருக்கிறது?'

ஹீர்: 'பாட்டாசு பிலிம் கம்பெனி அலுவலகம் இதுதானே?'

டைரக்டர்: 'ஆமாம்-இதேதான்.'

ஹீர்: 'நீங்களே ஹீர்-ரான்சா தயாரிக்கிறீரோ?'

டைரக்டர்: 'ஆமாம்.'

ஹீர்: 'நான் அப்படத்தில் நடிக்க வந்திருக்கிறேன்.'

டைரக்டர்: 'உனக்கு நடிக்கத் தெரியுமா? இதற்கு முன்பு எந்தப் படத்திலேனும் நடித்திருக்கிறாயா?'

ரான்சா: 'இல்லை.'

டைரக்டர்: 'உனக்கு நாட்டியமாடத் தெரியுமா?'

ரான்சா: 'இல்லை. ஆனால் நாட்டியம் தெரியவேண்டியதும் இல்லையே. ரான்சாவுக்கு நாட்டியம் தெரியாதே!?'

டைரக்டர்: 'உனக்கு எப்படித் தெரியும். அவளுக்கு நடனம் நன்றாகத் தெரியும். நமது படத்தில் அவள் நர்த்தனமாடுகிறாள். கதக், பரதநாட்டியம். மணிபுரி எல்லாம் ஆடுகிறாள். ரம்பாவும் சம்பாவும்தான்!'

ரான்: *'அக்காலத்தில் ரம்பா, சம்பா இருக்கவில்லையே?'*

டைரக்டர்: *'உனக்கு என்ன தெரியும்? நமது திரை எழுத்தாளன் அப்போது கழுதையா? அவன் பத்துப் புத்தகங்களை வாசித்து இக்கதையை எழுதியிருக்கிறான். நான் உன்னுடன் பேசி மூளையைக் குழப்ப விரும்பவில்லை. நீ இப்படத்தில் நடிக்க விரும்பினால், ஹீரின் அன்னையாக நடிக்க வாய்ப்புக் கிடைக்கும். உனக்குச் சம்மதமோ?"*

ரான்: *'ஹீரின் அன்னையாகவா? ஆனால் நான். நான் ஹீரின் அன்னையாகப் பாத்திரமேற்று நடிக்க முடியாது.'*

டைரக்டர்: *'ஏன்?'*

ரான்: *'நானே ரான்சா அல்லவோ.'*

டைரக்டர்: *'ஹீர், ஹா ஹா ஓ மகன் பாய்! கடரர்கர். பிலிமோரியா - மஹமூத்கான் - பாருங்கள். ஹீர் நமது திரைப்படத்தில் நடிக்க வந்திருக்கிறாள்! இவள் முகத்தைப் பாருங்கள். தோற்றத்தைக் கவனியுங்கள். இவள் அழகைக் காணுங்கள். ஹீராகத் தென்படுகிறாளா? ஹீர்...'*

(சிரிக்கிறான்)

ஹீர் : *'ஆமாம், ஐயா! நான் உண்மையில் ஹீர்! வாரிஸ்ஷாவின் ஹீர்! ஐந்து நதிகள் பாய்ந்தோடும் நாட்டின் ஹீர்! காதல், எழில் இவற்றின் அழகான கீதங்களின் நாயகி நான்தான்!'*

(டைரக்டர், அவனது சகாக்கள் ஆகியோரின் பரிகாச மான சிரிப்பொலிகள் கிளம்புகின்றன. ஹீரின் கண்கள் கலங்குகின்றன. அவள் மௌனமாகத் திரும்பி வருகிறாள். மேடையின் முதல் சீட்டை நோக்கி வருகிறாள். பின் 'சீட்'டின் ஒளிகள் அணைகின்றன. ஏழை ஹீர் முன் 'சீட்டை அடைந்ததும், காட்சித் திரையும் விழுகிறது. அவள் கண்ணீர் மல்கிய கண்களுடன் ரான்சாவைப் பார்க்கிறாள்!

ரான்: *(கண்கலங்க)* அவர்களால் உனது எழிலைக் காண முடியாது. ஹீரின் எழிலை ரான்சாவினால் மட்டும் காண முடியும். *(ஹீர் விம்முகிறாள். ரான்சா அவளை நெருங்கிச் செல்கிறான்)*

ரான்: *'அவர்கள் காதல் செய்யத் தெரியாதவர்கள். காதலை*

ஒரு படச் சுருளாகச் சுற்றி பஜாரில் விற்பவர்கள். இப்போது கண்களைத் துடைத்துக்கொள்.'

ஹீர்: 'உண்மையாக, ரான்சியா! எனக்குப் பசி மிகவும் அதிகமாக இருக்கிறது. இப்போது என்னால் சமாளிக்க முடியாது.'

ரான்: 'பார்க்கிறேன். இங்கு ஏதேனும் கிடைக்குமோ? ஆனால் இங்கு ஒன்றும் கிடைக்காதே. இங்கு காகிதங்களே இருக்கின்றன. யாரோ ஒரு ஏழை வழக்கறிஞன் போலத் தெரிகிறது.'

(காகிதங்களின் சப்தம் கேட்கிறது)

ரான்: 'கிடைத்துவிட்டது - கிடைத்துவிட்டது. சாப்பிட ஒரு பொருள் கிடைத்துவிட்டது.'

ஹீர்: 'என்ன அது?'

ரான்: 'இது டபுள் ரொட்டியாகும். இதை பம்பாய் மக்கள் 'பாவ்' என்கிறார்கள்.'

ஹீர்: 'எனக்குக் கொடுங்கள்.'

ரான்: 'சற்றுப் பொறு, ஹீரியே!'

ஹீர் : 'சீக்கிரமாகக் கொடுங்கள்' (கையை நீட்டுகிறாள்)

ரான்: 'சற்று அமைதிகொள் ஹீரியே, என்னைச் சிந்திக்க விடு. நாம் இங்கு மழையிலிருந்து தப்பவே வந்தோம் இல்லையா?"

ஹீர்: 'ஆம் இந்த ரொட்டி?' (அவள் ரொட்டியை வாங்க அமைதியற்ற நிலையில் முன்னே செல்ல, ஹீர் பின்னால் நகர்ந்து செல்கிறான்)

ரான்: 'சிறிது கேளேன்- உனக்குத் தெரியும்; இது எங்கள் வீடும் அல்ல.'

ஹீர் : 'ஆனால் இந்த ரொட்டியைச் சீக்கிரம் கொடுங்கள். மூன்று நாட்களாகப் பசி தாங்க முடியவில்லை.'

ரான்: 'ஆனால் இது திருட்டு ஆகும் ஹீரியே! நாம் இந்த ரொட்டியைச் சாப்பிடுவது குற்றமாகும்.'

ஹீர்: 'எனக்குப் பசி அதிகமாக இருக்கிறது ரான்சா!'

ரான்: 'எனது காதலின் ஆணை! இந்த ரொட்டியைச் சாப்பிடாதே.'

ஹீர் : 'இன்று ஆணையிட வேண்டாம் ரான்சியா! நாள் இந்த ரொட்டியைச் சாப்பிட வேண்டும். சீக்கிரமாகக் கொடுத்து விடுங்கள்.'

(ஹீர் முன்னே சென்று பாய்ந்து, ரொட்டியைப் பிடுங்கிக் கொள்கிறாள்)

ரான்: 'இல்லை. வேண்டாம் ஹீரியே! எதிரிலிருக்கும் சுவரில் நமது இருவரின் படம் காட்சியளிக்கிறது. யாரோ நல்ல மனிதன் போலத் தெரிகிறது. இந்தப் பசி, பிணி, வறுமை, வேலையில்லாத் திண்டாட்டம், சுயநலம் நிறைந்த காலத்திலும் அவன் நமது படத்தை வைத்திருக்கிறான். இந்த மனிதன் நமது காதலை எவ்வாறு போற்றுகிறான்! நாம் அவனது வீட்டில் திருடக்கூடாது. கொடு! அந்த ரொட்டியைக் கொடுத்துவிடு. இது முன்பு இருந்த இடத்திலேயே மேஜையில் வைத்து விடுகிறேன்.'

(ஹீர் ரொட்டியையும் சுவரிலிருக்கும் படத்தையும் மாறி மாறிப் பார்க்கிறாள். இறுதியில் ரொட்டியைத் தந்து விடுகிறாள். ரான்சா அதை மேஜையில் வைத்துவிடுகிறான். ஹீர் விம்முகிறாள்)

ரான்: 'அழ வேண்டாம் ஹீரியே! இந்த மழை நின்றுவிடும். எனக்கும் எங்கேனும் வேலை கிடைத்துவிடும். பிறகு நாமிருவரும் வயிறு நிறையச் சாப்பிடுவோம்.'

(வெளியிலிருந்து மழையும், புயலும் வீசும் சப்தம் கேட்கிறது. சன்னல் கதவுகள் படாரென்று மூடித் திறக்கின்றன)

ஹீர்: 'இந்த மழை பெய்வது நிற்காது. இந்தப் புயலும் அமைதி பெறாது. நாம் எப்போதும் பசியால் துடித்துக்கொண்டே இருப்போம்.'

ரான்: 'இல்லை! ஒரு நாள் இந்த மழை நின்றுவிடும். இந்தப் புயலும் அடங்கிவிடும். ஒரு நாள் இந்த மேகங்களும் கலைந்துவிடும். சூரிய வெளிச்சம் பூமியின் எல்லாக் கண்ணீரையும் உறிந்து கொள்ளும். அன்று எவரும் பசியால் துடிக்க மாட்டார்கள். எவரும் ரொட்டியைத் திருடமாட்டார்கள். அந்நாளில் எல்லா உணர்ச்சிகளும் எல்லா ஆர்வங்களும், எல்லா அன்புகளும் பூரணமாகிவிடும்.'

(ரான்சா மிகுந்த அன்போடு ஹீரைத் தனது தோளினால் ஆதரவு தருகிறான். இருவரும் வெளிக் கதவை நோக்கி வருகிறார்கள். இருளில் வெளிச்சம் வர ஆரம்பிக்கிறது. ஓர் ஒளிக்கிரணம் பால்கனியின் வழியே சுவரில் காட்சியளிக்கும் ஹீர் - ரான்சா படத்தைச் சுற்றியும் ஒரு வட்டமான பிரகாசத்தைத் தோற்றுவிக்கிறது.)

(திரை)

மலைக்கன்னி

அவன் உயரமாக வளர்ந்திருந்தான். ஆனால், அதற்கேற்ப பருமனில்லை - அவனைத் தளர்ந்த ஒல்லிய தேகமுள்ளவன் என்றும் கூறிவிட முடியாது: ஆனால் பலம் வாய்ந்தவனும் அல்ல - அவனது கால்கள் நீளமாக இருந்தன - கைவிரல்கள் நீண்டிருந்தன. தலையும் பெரிதாக இருந்தது. அவனது கன்னங்கள் தடிப்பாக இருந்தன. ஆனால் உதடுகள் பெண்களைப் போல மெல்லியதாகவும், உணர்ச்சி மிகுந்தவையாகவும் இருந்தன. கண்களில், துயரம் நிறைந்த கவிஞனைப் போன்ற பிரகாசம் இருந்தது. ஆனால் சிந்தனையில் மூழ்கும் சமயம் அவன் கண் புருவங்களை இணைத்துக்கொள்வான். அப்போது இனிமையும், எழிலும் நிறைய, கண்களில் ஒரு கூர்மையான, பயங்கரமான ஒளி தோன்றும். அவனது முகம் ஓர் அசைக்க முடியாத உறுதியை எடுத்துக் காட்டும்; அவனது உடலிலே மின்சக்தியைப் போன்ற வலிமை பரவ, அவன் ஓர் அசையாத மலையைப்போல் தனது இடத்தில் நிற்பான். அவனது நிறம் சற்றே வெண்மையாக இருந்தது. பற்கள் வெண்மையாகவும், இடைகளில் துவாரமின்றி வரிசையாகவும் அமைக்கப்பட்டிருந்தன. அவன் சிரிக்கும்போது அவனது முகம் இலந்தையின் வெண்மை நிறப் பூக்களின் காட்சியை ஞாபகப்படுத்தும்... வாடிய பூஞ்சோலையில் இளவேனிற் காலம் புன்னகை செய்வதுபோல வாழ்க்கை எழிலுடன் நறுமணங்களுடனும் தோற்றமளிக்கும். அவனது சிரிப்பிலே கவர்ச்சி நிறைந்திருந்தது.

அப்போது அவன் கையிலே ஒரு பலம் பொருந்திய தடி இருந்தது. அதை அவன் காற்றிலே வீசியவாறு, மெதுவாக மலைமீது ஏறிக்கொண்டிருந்தான். அபாய எல்லையைக் கடந்து விட்டதால் அவன் பயமின்றிக் கீதங்கள் இசைத்தவாறு, தடியை அசைத்துக்கொண்டு மேலே ஏறினான். வாழ்க்கை அழகு மிகுந்ததாகத் தோற்றமளித்தது. ஆகாயம் நீலநிறமாக இருந்தது. வெகு தூரத்திலே, மலைச் சாரலிலே வளர்ந்திருந்த காட்டு மரங்கள் வானத்தின் இரு திசைகளிலும் பரவி ஊஞ்சலாடிக் கொண்டிருந்தன அவனும் தனது சிந்தனையை உபயோகித்து, அந்த ஊஞ்சலில் அமர்ந்து விளையாடத் தொடங்கினான். அவனது மனோவேகம் உற்சாகம் பெற்றது. அவன் ஒரு 'பாரா சூட்'டைப் போல மலர்ந்தான். அவனது ஜீவசக்தி இன்பமுற்றது. அவனது நடைவேகம் அதிகரித்தது. அவன் இனிமையான கீதங்களை இசைத்தவாறு மேலேறினான். இதுவரை கதிரோனின் கிரணங்களினின்றும் தப்பிய அவன், இப்போது அவைகளை எதிர்த்துப் போராட வேண்டியிருந்தது, ஒரு திறந்தவெளிக்கு வந்து விட்டமையால்.

நான்கு திசைகளிலும் கடுமையான வெயில் பரவியிருந்தது. கண் இமைகள் மூடின. சிறிதுநேரம் நின்றுவிட்டான் அவன். சில நிமிடங்களில் கண்கள் வெப்பத்தை அனுபவிக்கத் தகுதி அடைந்தன. நான்கு திசைகளிலும் கண்ணோட்டம் செலுத்தினான். நடுப்பகலின் வாட்டத்திலே ஒவ்வொரு காட்சியும் ஆழ்ந்திருந்தது. அவன் அருகாமையிலேயே, பாதையின் புழுதியும், கருநிறப் பாறைகளின் மீதிருந்த நிலக்கரியிலிருந்து புகைபோல எழுந்த ஆவியும், தரைமட்டத்திற்கு மேல் ஆடி அசைந்து, சுருள் சுருளாக மேலே சென்று நடனமாடுவதுபோல் தோன்றியது. சற்று உயரத்திலே, மலையில், புதர்களிலிருந்து வெண்மையான மலர்கள் தங்களது இதழ்களைத் திறந்த வண்ணம், உதடுகளைத் திறந்தவாறு, வாயில்லாப் பிராணிகளைப் போல அலுப்படைந்து காணப்பட்டன. பாதை ஒரு திசையில் திரும்பி அங்கிருந்து கீழ்நோக்கிச் செல்லும் சந்திப்பிலே, ஒரு பழைய மரத்தின் அடிபாகம் மட்டும் நின்றுகொண்டிருந்தது. அதனைச்சுற்றி மண்ணாலும் கற்களாலும் செய்யப்பட்ட மேடை இருந்தது. அந்த மேடையைச் சுற்றி இங்கும் அங்கும் உலர்ந்த சாணிக் குப்பைகளும், எரிந்த விறகுகளும், சாம்பலும் இருந்தன. எங்கும் நிசப்தம் நிலவியிருந்தது.

வெயிலின் கடுமையைச் சகிக்க முடியாமல், வானமும் சோர்வுற்றுத் தரையை நோக்கி ஆபாசமாகச் சரிந்திருப்பது போலத் தோன்றியது. அவன் தனது தடியை உயர்த்தி ஆகாயத்திலே துவாரமிட நினைத்தான். அத்துவாரம் வழியே பாதரசம்போன்ற ரசம் பாய்ந்து கீழே சிந்த அதன் உஷ்ணத்தினால், உலகமே எரிந்து சாம்பலாகிவிடும் என எண்ணித் தனது கோலை உயர்த்தினான். ஆனால் வானம் திடீரென மேல்நோக்கிச் சென்றுவிட்டது. அவன் சிரித்தான் – எங்கும் நிசப்தமாக இருந்ததால் அவனுக்குத் தனது சிரிப்பும் வினோதமாக இருந்தது. கைக்குட்டையை எடுத்துத் தனது நெற்றியைத் துடைத்தான். அவனது உடல் முழுவதும் வியர்வையால் நனைந்துவிட்டது. அவன் வேகமாக நடந்து மரத்தினடியை அடைந்து கீழே இறங்கத் தொடங்கினான்.

அங்கு வெயில் சற்றுத் தணிவுற்றிருந்தது. புளிப்பான மாதுளஞ்செடி, கிளைகளிலே செந்நிறத் தீபங்களுடன் நின்று வரவேற்பளித்தது. அவன் மலர்ந்த பூக்களைக் கண்ணுற்று, புன்சிரிப்பு தவழ முன்னே சென்றான். சரிவுற்ற பாறைகள் மீது தானும் ஒரு பாறையைப்போல உருண்டு வேகமாகச் சென்றான். இறக்கத்திலே, மலைச்சரிவில் ஓடுவதில் ஒரு தனி இன்பம் பிறந்தது. சில சிறு பாறைகள் அவனது பாதங்களினின்றும் நழுவி கீழே உருண்டன. அவைகள் மலையினடியிலே பாய்ந்து ஓடும் நதிக்கரையை அடைந்தன. அவன், கீழே விழாதவாறு ஜாக்கிரதையுடன் சென்றான். ஓர் ஊஞ்சலை விட்டு இறங்கியது போன்ற உணர்ச்சி தோன்றியது. வாழ்க்கையின் கீதமும் மந்தமாயிற்று, மீண்டும் நடுப்பகல் பரவ ஒருவித மயக்கத்தைப் போன்ற உறக்கத்தின் திரையும் விழுந்தது. அத்திரையின் வழியே, உறங்கும் இயற்கையின் எழிலைக் கண்டு பருகினான்.

இவ்வாறு அழகிலே மூழ்கியவாறு கீழ்நோக்கிச் சென்றான். வழியிலே இன்னொரு திருப்பத்திலே, முன்பிருந்தது போல, ஒரு மரத்தைச் சுற்றிலும், கற்களாலும் மண்ணாலும் செய்யப்பட்ட மேடை இருந்தது. அதனைச் சுற்றிப் பசுக்களும், எருமைகளும், ஆடுகளும் இளைப்பாறுபவைபோல் உட்கார்ந்திருந்தன. சில நித்திரையிலாழ்ந்தும், சில பகலிலே பயமின்றி வாழ்க்கைக் கனவுகளிலே மூழ்கியும், இன்னுஞ் சில அசைபோட்டுக் கொண்டும் இருந்தன. மேடையின் மீது இடைச்சி ஆழ்ந்த

துயிலில் மூழ்கியிருந்தாள். வந்த விதேசி அவளை நெருங்கினான். ஒரு பாபமுமறியாத இடைச்சி தூங்கிக்கொண்டேயிருந்தாள். சுவாசம் நடைபெற்றுக் கொண்டேயிருந்தது. அவளது மூக்கும், மார்புகளும் அசைந்த வண்ணமே இருந்தன. மார்பின் சித்திர பீடம் அசைவிலே கவர்ச்சிகரமாகத் தென்பட்டது. அவன் சற்றுக் குனிந்தான். அசைபோட்டுக் கொண்டிருந்த பசு ஒன்றும் தோன்றாமல் ஆச்சரியத்துடன் நோக்கியது. ஒரு ஆடு தனது செவிகளை அசைத்துவிட்டு முகத்தைத் திருப்பிக்கொண்டது. ஒரு கன்று தனது தாயைத் தழுவி, அவளது கழுத்திலே தனது நாவைத் தடவியது.

விதேசி அவளைக் கூர்ந்து நோக்கினான். தனது சகோதரியைப் போலவே மூக்கும் முகமும் அமையப் பெற்றிருந்தாள் அவள். அவளைப் போலவே நெற்றியும் இருந்தது. அவன் தனது சகோதரியை நினைத்து வருந்தினான். கவலை ரேகைகள் தோன்றாத நெற்றியில் வியர்வைத் துளிகள் மின்னின. இலைகளைக் கொண்டு அவள் முகத்தின்மீது வெயில் படாதவாறு அலங்கரித்து, தனது கைக்குட்டையால் அவளது நெற்றியைத் துடைத்தான். ஆனால் அவளது நித்திரை கலையவில்லை. ஆழ்ந்த தூக்கத்திலிருந்தாள். மனதிலேயே அவளுக்கு நல்வாழ்த்துகள் கூறினான். அவன் தனது சகோதரியின் ஞாபகம் பெற்றான். தங்கை - தனது அன்னை -தனது பிதா-தனது வீடு - அதற்கு ஒரு தெரு - ஒரு கிராமம் - கிராமம் இருந்த தாய்நாடு - அவனுக்குச் சொந்தமான கீதங்கள், இன்னல்கள், இன்பங்கள் - ஒன்றன்பின் ஒன்றாக நினைவுக் கெட்டின. கவலைகள் நான்கு திசைகளிலும் புகை மண்டலம் போல அவனது தலையைச் சுற்றிலும் பரவின. புன்னகையுடன் தலையை ஆட்டினான். புகை மண்டலம் கலைந்துவிட்டது. வானம் மட்டும் இருந்தது. அதில் தனது சுதந்திரத்தின் பிரதிபலிப்பைக் கண்டான். போலீஸ், சிறைச்சாலை, எதிரிகளின் குண்டுகளிலிருந்து விடுபட்டு, அதனைத் தீங்கிழைக்க முடியாதெனச் சிரித்தது சுதந்திரம்!

திடீரென அவனது மனம் ஐயமுற அவன் சுற்றும் முற்றும், திகிலடைந்த பார்வையுடன் நோக்கினான். ஆனால் அங்கு யாருமில்லை என்றறிந்து நிம்மதி பெற்றான். இடைச்சி தூங்கிக் கொண்டிருந்தாள். இன்னும் மரங்கள். செடிகள், புதர்கள் அனைத்தும் மயக்கத்திலிருந்தன. எங்கும் ஒரே நிசப்தமாக இருந்தது.

விதேசி முன்னே சென்றான்.

சரிவின் இறுதி முனையை அடைந்து இளைப்பாற ஒரு பாறையைப் பிடித்துக்கொண்டு அதன் நிழலிலே நின்றான். இங்கு சரிவு தட்டைப் பரப்பிலே மாறியிருந்தது. அதனடியிலே நதி ஓர் அகலமான குளத்தின் வடிவத்தைத் தோற்றுவித்துப் பாய்ந்து ஓடிக் கொண்டிருந்தது. அந்த அந்தக் கூவத்தின் மேற்குக் கரையிலே இலைகள் குவித்தும் பரந்தும் கிடந்தன. அதன் வழியே குதித்து அக்கரையை அடைந்து விட முடியும். நதியின் இக்கரையிலே சரிவு முடிந்து, அக் கரையிலே மலைமேலேறிச் சென்றது. இதற்கிடையிலே அமைந்திருந்த இந்த அழகான நதியில் கிழக்குக் கரையிலே தண்ணீர் ஆழமாக இருந்தது, நீரும் கருநிறமாக இருந்தது. மேற்கிலே செல்லச் செல்ல ஆழம் குறைந்து காணப்பட்டது; நீரும் பச்சை நிறமாகவும், செல்லச் செல்ல கிளிப்பச்சையாகவும் பிறகு நீல நிறமாகவும் தோற்றமளித்தது. அதாவது காலையின் நிலவு கரைந்திருப்பது போல கரையிலே நீல நிறக் கற்களுடன் மோதுகையிலே நுரைகள் ஏற்பட, தண்ணீர் முணுமுணுப்பது போலத் தோன்றியது.

விதேசி. சில வினாடிகள் இயற்கையின் ரம்மியத்திலே மெய்மறந்து விட்டான். சுய உணர்வு பெற்றதும் அக் கரையை அடைய முன் நோக்கிச் சென்றான். ஆனால் நீர்மட்டத்திலிருந்து ஒரு தலையும் - அதைத் தொடர்ந்து ஒரு நெற்றியும் - ஒரு முகமும் - பிறகு ஒரு மார்பும், இரு கைகளும் வெளிப்பட்டன. பிறகு ஒரு முழு உடலே மீனைப் போல ஆடி அசைந்து நீராடிக்கொண்டிருப்பதைக் கண்டான். முதலில் அது, “நீர்க் கன்னிகை”யாக இருக்கலாம் என நினைத்தான். ஆனால் மறு வினாடியே கால்கள் அசைவதைக் கண்டு கன்னியல்ல, அவள் ஒரு மங்கை என்பதை உணர்ந்தாள். ஏனெனில் நீர்க் கன்னி’ இடுப்புவரை மங்கையாகவும், அதன் கீழ் பாகத்திலே மீனைப் போன்ற உடல் கொண்டவளாகவும் இருப்பாள் என்பது ஐதீகம்! பாதங்கள் வரையில் நங்கையாகவே தோற்றமளிக்கிறாள். என்னே சௌந்தர்யம்! எத்தகைய வெண்மை நிறம்! ஏப்ரலிலே அசைவுறும் மேகங்களைப் போன்ற அழகு - வர்ணிக்க முடியாதது.

அவனது உடல் சிலிர்த்தது. தென்றலின் அசைவால் மலர்கள் நிறைந்த கிளை குலுங்கி, ஒடிந்து நீரில் விழுந்து நீராடுவதைப்

போன்ற உணர்வு தோன்றியது. அவனும் சிந்தையிலே அவளுடன் நீராடினான். அப்பெண். முன்பென்றும், பின்னடைந்தும், தனது பொன்னிற உடலை அசைத்தும், மீனைப் போல மூழ்கியும், சேறு நிறைந்த தரையிலிருந்து, முத்துகள் எடுப்பது போலக் கைகளில் சுற்களை வாரி எடுத்து மேலே வந்து கண்களையும் கைப்பிடியையும் திறந்து விளையாடினாள்.

ஒரு பரிசுத்தமான காட்சியைக் காணுவது போல், அவன் பார்த்துக்கொண்டே நின்றான். இந்த மலைச்சரிவு, இந்த மரம், இந்த மலர்கள், இந்த நீல நிற நீர் - அதில் நீந்தும் பெண் - அனைத்தும் ஒரே சித்திரத்தின் பல வர்ணங்கள், பல்வேறு வர்ணங்களாக இருப்பினும் ஒன்றையொன்று இணைந்து, கலப்படைந்து, தோன்றியவைகள் எனச் சிந்தித்தான்.

அந்தப் பெண் குளித்துவிட்டு வெளியே வந்தாள். பாறையின் மறைவிலிருந்து அவளது உடலைப் பார்த்தான். அழகான மயிரிழைகள் தோள்கள்மீது விரிந்து கிடந்தன.

அவளது நெற்றியிலே காலை நேரத்தின் சௌந்தரியம் இருந்தது. ஓர் அன்னையின் அன்பு நிறைந்த மார்புகள். அவளது இடுப்பின் வளைவு... அந்தப் பெண் தயங்கி நின்று, சுற்றும் முற்றும் தனது பார்வையைச் செலுத்தினாள். பிறகு தனது அழகைக் கண்டு தானே வெட்கமுற்றாள். மீண்டும் நான்கு திசைகளையும் பார்த்தாள். தனக்கே உரித்தான கர்வம் மிகுந்த நடையிலே, தனது நீண்ட மயிரிழைகளைக் காற்றிலே பறக்கச் செய்து கண் இமைகள் சிமிட்டினாள். மார்பின் மலர்கள் மலர்ச்சி பெற்றன. விதேசியின் உணர்ச்சிக் கடல் பொங்கிற்று. அவனது சிந்தனையில் ஒரு மின்னல் மின்னிற்று.

அவள், அவன் மறைந்திருந்த பாறையை அடைந்து திரும்பி நின்றாள். பாறை உயரமாக இருந்ததால் இப்போது அவளது முதுகைத்தான் காண முடிந்தது. அவன் அவளது மயிரிழைகளைக் கண்டான். அவளது உடலும், அழகும், கூந்தலும் பூதக்கண்ணாடியின் வழியே காணுவதுபோல சமீபத்திலிருந்தன. அவளது உடலிலிருந்து வெளிப் பட்ட ஒரு தணிந்த வெப்பம், அவனது உடலிலும் பாய்ந்து சென்றது. அவளது அழகான தோள்களைத் தொடவேண்டு மென்ற ஆர்வத்துடன் அவன் கரங்களை நீட்டினான். இதைப் போன்ற சௌந்தரியம் வாழ்க்கையில் முதல் முறையாகக் காணும்

பாக்கியம் கிடைத்தது அவனுக்கு. அவனால் கண்களை நம்பவே முடியவில்லை.

தனது கரத்தை நீட்டினான். ஆனால் அதற்குள் அவள் குனிந்து உடையை அணிந்து கொண்டாள். பிறகு தனது கூந்தலை நகர்த்தி, இனிமையான குரலிலே, "எங்கு சென்று விட்டாய் மனிதனே, எங்கு சென்றாய்?' என கீதம் இசைக்கத் தொடங்கினாள்.

"மனிதனா! இதோ பாறையின் மறைவில், உனது அருகாமையில் நிற்கிறானே!" என எண்ணம் உதித்தது அவன் மனதில். உடனே அவன் அவள் முன் சென்று, மொழிந்தான்–

"கலைச் செல்வியே! இதோ நிற்கிறான்."

அவள் பாடுவதை நிறுத்திவிட்டு, சிரித்தாள். பிறகு வெட்கம் மேலிட, "நீங்கள் யார்?" என வினவினாள்.

"ஒவ்வொரு நங்கையின் வாலிபமும் எவனை நினைத்து உருக்கமாகப் பாடுகின்றதோ, அதே மனிதன் நான்!"

அவள் மறுமொழி ஏதும் கூறவில்லை. விதேசி அவளுடைய சட்டையைக் கண்ணுற்றான். அது கரு நிறமாக இருந்தது. பல இடங்களில் ஒட்டுகள் போடப்பட்டிருந்தன. அவளது கால்களின் மீது கண்ணோட்டம் செலுத்தினான். அவள் திகைப்புற்று முகத்தைத் திருப்பிக்கொண்டாள்.

"இப்போது ஏன் வெட்கப்படுகிறாய். வெகுநேரமாகத் தண்ணீரிலே ஆடையேயின்றி நீராடிக்கொண்டிருந்தாய். நான் கண்டேன்."

அவள் வெட்கத்துடன், "நீங்கள் மலைச்சரிவிலே இறங்கியதை நானும் பார்த்தேன்" என்றாள்.

அவன் திகைத்தான். சிறிது நேரம் தாமதித்து, "நீ கூச்சப்பட வில்லையா..." அவன் பிரமித்து விட்டவன்போலச் சொன்னான். "அதாவது உனக்குத் தெரிந்திருந்தும், ஓர் அந்நியன் உன்னை..."

அவள் குறுக்கிட்டாள், "தனிமையில் நீராட எனக்குப் பயமாக இருக்கிறது. இன்று எந்தத் தோழியும் வரவில்லை. மேலும் நீங்கள் பாறையின் மறைவிலிருந்தீர்கள்: என் முன்னிலையிலில்லை; நான் தனியாகவும் இருக்கவில்லை."

"பேஷ்," விடை பகர்ந்தான் அவன், "உனது அழகும் உனது

பேச்சுத் திறனைப் போட்டியிட்டு ஜெயிக்காது. வா போகலாம்."

பெண் அவனைச் சந்தேகப் பார்வையினால் நோக்கினாள்- "எங்கு போவது?"

அவன் கேட்டான். "நீ எங்கு போகிறாய்?"

"அக்கரையிலே, மேடு ஏறி இறங்கினால் எனது கிராமம் புர்ஹான்பூர் - காணப்படுகிறது."

"நாலும் புர்ஹான்பூருக்கே போகவேண்டும்."

"உறவினர்களிடம்?"

"இல்லை - 'இப்படியே' போகிறேன் காரணமின்றி?"

"இப்படியே என்றால்..."

"அதாவது இப்படியே"

அவள் மௌனமாகிவிட்டாள். "நீங்கள் போகலாம்; நான் சற்று நேரங் கழித்து வருவேன்" என்றாள் அவள்.

"ஏன்?"

"நீங்கள் ஒரு நல்ல மனிதராக எனக்குத் தோன்றவில்லை?"

"அதெப்படி?"

"இப்படியே காரணமின்றி வருபவர்கள் நல்லவர்களல்ல."

அவன் சிரித்தான். அச்சிரிப்பிலே ஒரு கவர்ச்சி இருந்தது. அப்பெண்ணும் அதைப் பெரிதும் விரும்பினாள். ஆயினும் அப்போது- "நான் உனது சிரிப்பை விரும்புகிறேன். உனது பலம் பெற்ற உடல் கவர்ச்சி மிகுந்தது. இவை எனது வாலிபத்திலே புரட்சியைத் தோற்றுவிக்கின்றன. எனது உள்ளம் விளக்கைப் போலச் சிலிர்க்கச் செய்கிறது" என்றெல்லாம் கூறவில்லை. தலை குனிந்தவாறு,

"நான் இப்படியே வந்து போகும் மனிதன் அல்ல, நான் யாத்ரீகனும் அல்லன். நான் ஒரு பரம ஏழை. வேலையைத் தேடிப் பிழைக்க எல்லையைத் தாண்டி, இங்கு வந்திருக்கிறேன்."

"உங்கள் நாட்டில் வேலையில்லையா? பொய் சொல்லுகிறீர்கள். எல்லையை அடுத்து இருக்கும் நாட்டிலே பெரிய பெரிய நகரங்கள்

இருக்கின்றன. பிரம்மாண்டமான மைதானங்கள் இருக்கின்றன. அங்கிருக்கும் கடல்கள் நமது நதியைவிடப் பண்மடங்கு பெரியவைகள், என்றெல்லாம் சொல்லுகிறார்கள். இல்லை. நீங்கள் பொய் சொல்லுகிறீர்கள். பொய் மிகவும் தவறானது."

"நான் உண்மையே கூறுகிறேன் எனக்கு வேலை கிடைக்கவில்லை. என்னிடத்தில் ஒன்றுமில்லை. இந்தச் சட்டையும் இந்த உடையும் இருக்கிறது. இன்னும் எனது கையில் ஒரு தடி இருக்கிறது, இதை நான் வரும் வழியிலே மரக்கிளையிலிருந்து செய்துகொண்டேன்" என்றான் அந்நியன்.

அவள் அத்தடியை வாங்கிப் பார்த்தாள் பிறகு சொன்னாள், "நமது ஊரிலிருக்கும் காசீம் செய்வது போல் நீங்களும் நல்ல கைத்தடிகள் செய்கிறீர்கள்."

"எனக்கு இன்னும் பல வேலைகள் தெரியும்" என்றான் விதேசி.

"உமக்கு என்ன தெரியும்? 'இப்படியே' வந்து செல்லும் வழிப் போக்கருக்கு" அவள் சிரித்தாள்.

அவன் புன்னகை பூத்தவாறு, "நான் பத்து வயது அடைந்தபோது ஏர் உழுது. பூமியைக் கொத்தி. விதைத்து, பயிர்களை நட்டு விவசாயம் செய்தேன். ஆடு மாடுகளை மேய்த்தேன். முள்ளம் பன்றிகள், நரிகள் வராதவாறு பாதுகாத்தேன். விளைச்சலை அறுத்தேன்... இரவுகளிலே 'பாரா' கொடுத்தேன்....." என்றான்.

"ஓ... நீர் அவ்வாறு செய்திருந்தால், இப்போதும் அவைகளைச் செய்ய முடியும். வாருங்கள் புர்ஹான்பூரில் உமக்கு ஏதாவது ஒரு வேலை கண்டிப்பாகக் கிடைத்துவிடும்."

இருவரும் பாறைகளில் குதித்த வண்ணம் அக்கரையை அடைந்து மேலேறினார்கள். அவள் மொழிந்தாள், "எனது பெயர் ரீஹானா- உங்களது பெயரென்ன?"

"விதேசி!"

"என்ன?"

விதேசி"

"ஹூம் - விதேசி ஒரு பெயரல்ல - ஏன். உங்களது தாய் தந்தையர் ஒரு பெயரே வைக்கவில்லையா?"

“நீ வைப்பதுதான் எனது பெயராக நிலைக்கும்!”

“நான் ஏன் பெயரிட விரும்புவேன் - உங்களுக்குப் பெயரை உங்கள் வாழ்க்கைத் துணைவியாக வருபவள் வைக்கட்டும்.”

“எனக்கு யாருமில்லை; நான் மணம் செய்து கொள்ளவில்லை, வாழ்நாட்கள் முழுமையும் மணம் செய்யும் எண்ணமுமில்லை.”

“உங்களைப் போல் சொல்லும் அநேகர் எனக்குத் தெரியும். அந்தக் காஸீமும் இப்படித்தான் சொல்வான்” என்றாள் அவள்.

“காஸீம் என்பது யார்?”

“ஊரிலிருக்கும் ஒரு வாலிபன்”

“நீ அவனைக் காதலிக்கிறாயா?”

அவள் தனது பாதரக்ஷையில்லாத வெறுங்காலினால் தரையை உதைத்தாள்.

“நீ கண்டிப்பாகக் காஸீமைக் காதலிக்கிறாய்.”

“இல்லை” அவள் கூவினாள்.

“கூக்குரலிடாதே” அவன் ஆறுதலளித்தான். “பிரசித்தம் செய்யாமலிருந்தால், காதல், கதையாக மாறிவிடுகிறது.”

“இல்லை, இல்லை. நான் அவனை இல்லை, அவனே என்னை...” அவள் மௌனமாகிவிட்டாள்.

“நல்லது, நீ அவனுடன் இல்லை, ஆனால் அவன் உன்னை- அவன் உன்னையென்றால் நீயும் அவனை...?”

அவள் வயிறு வெடிக்கச் சிரித்தாள் - “விதேசி! உண்மையில் நீங்கள் ஒரு வினோதமான மனிதர்தான். நான் உங்களை வினோதன் என்றே அழைப்பேன்.”

விதேசி கூறினான்: “வினோதன் மிக அற்புதமான பெயர். நான் வினோதன்; நீ ரெஹனா - அதோ முன்னால் உனது ஊர் காணப்படுகிறது.”

நான் யாரையும் வெறுக்கவில்லை

மலிக் சாஹெபைச் சந்தித்து வெகு நாட்களாகிவிட்டன. அவரை நான் கடைசி முறையாகச் சந்திந்த சமயம் ஒரு திரைப்படக் கம்பெனியைத் தோற்றுவிக்கும் முயற்சியிலே மும்முரமாக ஈடுபட்டிருந்தார். மூன்று மாதங்களாகிய பிறகும் அவரைக் காணும் வாய்ப்புக் கிடைக்கவில்லை. இன்று காலை சிற்றுண்டி உண்டு முடிந்ததும் திடீரென அவரது நினைவு வரவே தாதர் சென்று அவரைக் கண்டு அவரது முயற்சிகள் எந்நிலையில் வெற்றி பெற்றிருக்கின்றன என்றறிய வேண்டுமென்ற ஆர்வம் உதித்தது.

நான் தாதர் சென்று, அவரது வீட்டையடைந்த சமயம் அங்கு அவரில்லை. “அலுவலகம் போய் இருக்கிறார்” என்று மொழிந்தாள் அண்ணி.

“அலுவலகம் இருக்குமிடம் சொல்லுங்கள்” என வினவினேன் நான்.

“ஆபரா அவுஸ் சமீபத்தில், வலதுபுறத் தெருவிலே லால்ஜிபாய் மோல்ஹி பாய் தோகே வாலா கட்டடத்தின் முதல் மாடி.”

மலிக் சாஹெபின் குறிக்கோள் நிறைவேறிவிட்டது என்று மனம் எண்ணியது. காரியாலயத்திற்குச் சென்று நல்வாழ்த்துகள் தெரிவிக்க வேண்டும் என முடிவு செய்து நாற்காலியை விட்டு நான் எழுந்தேன்.

“தேநீர் அருந்திவிட்டுச் செல்லுங்கள்” என்றாள் அண்ணி.

“சர்க்கரை இருக்கிறதா?”

“சர்க்கரையா?” அண்ணிக்குக் கோபம் வந்து விட்டது.

“வீட்டில் சர்க்கரை எப்படி இருக்கும். ‘ரேஷனி’ல் அதுவும் மிகக் குறைந்த அளவில் கிடைக்கிறது என்று உங்களுக்குத் தெரியுமே. இங்கு தேநீர் பருக முடிவு செய்து வந்திருந்தால் கையுடன் சர்க்கரை கொண்டு வருவதுதானே.”

“மன்னிக்க வேண்டும். இனி முன்னேற்பாடாக நடந்துகொள்வேன்” என்று கூறிவிட்டு நகர்ந்தேன். அண்ணி கதவினருகில் நின்று கொண்டிருந்தாள். இறங்குகையில் நான் படிக்கட்டுகளில் கால் தவறி விழ அவள் பரபரப்படைந்த குரலிலே, “ஜாக்கிரதையாக இறங்குங்களேன். படிக்கட்டுகள் அபாய நிலையில் இருக்கின்றன. அவைகள் கவிழ்ந்து சிதறிவிட்டால் வீட்டுச் சொந்தக்காரன் புதுப்பித்துத் தர மாட்டான்” என்றாள்.

நான் ஒன்றும் பதில் கூறாமல், முழங்கால்களைத் தேய்த்த வண்ணம் பாதையை அடைந்தேன். இவ்விதச் செயல்களில் பேச்சை வளர்ப்பது நன்மை பயக்காது. அண்ணியும் எனது துணைவியும் ஒரே கொள்கையுடையவர்கள். விருந்தாளிகள் எவரேனும் வந்து விட்டால் எனது மனைவி அவர்களைப் புறக்கணித்துவிட்டு, தேநீர்க் கோப்பைகளையே கவனித்துக் கொண்டிருப்பாள் - கோப்பைகள் நழுவிக் கீழே விழுந்து உடைந்துவிடுமோ என்ற பயம். இந்தப் பயம் அவளை, விருந்தாளிகளுக்குத் தேநீர் அளித்து உபசரிக்கும் வழக்கத்தையே மறந்துவிடச் செய்தது.

குறிப்பிட்ட கட்டடத்தைக் கண்டுபிடித்து முதல் மாடிக்குச் சென்றதும், அங்கு திரைப்படக் கம்பெனிக்குப் பதிலாக ஒரு விளம்பரத் தகடு தொங்குவதைக் கண்டேன்!

தைலதாரம்

சகலவிதமான வியாதிகளையும் குணப்படுத்தும் வாசனை மிகுந்த தைலம். உத்தரவாதமுள்ளது. கண்டுபிடித்தவர்: டாக்டர் மலிக்.

இதனை வாசித்ததும் நான் அவசரமாக உள்ளே சென்றேன். ஒரு பெரிய மேசையின்மீது சாய்ந்தவாறே மலிக் சாஹெப், அதாவது

டாக்டர் மலிக் தூக்கத்திலாழ்ந்து இருப்பவர் போலத் தென்பட்டார். நான் அவரைத் தட்டி எழுப்பினேன். பரபரப்படைந்து விழிப்புற்று அவர் என்னைத் தழுவிக்கொண்டார்.

“நான் லட்சாதிபதியாகப் போகிறேன். என்னை வாழ்த்திடுவீர். நண்பரே” அவரது குரலில் ஆர்வம் தொனித்தது.

‘எங்ஙனம்?’

அவரது வறண்ட உதடுகளிலே புன்னகை தவழ்ந்தது. மலிக் சாஹெப் சாந்த சொரூபி. கைகளை வீசியும், விரல்களை அசைத்து நடனமாடச் செய்தும், உதடுகளைப் பல கோணங் களில் அசைத்தும் பேசும் வழக்கம் அவரிடமில்லை. தரையை நோக்கியவாறு கழுத்தை வளையச்செய்து, தோள்பட்டைகளை இறுக்கி மிகவும் தாழ்மையுடன் தனது மனைவியின் முன்னிலையில் பேசுவது போலப் பேசுவார். ஒரு கணவனின் போக்கையும். குணத்தையும் நிர்மாணிப்பதில் அவரது வாழ்க்கைத் துணைவியின் திறமை பயன்படுகிறது. மலிக் சாஹெப் என்னிடம், “நான் லட்சாதிபதியாகப் போகிறேன்” என்று மொழிந்தபோது, தாம் செய்த குற்றத்திற்கு மனைவியிடம் மன்னிப்பு கேட்கும் தோரணையில் அவரது குரலிலே ஒரு நடுக்கம் இருக்கவே செய்தது. நான் நிலைமையைச் சமாளித்தவாறு, “ஒரு திரைப்படக் கம்பெனியை ஆரம்பிக்கப் போவதாகச் சொன்னீர்கள். ஆனால் ‘தைலதார’ விற்பனையாளராக மாறிவிட்டீர்களே ஏன்?” என்றேன்.

“நண்ப! சற்றே கவனமாய்க் கேளும், இந்தக் கண்ணாடி அலமாரிகளில் நீர் காணும் சீசாக்களிலே நான் கண்டுபிடித்த எண்ணெய் இருக்கிறது. இந்த வாசனையுள்ள தைலம், எனது தற்காலத்தில் எனது பெரிய சாதனையாகும். எனது மனைவியைத் தவிர....” வாக்கியத்தைப் பூர்த்தி செய்யாமல் தொடர்ந்து இருமினார். பிறகு கூறியதாவது: “இதை நெற்றியில் தடவினால் தலைவலி பூரணமாகக் குணமடையும். நாசித் துவாரங்களில் விட்டால் சளி நீங்கும். காதுகளின் அழுக்கைச் சுத்தமாக்கும். தலையிலே தேய்த்தால் மயிரிழைகள் நீங்கும். இந்தத் தைலம் ‘மயிர்களை நீக்கவும், மயிர்களை வளரச்செய்யவும்’ பயன்படுகிறது.”

“அது எப்படி முடியும்?” எனக்கு ஆச்சரியம் தாங்க முடியவில்லை.

“கேளும். பகலிலே இதைத் தேய்த்தால் மயிர்கள் நீங்கும்.

இரவிலே தடவினால் மயிரிழைகள் வளரச் செய்யும். இதைத்தவிர, இது கருநிற மயிர்களை வெண்நிறமடையச் செய்யும். கருநிறமுள்ளவரை வெள்ளையர்களாக்கும். இது குடிக்கவும் பயன்படும். ஏனெனில் இதில் ஆமணக்கெண்ணெய் கலந்திருக்கிறது. ஆமணக்கெண்ணெய் மலச்சிக்கலை ஒழிக்கும் சக்தி வாய்ந்தது; குடலைச் சுத்தப்படுத்தக்கூடியது; அதாவது இந்தத் தைலம் சகலவிதமான வியாதிகளுக்கும் கைகண்டது. "இணையற்ற சாதனை" என்று மொழிந்தவாறு. அன்பு பொங்க என்னை மீண்டும் தழுவிக்கொண்டார்.

"இதுவரை எத்தனை லட்சம் சீசாக்கள் விற்பனையாயின?" இது எனது இரண்டாவது கேள்வி.

"மூன்று சீசாக்கள் - உமக்குத்தான் தெரியுமே! விளம்பரம் - மேலும் நாகரிகம் படைத்த காலத்திலே..." ஏதோ சொல்ல விரும்பினார் மலிக். ஆனால் மஹ்மூதின் வருகை அவரைத் தடைசெய்தது. மஹ்மூத் எங்கள் நண்பன். ஹுசேன் சேட் மாகேவாலாவின் துணிக்கடையிலே பணியாற்றி வந்தான். தனது ஓய்வு நேரங்களிலே திரைப்படக் கதைகளும் தீட்டினான். ஆனால் அக்கதைகள் இதுவரையில் கேட்பாரற்றுக் குவியலாகக் கிடந்தன. வழக்கத்திற்கு மாறாக அவன் முகத்திலே மகிழ்ச்சி பிரதிபலிப்பதை நாங்கள் கண்ணுற்றோம்.

"என்னருமை நண்பனே! மிகவும் குதூகலமுற்றுக் காணப்படுகிறாயே, வேலைக்குத் தலைமுழுகிவிட்டாயா?" என்று கேட்டேன் நான்.

"இல்லை. நண்பர்களே! நான் ஓர் அருமையான திட்டம். வகுத்திருக்கிறேன். அதை அமலில் கொண்டுவந்தால் நான் வேலையை விட்டு நீங்கிவிடவும் முடியும். நாம் மூவரும் லட்சாதிபதிகளும் ஆகலாம்" என்றான் உறுதியாக.

"ஆனால் எத்தனை நாட்களில்?" மலிக் சாஹெப் குறுக்கிட்டார், "ஒரு மனிதன் லட்சாதிபதி ஆவதற்கு எவ்வளவு காலம் பிடிக்கும் எனும் வினா முக்கியத்துவம் பெற்றது. உதாரணமாகத் தைலதாரத்தை எடுத்துக்கொள்வோம். மூன்று மாதங்களில் மூன்று சீசாக்கள் விற்றேன். விற்பனை வேகம் இதே நிலையில் இருந்தால் நான் லட்சாதிபதி ஆவதற்குக் குறைந்தது இரு நூற்றாண்டுகள் உயிருடன் இருக்க வேண்டும்.

“சந்தேகத்திற்கு இடமேது?” மஹ்மூத் தலையாட்டினான். “அத்துடன் வருடத்திற்கு ஐம்பதினாயிரம் நாட்கள் என்று ஏற்படுத்த வேண்டிவரும்.”

“நீர் கூறுவதில் தவறில்லை.” மலிக் சாஹெப் தனது தோள்களை இறுக்கியவாறு, தனது மூக்கைச் சற்று உயரச் செய்து ஆமோதித்தார்- “உமது திட்டப்படி லட்சாதிபதி ஆவதற்கு எவ்வளவு காலம் பிடிக்கும்?”

“ஓர் ஆண்டு.”

“ஓர் ஆண்டு வரையில் என்ன செய்வது எனும் பிரச்சினைக்குப் பரிகாரம் தேட வேண்டும் - இதே தைலதாரம் விற்பதோ?”

“சந்தேகம் ஏன்?” என்று கூறிய மஹ்மூத் தனது தவறை உணர்ந்தவாறு, “அங்ஙனமில்லை மலிக் சாஹெப்! எனது திட்டப்படி முதலில் நூற்றுக்கணக்கில்தான் வருமானம் இருக்கும். பிறகு அது ஆயிரக் கணக்கில் சென்று, லட்சக்கணக்காக மாற ஓர் ஆண்டு பிடிக்கும்,” என்றான்.

“உமது திட்டத்தை விவரித்துக் கூறும்.” மலிக் சாஹெப் அலுத்து விட்டவர் போலக் கூறினார்.

“சொல்லுகிறேன், மலிக் சாஹெப்! நீர் ஓர் இலக்கிய மேதை. ஆனால் காலத்தின் சதி உங்களைத் தைல வியாபாரியாக்கிவிட்டது. நானும் துணி அளக்க முற்பட்டேன். நாம் இருவரும் இலக்கிய ஞானம் உள்ளவர்கள் என்பதில் ஐயமில்லை. இதோ நமது நண்பன் (என்னைச் சுட்டிக்காட்டி) ஒரு பெரிய கவிஞனாகத் திகழுகிறான் - ஆம்: மறந்தே விட்டேன். மிஸ்டர் நாதிம்! நேற்றுக் கவி அரங்கேற்ற விழாவிலே என்ன கிடைத்தது?”

“போகவர மூன்றாம் வகுப்புக் கட்டணமும், பத்து ரூபாய் ரொக்கமும் - சோடா, லெமன் முதலியவைகள் இலவசம்.”

“அதிர்ஷ்டசாலி” என்றார் மலிக் சாஹெப்.

“சந்தேகம் ஏன்?” மஹ்மூதின் கண்கள் எனது மணி பர்சைத் தேடின.

“உமது திட்டத்தைச் சீக்கிரமாக விவரியும்.” மலிக் சாஹெப் பொறுமையை இழந்துவிட்டார்.

மஹ்மூத் தனது பேச்சைத் தொடருமுன், எங்கள் மூவரின் நான்காவது நண்பனான குர்தாரி உள்ளே நுழைந்தான். அப்பொழுது அவன் ஒரு பகைவனைப்போல ஆவேசம் கொண்டுள்ளவனாகத் தென்பட்டான். அவனது சட்டை அழுக்கு நிறைந்திருந்தது. கழுத்து நரம்புகள் வெளிப்படையாகத் தெரிந்தன. நெற்றியில் படர்ந்திருந்த ரேகைகள் தெளிவாகத் தெரிந்தன. அவனது கோபத்தையும் ஆவேசத்தையும் பொருட்படுத்தாமல் அவனையும் எங்கள் திட்டத்திலே சேர்த்துக்கொண்டோம்.

மஹ்மூதின் திட்டம் வெகு சுலபமாக இருந்தது. லட்சாதிபதி ஆவது மிகவும் எளிதான காரியம் என்பதை நாங்கள் புரிந்து கொண்டோம்.

நாம் ஒவ்வொருவரும் ஒரு திரைக் கதையைத் தீட்டி, நால்வரும் சேர்ந்து அவைகளை விற்க முயலவேண்டும். வருமானத்தைச் சம பாகங்களாகப் பிரித்து எடுத்துக்கொள்ள வேண்டும். இது ஒரு "கதை சிண்டிகேட்"டாக விளங்கும். படத் தயாரிப்பாளர்களுக்குத் தேவையான ஒவ்வொரு 'முறை' கொண்ட கதையை நாம் வரைய வேண்டும். கதாநாயகன் கதாநாயகியை அப்புறப்படுத்திச் செல்லும் கதைகளும், கதாநாயகி கதாநாயகனைக் கவர்ந்து செல்லும் கதைகளும், வில்லனே இருவரையும் சம்மதிக்கச் செய்து மூவரும் ஓடிவிடும் கதைகளும் - அதாவது விதவிதமான முறைகள் கொண்ட கதைகளைச் சிருஷ்டிக்க வேண்டும். இதுவே திட்டத்தின் சாரம். "இதுவும் தைல தார முறையைப் பின்பற்றும் வாய்பாடு" என்றேன் நான்.

"சந்தேகமில்லை!" என்று ஆமோதித்தான் மஹ்மூத்.

குர்தாரி மேஜையை ஓங்கி அடித்துத் தனது பேச்சைத் தொடங்கினான்: "மஹ்மூத்! நீர் எப்போதும் பாடும் 'சந்தேகம் ஏன்?' எனும் பல்லவியை இன்றுடன் தலைமுழுக வேண்டும். எனக்கு அதைக் கேட்கக் கோபம் பொங்கிக் கொண்டு வருகிறது. இப்போது நாம் ஒன்றுபட்டு, ஒத்துழைத்துக் காரியத்தில் இறங்குவதுதான் பாக்கி. இன்றைய உலகிலே, நாம் ஒரு 'குரூப்'பை ஆரம்பிக்காவிட்டால் யாரும் நம்மைக் கௌரவிக்கமாட்டார்கள். நாம் முன்னேறவும் முடியாது. அப்பாஸைப் பாருங்கள். ஒரு 'குரூப்' பைத் தோற்றுவித்து இன்று லட்சக்கணக்கிலே சம்பாதிக்கிறான். ஏன்? அவனிடம் பக்க பலம் இருக்கிறது. அப்பாஸ் எத்துறையில்

நம்மைவிட மேம்பட்டவன்? மிஸ்டர் மஹ்மூத்! நீர் மலிக்! நீர் நாதிம்! நான் குர்தாரி-பதில் சொல்லுங்கள். நாதிம் ஓர் இணையற்ற, தலைசிறந்த கவிஞர். ஆனால் அவரை யார் கேட்கிறார்கள்? யார் கௌரவிக்கிறார்கள்? உலகிலே, அதுவும் நவீன காலத்திலே, ‘குரூப்’பை நிர்மாணித்து வேலை தொடங்கவேண்டும். அந்த அப்பாஸ், ஒரு கழுதை... சரி நான் அவனை ஒரு கை பார்த்து விடுகிறேன். அவனை உணர்ந்துகொள்ளச் செய்கிறேன். மஹ்மூத், உம்மை எதிர் குரூப்பின் தலைவனாக்குகிறேன். உலகம் அதைக் காணும். அப்பாஸ் துடிதுடிப்பான். ஆவேசம் பொங்க நான் தலைநிமிர்ந்து நிற்பேன். அப்பாஸ் எனது காலடியிலே விழுந்து மன்றாடுவான்; கண்களில் கண்ணீர் பெருகக் கதறுவான்! நான் அவனை மன்னிக்க மாட்டேன். நான் அவனை இழிவுபடுத்துவேன். நான் அவனை...”

“ஆனால் அப்பாஸ் உமக்கு யாது தீங்கு விளைவித்தான்?” என வினவினான் மஹ்மூத்.

“உமக்குப் புரியாது.” குர்தாரியின் குரலிலே ஆவேசமும் ஆத்திரமும் காணப்பட்டன. “அவனது பெயரை எடுக்காதீர்.”

“யாரும் அவரைப் பற்றிப் பிரஸ்தாபிக்கவே இல்லையே. நீர்தான் கேவலமாகப் பேசுகிறீர்கள். அப்பாஸ் எனது ஆப்த நண்பனாக இருந்தும் நான் அனைத்தும் அமைதியுடன் செவியுறுகிறேன்” என்று கூறினேன் நான்.

மலிக் சாஹெப் பேச்சின் போக்கை மாற்றித் தொகுக்கப்பட்ட திட்டத்தின் முக்கிய பிரிவுகளைத் தேர்ந்தெடுத்து விவாதித்தார். இறுதியில் திரைக்கதைகளுடன் தைலதாரமும் விற்கப்பட வேண்டும்; எனக்கு அழைப்பு வரும் கவியரங்கேற்ற விழாக்களுக்கு. இதர மூவருக்கும் அழைப்பிதழ்கள் கிடைக்க நான் முயல வேண்டும்; மேலும் மூவருக்கும் நானே கவிதைகள் தீட்டித் தரவேண்டுமெனத் தீர்மானமாயிற்று. மஹ்மூத் தொடர்ந்து துணிக் கடையிலே பணியாற்ற வேண்டும். ஆறு மாதங்களாக வேலை தேடும் படலத்தில் இறங்கியிருந்த குர்தாரி, தொடர்ந்து வேலை தேடிக்கொண்டு அலைய வேண்டும் என்று முடிவு செய்யப் பட்டது. இதற்குள் பகல் இரண்டரை மணி அடித்துவிட்டது. மஹ்மூதும், குர்தாரியும் சென்றுவிட்டால் மலிக் சாஹெபை ஓட்டலுக்கு அழைத்துச்செல்லவேண்டுமென நான் காத்துக்

கொண்டிருந்தேன். ஆனால் பேச்சு முடிவு பெறாமல் தொடர்ந்து நடைபெற்றது. குர்தாரியின் உதடுகள் உலர்ந்துகொண்டிருந்தன. மஹ்மூத் விளையாட்டுப் பொம்மையைப்போல "சந்தேகம் ஏன்?" என்று தலையாட்டிச் சொல்லிக்கொண்டிருந்தான். மலிக் சாஹெபின் தோள்கள் இறுகிக்கொண்டிருந்தன.

மணி மூன்றரை அடித்துவிட்டது. நான். "இன்று திட்டங்களை வகுப்பதிலே முனைந்து சாப்பிடவே மறந்துவிட்டோம். வாருங்கள். ஓட்டலுக்குச் செல்லுவோம்" என்று மொழிந்ததும், மஹ்மூதும் குர்தாரியும் தனது ஆசனங்களை விட்டு எழுந்தனர். ஆனால் மலிக் சாஹெப், "மிஸ்டர் நாதிம்! மன்னிக்க வேண்டும், எனக்குப் பசி சிறிதும் இல்லை!" என்றார்.

"ஆனால் மலிக் சாஹெப்! நாதிமின் அழைப்பை நிராகரிக்க முடியாது. எனக்கும் உண்மையில் பசியில்லை" என்றான் மஹ்மூத்.

"நான் சாப்பாடு முடித்துவிட்டு வந்தேன்." இது குர்தாரியின் குரல்.

"பரவாயில்லை. வாருங்கள் சிறிதளவு சாப்பிடுவோம்."

"இல்லை." குர்தாரி கோபமாகப் பதிலளித்தான். "நான் சாப்பிட்டு விட்டேன்..."

நான் அவனது கைகளைப் பிடித்து இழுத்துக்கொண்டு சென்றேன். முதலில் ஒரு நடுத்தர உணவு விடுதிக்குப் போகத் திட்டமிட்டிருந்த நான், இருவருக்குப் பதிலாக நால்வர் இருந்ததால், எனது யோசனையை மாற்றிக்கொண்டேன். எண்ணெயால் தயாரித்த பூரியும், உருளைக்கிழங்கு வருவலும், குழாய் நீரும் சேர்த்துத் தலைக்கு ஆறணா வாங்கும் மலிவான ஓட்டலில் நுழைந்தோம். இன்று மலிக் சாஹெப்பிற்குப் பசி இல்லாமல் இருந்ததால் அவர் பத்துப் பூரிகள் சாப்பிட்டார். மஹ்மூத் பன்னிரண்டும், நான் பதினைந்து பூரிகளுமாகச் சாப்பிட்டோம். குர்தாரி போஜனம் முடிந்து வந்த காரணத்தால் அவனுக்கு இருபத்தைந்து பூரிகள் வரவழைக்கப்பட்டன. அத்துடன் இரண்டு பெரிய தயிர் வடை பிளேட்டுகளுக்கும் ஆர்டர் கொடுக்கப்பட்டது. ஒரு வகையாகச் சாப்பிட்டு, வெளியே வந்தோம். எனது மணிபர்சின் கனம் குறைந்து, ஐந்து அணுக்கள் மிஞ்சின. உடனே மஹ்மூதிற்கு ஓர் அவசரமான காரியம் ஞாபகத்திற்கு எட்டியது. மலிக் சாஹெப் தைல தாரப்

புட்டியின் ஆர்டர் இருப்பதாகக் கூறினார். அவர்கள் இருவரும் நம்மிரு லட்சாதிபதிகளையும் நடைபாதையில் விட்டு விடை பெற்றுச் சென்றார்கள்.

அவர்கள் சென்றதும், "மூன்று நாட்களுக்குப் பிறகு இப்பொழுதுதான் சாப்பிட்டேன். உமக்குத் தெரியுமா" என்றார் குர்தாரி. நான் ஒன்றும் பதிலளிக்கவில்லை. "காபி அருந்துவீரா?" என்று கேட்டேன். "தாமதமேன்?" என்று பதில் கிடைத்தது.

"முன்னால் இருக்கும் சிற்றுண்டிச் சாலைக்குச் செல்வோம். வாரீர்! அதன் முதலாளி ஈரானி எனக்கு அறிமுகமானவன்."

நாங்கள் இருவரும் அங்குச் சென்றோம். குர்தாரி சேறும் புழுதியும் படிந்த செருப்புகளைக் கழுவினான். முகத்தைச் சுத்தப்படுத்தி, தனது தலைமயிர்களை வாரிக்கொண்டு எனது அருகில் வந்தமர்ந்தான். காபி...

குர்தாரி கோப்பையை எடுத்தான். காபியின் இனிமையான வாசனையும், புகையும் சுருள் சுருளாக மேலே எழுந்து சிதைவுற்று மறைய மறையக் குர்தாரியின் முகம் பிரகாசமடைந்தது. நெற்றியின் கோடுகள் மறைய ஆரம்பித்தன. நரம்புகள் வலுவடைந்தன. அவனது கண் பாவைகள், ஓர் இனிமையான கனவு காண்பதில் ஈடுபட்டன.

"இப்போது கூறும். நீர் அப்பாஸை வெறுக்கக் காரணமென்ன?" என்று வினவினேன்.

"வெறுப்பு?" குர்தாரி மெதுவாக, அமைதியான குரலிலே பதிலளித்தான் - "இல்லை-நான் அப்பாஸை வெறுக்கவில்லை - நான் யாரையும் வெறுக்கவில்லை - இன்று எனக்குப் பசியில்லை!"

குர்தாரியின் சஞ்சலமற்ற பிரகாசமான முகத்தைக் கண்டு, தென்றல் கிழக்கிலிருந்து வீசுகிறது: நறுமணம் நான்கு திசைகளிலும் பரவுகிறது:- வறண்ட நிலங்களிலே கோதுமைப் பயிர்கள் லட்சக்கணக்கிலே முளைத்திருப்பதைப் போல எனக்கு உணர்ச்சி ஏற்பட்டது.

அணைந்த சுவாலை

என்னருமை எஜமானரே!

நான் இப்பொழுதுதான் ‘வர்லிசால் எண். 17’ல் பந்துவைக் கொலை செய்துவிட்டுத் திரும்பினேன். தங்கள் மில்லின் - தொழிற்சாலையின் - மூன்றாவது மாடியில் இருக்கும் நிர்வாக அதிகாரியின் அறையில் உட்கார்ந்தவாறு தங்கட்கு இந்த மடல் வரைவதில் முனைந்திருக்கிறேன். இங்கு நிசப்தம் நிலவுகிறது. நிர்வாக அதிகாரியும் இல்லை. காவல் காப்போரைத் தவிர அந்நிய மனிதன் எவனுமில்லை. நான் வீற்றிருந்த இடத்தை விட்டெழுந்து ஜன்னலைத் திறந்து வெளியே பஜாரிலே பார்வை செலுத்துகிறேன். ஆனால் சாலையிலும் எவருமில்லை. தொழிற்சாலை கடைகளும் மூடப்பட்டிருக்கின்றன. நான்கு புறங்களிலும் அமைதி பரவி யுள்ளது. ‘வர்லி சால் எண் 17’ல் பந்துவின் சடலம் கேட்பாரற்றுக் கிடக்கிறது. என் கைகள் அவன் ரத்தத்திலே தோய்ந்திருக்கின்றன. அவனது சடலமோ வெகு தூரத்தில் இருக்கிறது.

இப்பொழுது பந்துவைக் கொலை செய்வது கடினமாகவும் கஷ்டமாகவும் இருந்தது. இதைப்போன்ற கஷ்டம் சாவந்தைக் கொலை செய்தபோது தோன்றவில்லை. வருங்காலத்தின்

இன்னல்களைத் தங்களுக்கு உணர்த்தவே இந்த அஞ்சல் தீட்டுகிறேன். சாவந்தைக் கொலை செய்த சமயம் என் கூட்டத்திலே அறுபதுபேர் எனது சகாக்களாக ஒத்துழைத்தனர். அவர்கள் பாட்டாளி மக்கள் வாழும் இடங்களிலும், தொழிற்சாலையின் ஒவ்வொரு இலாகாவிலும் பரப்பப்பட்டிருந்தார்கள். தங்களுக்கு நன்றாக ஞாபகம் இருக்கலாம். காந்தியை வெள்ளையர் சிறையிலடைத்த சமயம், தொழிற்சாலையின் பாட்டாளி மக்களும், வேலை நிறுத்தமும் மறியலும் அனுஷ்டித்தனர். அப்பொழுது நீங்கள் அவர்கள் மீது சினங்கொண்டு சீறி விழுந்தீர்கள். அச்சமயம் நீங்கள் காங்கிரஸில் சேர்ந்திருக்கவில்லை. உங்கள் தலையின்மீது 'கதர் குல்லாய்' காட்சியளிக்கவில்லை. நீங்கள் வெறுப்பும் அதிருப்தியும் அடைந்து, பாட்டாளிகளைக் கிளர்ச்சி செய்யத் தூண்டிவிட்டு அவர்களை நடத்திச் செல்வோரின் பட்டியலைத் தயாரிக்குமாறு மொழிய, நான் இரண்டே நாட்களில் பட்டியலைத் தயாரித்துத் தங்களிடம் சமர்ப்பித்தேன். ஆனால் அப்பொழுது ஒன்றுமே கூறாமல் மௌனம் சாதித்தீர்கள். அதற்கு ஆறு மாதங்களுக்குப் பிறகு தானிய வகைகளின் விலையேற்றம் காரணமாக அதிக சம்பளம் கொடுக்குமாறு தொழிலாளர்கள் வேலை நிறுத்தம் செய்ததும் நீங்கள் சாவந்தைக் கொலை செய்யுமாறு உத்தரவு அளித்தீர்கள். அவன் பெயர்தான் என் பட்டியல் தலைப்பிலும் எழுதப்பட்டிருந்தது. நீங்கள் பல பணிகளில் ஈடுபட்டு அவகாசமின்றியிருப்பினும் இந்தப் பட்டியல்களை மறந்து விடாமல் எங்ஙனம் ஞாபகத்தில் வைத்துக் கொள்கிறீர்களோ நானறியேன். அப்பட்டியல் இன்றும் தங்களிடம் இருக்கிறது. ஆனால் அதிலிருந்த பல பெயர்கள் நீக்கப்பட்டுவிட்டன. அதில் சேர்க்கப்பட்டிருந்த சாவந்த், அம்ஜத் கூர்தயால், ரங்காச்சாரி, ரகீபு, டீகாஸ்டா, முதலியோர் இப்போது இவ்வுலகில் இல்லை. அந்தகாரம் சூழ்ந்த இரவிலோ ஒரு வீதியின் திருப்பத்திலோ அல்லது ஒரு குடிசையின் மூலையிலோ, ஒரு கத்தி மின்னும். அது உடனே ஒரு மனிதனின் முதுகில் பாய்ந்துவிடும். தங்கள் பட்டியல் என் கரங்கள் - தொழிலாளரின் உயிர்கள்!

சென்ற பதினைந்தாண்டுகளாக நானும் என் கூட்டத்தாரும் தங்கள் பணியைத் திறம்படச் செய்து வருகிறோம்.

தங்கள் கட்டளைகளை நிறைவேற்றி இருக்கிறோம். அதற்கு இந்த ஆறேழு கொலைகள் மட்டும் ஆதாரமன்று. உங்களுக்காகப் பல

வேலைநிறுத்தப் போராட்டங்களை வெற்றிபெறா வண்ணம் முறியடித்து இருக்கிறோம். உரிமைக் குரல்களை நசுக்கியிருக்கிறோம். அதன் பயனாகத் தங்கள் செல்வம் வளர, பெருகியிருக்கும் பல புதிய தொழிற்சாலைகள் ஞாபகார்த்தமாகத் தோற்றமளிக்கின்றன. நீங்கள் என்னிடம் ஒன்றும் கூறவில்லை யெனினும், தொழிற்சாலைக்கு வெளியில் இருக்கும் பஜாரே தங்களுக்குச் சொந்தமென்பதும், மாதுங்காவில் நிறுவியிருக்கும் புதிய அரிசி மில்லுக்கும் தாங்களே பூரண உரிமையாளரென்பதும் எனக்குத் தெரியும். மேலும் அகமதாபாத்திலிருக்கும் 'ஐஷன் விவிங் மில்'ஸில் எழுபது சதவீதத்திற்கு மேற்பட்ட பங்குகள் தங்களுடையதே. கடந்த பதினைந்தாண்டுகளாகத் தொழிற்சாலைக் கணக்கிலே 'நஷ்டம்' என்றே காட்டியிருக்கிறீர்கள். தொழிலாளர்களின் கிளர்ச்சிகளையும், உரிமைக் குரல்களையும் எங்கனமேனும் நசுக்கி, அவர்களுக்குச் சலுகைகள் காட்ட மறுத்து விட்டீர்கள். ஆனால் எவருமறியாதவாறு பல தொழிற் சாலைகளை நிறுவியிருக்கிறீர்கள். மாளிகைகள் நிர்மாணிக்கப்பட்டுள்ளன; அநேக கட்டடங்களைச் சொந்தமாக்கிக் கொண்டீர்கள். அன்பு நிறை முதலாளி அவர்களே! இன்று நீங்கள் ஒரு புதிய மனிதராகத் திகழுகிறீர்கள். நேற்றுத் தொழில் மந்திரி, நீங்கள் தலைமை வகித்த, 'தி கிரேட் மெர்கண்டைல் அசோசியேஷன்' சார்பில் நடந்த கூட்டமொன்றில், சொற்பெருக்காற்றுகையில் தங்களை வெகுவாகப் புகழ்ந்து, தாங்கள் ஆற்றிய பணிகளாலும், இடைவிடாத உழைப்பாலும், விசாலமான அறிவின் காரணமாகவும் சீரும் சிறப்பும் செல்வமும் பெற்றிருப்பதாகக் குறிப்பிட்டார். மக்கள் அனைவரும் மகிழ்வுற்றுக் கைகளைத் தட்டினார்கள்.

மதிப்பிற்குரிய எஜமானரே! உண்மையிலே தொழில் மத்திரியார், உங்களது முன்னேற்றத்திற்காகவும், செல்வப் பெருக்கை உத்தேசித்தும் எத்தனை தொழிலாளர்கள் கொலையுண்டனர்; எத்தனை போராட்டங்கள் முறியடிக்கப்பட்டன. என்பனவற்றை அறியாரோ? கடந்த பதினைந்து ஆண்டுகளில் கணக்கிலா பசிகள் வெவ்வேறு பொட்டலங்களாகக் கட்டி உங்கள் இரும்புப் பெட்டிகளில் வைத்துப் பூட்டப்பட்ட விஷயம் அவருக்குத் தெரியாதோ? அன்பு மிக்கீர்! நீங்கள் சுத்தியை என் கரங்களில் மின்னச் செய்வதுபோல் அவர் நாவிலும் உமது நாவை வைத்து விட்டீர்களா? உண்மை யாதோ? ஒன்றும் மறைக்காமல் பகருங்கள். திரை எதற்கு?

நான் மாறிவிட்டேன், அல்லது எனது நடத்தையிலோ குணத்திலோ மாறுபாடு தோன்றிவருவதாக நீங்கள் நினைத்தால் அந்த எண்ணத்தை உடனே அகற்றிவிடுங்கள். அருமை எஜமானரே! நான் அதே பழைய அடிமை என்பதை உறுதியுடன் நம்புங்கள். நீங்கள் தாதரிலிருக்கும் சூதாட்ட அறையிலிருந்து போலீசாரிடமிருந்து விடுவித்துக்கொண்டு வந்து புது வாழ்வு அளித்த அதே அடிமைதான் யான். நீங்கள் அப்போது என்னைக் காப்பாற்றாமல் இருந்திருப்பின், அந்தச் செல்வம் கொழித்த கிழவனைக் கொலைசெய்த குற்றத்திற்காகப் போலீசார் என்னைக் கைது செய்து, சிறையிலடைத்து இதுவரை தூக்குத் தண்டனை பெறச் செய்திருப்பார்கள். ஆனால் நீங்கள் என்னைக் காப்பாற்றி விட்டீர்கள். நான் அந்த நன்றியை என்றும் மறவேன். நீங்கள் இன்று. ‘முப்திலால் சோலை’ மாளிகையில் வசிக்கிறீர்கள். நானோ அந்தப் பழைய இருள் நிறைந்த - காற்றோட்டமில்லாத அறையியே வாழ்கிறேன். உங்களிடம் செல்வம் குவிந்திருப்பதும் உண்மை. நான் இன்றும் அதே சம்பளம் பெறுவதும் பொய்யல்ல. ஆனால் நான் தங்களிடம் முறையாடவில்லை. குறைகூறவில்லை. நான் வயிறாரப் புசிக்கிறேன். என்னால் விலையுயர்ந்த ஆடைகளும் அணிய முடியும். ஆனால் இதர தொழிலாளர்களுக்குப் பயந்து நான் அவ்வாறு செய்ய முடிவதில்லை. நான் தங்களது அனுமதிச் சீட்டுகளில் திரைப்படம் காணுகிறேன். இரவுகளில் தங்கள் தயவால் மதுவும், யௌவன மங்கையின் உடலும் பெற்று இன்பலோகத்தில் சஞ்சரிக்கிறேன். சூதாடச் சென்றால் உங்கள் கணக்கில் சூதாடிவிட்டுத் திரும்புகிறேன். சூதாட்டத்தில் வெற்றி பெற்றால் கிடைக்கும் பணம் என்னுடையது. தோல்வி எனின் தொகை உங்கள் கணக்கில் எழுதப்படுகிறது. உங்களுக்கும் எனக்கும் ரத்த பாத்தியமன்றோ? நாம் இருவரும் ஒருவரையொருவர் எங்ஙனம் பிரிய முடியும்? இருபது நாட்களாகப் பந்துவின் தலைமையில் தொழிலாளர்களின் வேலைநிறுத்தம் நீடிக்கிறது. சற்று முன்புதான் நான் பந்துவைக் கொலை செய்தேன்.

ஆனால் நீண்ட நாட்களாக என் சிந்தனையில் சிறிது சிறிதாகத் தோன்றிய ஒரு பிரச்னை - அல்ல ஒரு விஷயம் இப்போது வளர்ந்து பலமடைந்து விட்டிருக்கிறது. அதனைத் தங்களிடம் நான் மொழிந்துவிட விரும்புகிறேன். அது அச்சந்தரும் - திகிலைக் கிளப்பி விடும் விஷயமாகும். அது பந்துவைக் கொலை செய்ய முடியாமல்

தோல்வி கண்டேன் என்பதல்ல அவன் கொலையுண்டான் - அவன் மனைவி விதவையாகிவிட்டாள் - அவனது குழந்தைகள் அனாதையாகிவிட்டன. அவனது சடலம் 'வர்லிசால் எண் 17'ல் இருக்கிறது. தாங்கள் விரும்பினால் நேரில் சென்று கண்ணுறவும் முடியும்.

ஆனால் எங்களைத் திடுக்கிடச் செய்யும் விஷயம் யாதெனில், இந்தக் கொலையை நான் தனியாகவே செய்யவேண்டிய நிர்ப்பந்தம் ஏற்பட்டுவிட்டது. இப்போது என்னுடன் ஒத்துழைக்கும் தோழன் ஒருவனுமில்லை. அறுபது சகாக்களில் நாட்கள் செல்லச் செல்ல, இருபத்தி இரண்டு பேர் எஞ்சி நின்றனர். அந்தத் தொகை பிறகு பதினைந்தாகவும், பிறகு பத்தாகவும் மாறியது. இந்த வேலை நிறுத்தம் ஆரம்பமான சமயத்தில் என்னுடன் ஏழு பேரே இருந்தனர். சில நாட்களுக்குப் பிறகு இருவரே (அஷ்பாக்கும் ராம்தயாலும்) மனந்தளராமல் என்னுடன் உழைத்தார்கள். நான் அவர்களிடம் பந்துவைக் கொலை செய்யும் விஷயத்தை வெளியிட்டதும், அவர்கள் வெளித் தோற்றத்திற்கு அதை ஆமோதித்தனர். ஆனால் மறுநாள் அவர்கள் வரவில்லை. இறுதியில் நான் ஒருவனே இப்பணியில் ஈடுபட நேர்ந்தது. பந்துவும் ஒரு பெரிய முட்டாளாக இருந்தான். நோய்வாய்ப்பட்டிருந்த ஒரு தொழிலாளியை நலம் விசாரிக்கத் தனியாகவே மாஹும் சென்று கொண்டிருந்தான். எனக்கும் சந்தர்ப்பம் வாய்த்துவிட்டது - அவனால் இனி பாட்டாளி மக்களை உரிமைக் குரல் எழுப்புமாறு ஏவி ஊக்கமளிக்க முடியாது.

இதுவரை நான் கூறியவைகள் அனைத்தும் உண்மை... ஆனால். இதுவரை தங்கள் தலைவன் சாய்ந்ததும் பாட்டாளி மக்கள் உறுதி குலைய வேலை நிறுத்தப் போராட்டங்களை வாபஸ் பெற்றார்கள். ஆனால் இப்பொழுது அங்ஙனம் நடைபெறாது. என்னருமை எஜமானரே! பந்து இறந்துவிட்டாள். ஆனால் ஹர்த்தால் முடிவடையாது; சற்றேனும் சீர்குலையாது. நான் பந்துவைக் கொலை செய்துவிட்டேன். ஆனால் இந்தப் போராட்டத்தை முறியடிப்பதில் என்னால் வெற்றி காண முடியாது. இப்போது நீங்களும் நானும் செய்யும் சூழ்ச்சிகள் பலிக்காது; முயற்சிகளும் பலன்தரா.

நான் காரணமின்றி வீணாக அச்சமுறுவதாக நீங்கள் கூறலாம்.

ஆனால் அங்ஙனம் எண்ணுவது சரியன்று. என் அன்பிற்குரியவரே! நான் தவறான விஷயத்தை என்றும் கூறினதில்லை. இதனை நீங்கள் நன்குணர்வீர்கள். பல ஆண்டுகளாகத் தொழிலாளர்களுள் துரோக மனப்பான்மையை வளரச் செய்து அவர்கள் ஒன்றுபட்டு. ஒத்துழைத்துப் பாடுபடாதவாறு நான் தடுத்திருக்கிறேன். அவர்களைப் பற்றி நான் நன்கு அறிவேன். ஆதலின் தங்களுக்கு, அவர்கள் இந்தப் போராட்டத்தை வாபஸ் பெறமட்டார்கள் என்பதை முன் எச்சரிக்கையாக அறிவிக்கிறேன். கடந்த ஏழு நாட்களாக நான் ஒரு நவீன பாட்டாளியின் முகத்தினைக் காணுகிறேன். அந்த உருவான பாட்டாளி அதிகமாகப் பேசுவதில்லை; கோஷங்களை வீணாகக் கிளப்புவதில்லை: அவன் கண்களில் கண்ணீர்த் துளிகளுமில்லை, அவன் மனோரதமும், உறுதியும் எஃகைப் போன்றவை.

நான் பலவீனமாகிவிட்டேன் - என் கண்கள் மங்கிவிட்டன - கொலை உணர்ச்சி என்னைக் கோழையாக்கிவிட்டது - என்று நீங்கள் கூறலாம். ஆனால் அஃது சரியன்று. என்னைத் துரோகம் செய்து எனது சகாக்கள் அவர்களுடன் சேர்ந்துகொண்டார்கள். அதனால் வேலை நிறுத்தம் தொடர்ந்து நடைபெறும். அன்று நான் 'எண் 16'ல் இருக்கும், தோண்டு மேஸ்திரியின் வீட்டில் ஒரு ரூபாயைக் கொடுக்க விரும்பினேன். ஆனால் அவன் சகவாசியான ஸ்வர்ணா அந்நாணயத்தை வீசியெறிந்துவிட்டாள். இரவு முதல் அவர்கள் பட்டினியாக இருக்கிறார்கள். தோண்டுவோ, அவன் மனைவியோ அவர்கள் குழந்தையோ ஒன்றும் சாப்பிட வில்லை என்பது எனக்குத் தெரியும். என்றாலும் அவள் ரூபாயை வீசியெறிந்தாள். கடந்த காலத்தை நோக்கி வீசி விட்டாள். என் எஜமானரே! இன்று நான் அலட்சியமாக வீசியெறியப்படுகிறேன். ஒரு புதிய தொழிலாளர் சமூகம் உருவாகிறது.

தோண்டுவின் சிறுவன் கையில் பென்சிலை எடுத்து ஒரு காகிதத்தில் ஒரு ஜன்னல் படத்தை வரைந்துகொண்டிருந்தான். நான் அவனை நோக்கி, 'இதென்னவோ?' என வினவ, அவன் 'அது ஜன்னல்' என்றான். நான் 'இது ஜன்னல் என்பது சரி. ஆனால் வீடு இல்லையே' எனக் கூற, அவன் மிகவும் அமைதியும் உறுதியும் நிறைந்த குரலிலே, 'வீடும் நிர்மாணிக்கப்பட்டுவிடும்' எனப் பகர்ந்தான்.

பதினைந்து ஆண்டுகளுக்கு முன்பு தொழிலாளர்கள் ஒரு ஜன்னலை மட்டும் சிருஷ்டித்தார்கள். அப்போது அவர்களிடம் வீடொன்றும் இல்லை. ஒரு ஜன்னல் மட்டும் இருந்தது. அவர்கள் அதன் வழியே வருங்காலத்தை நோக்கினார்கள். பதினைந்தாண்டுகளில் படிப்படியாக முன்னேறி, பல தியாகங்கள் செய்து பலம் பொருந்திய சின்னஞ்சிறு வீடொன்று நிர்மாணித்துவிட்டார்கள். ஒரு புதிய சமூகம் உருவாகிவிட்டது. ஒரு தொழிலாளர் கழகம் தோன்றிவிட்டது. இப்போது அவர்கள் தங்கள் கோட்டையினுள் உட்கார்ந்திருக்கிறார்கள். வாயிற் கதவுகளும் ஜன்னல்களும் மூடப்பட்டுள்ளன. இந்தப் போராட்டத்தை என்னால் முறியடிக்கவே முடியாது. 1944-ல் வேலை நிறுத்தத்தின்போது நான் தங்களிடம் கொடுத்த பட்டியல் சுருக்கமானது. ஆனால் அவ்விதப் பட்டியலொன்றை இன்று தயாரித்தால் அது என்றும் முடிவு பெறாது. ஒவ்வொரு பெயரையும் அழித்துவரும் பணியில் ஈடுபட்டால் என் கைகள் சோர்வடைந்துவிடும். ஆனால் தொழிலாளர்கள் மனம் தளர மாட்டார்கள்.

உங்கள் செல்வம் பெருகிவிட்டதும் உண்மையாகும். ஆனால் தொழிலாளர்களின் தொகையும் அதிகரித்துவிட்டது. முன்பு உங்கள் செல்வம் வல்லமையும் பலமும் பெற்றுத் திகழ்ந்தது. ஆனால் இன்று தொழிலாளர்கள் வலிமை மிகுந்தவர்களாகக் காணப்படுகிறார்கள். நீங்கள் ஒவ்வொரு புதிய தொழிற்சாலை ஆரம்பிக்கும் போதெல்லாம் பாங்கியில் ஒரு புதிய கணக்கும் ஆரம்பமாகின்றது. அத்துடன் தொழிலாளர்களின் தொகையும் ஆயிரக்கணக்கில் அதிகரித்தது. இது ஒரு வினோதமான யுத்தமாகும். நீங்கள் ஒரு கையினால் தொழிலாளர்களைக் கொன்று குவிக்கிறீர்கள். ஆனால் மற்றொரு கை ஆயிரக்கணக்கான தொழிலாளர்களைச் சிருஷ்டித்துவிடுகிறது. உயர்திரு முதலாளியே! உங்கள் வீழ்ச்சிக்கு நீங்களே காரணஸ்தரன்றோ?

இப்போது என்னால் ஒன்றும் சாதிக்க முடியாது என்பதை நான் நன்கு புரிந்துகொண்டேன். நீங்கள் சமரசம் பேசத் தொழிலாளர் தூதுகோஷ்டி யொன்றை அழைத்துப் பேச்சுவார்த்தைகள் நடத்த முனைந்தீர்கள். அதில் நீங்கள் பங்கெடுத்துக்கொள்ளவில்லை. உங்கள் சார்பில் நிர்வாக அதிகாரியும், உங்கள் குமாரரும் உரையாடல் நடத்தினார்கள். அன்று நான் எல்லாவற்றையும் இதே அறையில் இருந்தவாறு கவனித்தேன்; சமரசம் ஏற்பட வழியில்லை

என்பதை அறிந்தேன். உங்கள் சார்பில் பேசிய மனிதர்கள் ஏதோ ஒரு நூற்றாண்டில் வாழ்ந்தவர்கள் போல ஒரு வேறுவித மொழியில் பேசினார்கள். தொழிலாளர் தூதுகோஷ்டியினர் மற்றொரு நூற்றாண்டில் இருப்பவர்கள் போல வேறொரு பாஷையில் பேசினார்கள். அன்பரீர்! நீங்களும் நானும் -அந்தத் தொழிலாளர்களும் வெவ்வேறு காலங்களில், ஏதும் தொடர்பின்றி வாழ்ந்திருக்கிறோம். இரண்டு வெவ்வேறுவித மொழிகள் பேசுபவர்களாக இருக்கிறோம். அவர்கள் பாஷை எங்களுக்குப் புரியவில்லை. எங்கள் மொழியை அவர்கள் அறியார்கள். உங்கள் பிரதிநிதிகளும், அவர்கள் தூதுகோஷ்டியினரும் தனித்தனியே உட்கார்ந்திருந்தனர். இருவருக்குமிடையே ஒரு மேஜை இருந்தது. மரணத்திற்கும் வாழ்வுக்குமிடையே ஒரு கத்தி மின்னுவதுபோல-!

அவர்களுக்கு ஏதும் கூறுவதும் எடுத்துரைப்பதும் பலன் தராது என்பதை நான் உணர்ந்தேன். அன்று நான் மிகவும் சோர்வடைந்து ஆயாசம் கொண்டேன். நான் வாழ்நாட்களில் கொலைகள் மட்டும் செய்திருக்கிறேன். எங்கும் காதல் கீதம் இசைக்கவில்லை என்பது தங்களுக்குத் தெரியும். நான் விவாசம் செய்துகொண்டு வாழ்வைச் சிறப்பிக்க வேண்டுமென்ற எண்ணம் என்றுமே கொள்ளவில்லை. உங்கள் பிரதிநிதிகளுக்கு எதிரில் அஞ்சாமல், தொழிலாளர்கள் தீரமாக. கர்வம் கலந்த நடையிலே மூர்க்கத்தனமாக உரையாடும் காட்சியைக் கண்ணுற்று நான் மனமாழ்ந்தேன். என் வாழ்வு வேறு பாதையில் அமைந்திருந்தால். - எனக்கென்று ஒரு வீடு - ஆறுதல் கூறி மனதைத் தேற்ற ஒரு மனிதப் பிறவி இருந்தால் - என்ற எண்ணங்கள் தோன்றி என்னைச் சஞ்சலப்படுத்தின - எங்கேனும் நான் மனிதர்களுள் அன்பையும் உறவையும் உண்டாக்கி அதனைப் பலப்படுத்தும் சக்தியுள்ள 'ஒரு வார்த்தை' அறிந்துகொண்டால் - 'காதலை'க் கண்டு வியப்போடு. 'இது உங்கள் முத்தமா' என்று வினவும் 'அழகு' கிடைத்துவிட்டால்-...

இந்த ஆசைகள் என் சிந்தனையில் ஒரு வினாடிக்காகத் துளிர்விட்டன. ஆனால் நான் மனந்தளராமல், ஜேப்பில் கையை விட்டு, கத்தியின் முனையை விரல்களால் தடவினேன்.

திடீரெனச் சாலையில் மக்கள் நடமாடும் சப்தம் கேட்கிறது.

நான் ஜன்னல் வழியே வெளியே பார்வை செலுத்துகிறேன்.

தொழிலாளர்களுடன் ஊர்வலம் வந்துகொண்டிருக்கிறது. தொழிற்சாலை உங்களுடையது. பஜார் உங்களுக்குச் சொந்தமானது. ஆனால் அதன் வழியே பாட்டாளிகளின் ஊர்வலம் பவனி வருகிறது. அவர்கள் அமைதியுடன் ஆரவாரம் செய்யாமல், கோஷங்களைக் கிளப்பாமல் வருகிறார்கள். முன்னணியில் இருப்போர் ஒரு சடலத்தைத் தாங்கிக்கொண்டு வருகிறார்கள். இன்று அவர்கள் அழவில்லை. அவர்கள் கண்களில் ஒரு துளி கண்ணீரும் இல்லை. அவர்களில் சிலர் என்னைக் கண்ணுற்றுத் தெரிந்துகொண்டிருக்கிறார்கள்.

ஆனால் ஒருவருடைய கண்களிலும் ஆவேச சுவாலை காணப்படுவதில்லை. ஒரு கோஷமோ, எதிரொலியோ கிளம்ப வில்லை. அவர்கள் அணிவகுத்தவாறு அமைதியுடன் வரு கிறார்கள். அவர்கள் நடையிலிருந்து அவர்கள் இங்கேதான் வரப்போகிறார்கள் என்று தெரிகிறது - இங்கு பந்துவின் சடலம் வந்துகொண்டிருக்கிறது.

நான் உட்புறமாக நிர்வாக அதிகாரியின் அறையைத் தாழிட்டுக் கொண்டிருக்கிறேன். ஜன்னல்களும் உட்புறமாக மூடப்பட்டு விட்டன. மேஜையிலிருந்து கைத் துப்பாக்கியும் எடுத்துக் கொண்டேன். ஆனால் எனது இருதயம் வேகமாக அடித்துக் கொள்கிறது. அவர்கள் நடந்து வரும் ஓசை தெளிவாகக் கேட்கிறது.

அன்புள்ள எஜமானரே! இவர்கள் ஏன் அழவில்லை? கூக்குரல்களைக் கிளப்பி ஏன் முறையிடவில்லை? ஏன் புரட்சிக் கோஷங்களை எழுப்பவில்லை? அமைதியுடன் முன்நோக்கி வருகிறீர்களே. ஏன் - என் மனக் கண்கள் முன்பு ஒரு கடுமை யான புயல் வீசும் காட்சி தோன்றுகிறது.

இது - ஒரு நவீன பாட்டாளிக் குழு!

உயர்திரு முதலாளியே! நேற்றுவரை உலகம் ஒரு புண்ணாக இருந்தது. அதனுள் கையை விட்டுத் தமது பிடியிலே வேண்டுமளவு ரத்தம் எடுத்துக்கொள்ளமுடிந்தது.

ஆனால் இன்று அங்ஙனம் செய்ய முடியாது.

நாம் இன்றுவரை வாழ்ந்தோம்; சிறப்புடன் வாசஞ் செய்தோம்; இன்று மரணம் சமீபித்துவிட்டது. இன்று நாங்கள் மறுமொழி

பகராமல் இறந்துவிட வேண்டியதுதான். வாய்திறவாமல், வாழ்வின் வருங்காலத்தை இந்தப் பாட்டாளி மக்களிடம் ஒப்படைத்து விடுவதே நலம். இன்றேல் புதிய கட்டடங்களை நிர்மாணிக்க, பாழடைந்த வீடுகளைத் தகர்த்தெறிவது போல வேரோடு பிடுங்கி எறியப்படுவோம்.

எஜமானரே! அவர்கள் வந்துவிட்டார்கள்! என்னைக் காப்பாற்றுங்கள்! அவர்கள் என்னை அணுகிவிட்டார்கள்! என்னைக் காப்பாற்றுங்கள். என் எஜமானரே!! அவர்கள் கதவினருகில் வந்து விட்டார்கள்!!!

திலீப்குமாரின் நாவிதன்

பம்பாய் பயிற்சி பெற்றவர் மாஸ்டர் ஷுத்து என்று வரையப்பட்டிருந்தது. அதற்குக் கீழே மற்றொரு விளம்பரத் தகட்டில் கட்டணங்கள் எழுதப்பட்டிருந்தன.

திலீப்குமார் முடி வெட்டுதல் 1 ½ ரூ.

திலீப்குமார் க்ஷவரம் 1 ரூ.

திலீப்குமார் 'ஷம்பூ' 3 ½ ரூ.

திலீப்குமார் 'மாலிஷ்' 5 ரூ.

(குறிப்பு : மாலிஷ் செய்து கொள்பவர்களுக்குத் தனி அறை வசதி செய்யப்பட்டிருக்கிறது)

நான் 'க்யூ' வரிசையில் நின்றுகொண்டிருந்தவர்களைப் பார்த்தேன். அனைவரும் எனக்குத் தெரிந்தவர்கள்! அந்த வரிசையில் தோடிமல்லின் குமாரன் பஹ்ஸோடி மல்லைக் கண்டேன். மெட்ரிக் பரீட்சையில் தவறிவிட்ட அவன் எந்தத் திரைப்படமும் காணத் தவறமாட்டான். வைத்தியர் உத்தமசந்தின் மருமகன் சர்தாரிலாலும் இருந்தான். மணமான பிறகு வைத்தியர் வீடு அவன் இருப்பிடமாகத் திகழ்ந்தது . உஸ்தாத் திலாவர்கானின் இளம் பயில்வானும், வாணி கங்குவின் மகனான சுக்யாவும், நமது தெருவின் புகழ்பெற்ற பணக்கார விதவையின் மகனும் சண்டைக் கோழிகள் வளர்ப்பவனுமான கல்லாவும், இன்னும்

வெற்றிலைத் தோட்டக்கார தீமா, சினிமா விளம்பரங்களைப் பங்கிட்ட சுந்தா முதலியோரும் இருந்தனர். அனைவரும் எனது பார்வையிலிருந்து தப்ப, தங்களது முகங்களை வேறுதிசையில் திருப்பிக்கொண்டார்கள். நான் நேராகக் கடையினுள் நுழைந்தேன். எனக்கும், வரிசையில் நிற்பதற்கும் யாது சம்பந்தம்? ஒன்றுமில்லையே. இவர்கள் அனைவரும் நான் எடுத்து வளர்த்த குழந்தைகளாயிற்றே!

நான் உள்ளே சென்றதும் எதிரிலிருந்த சுவரில் திலீப்குமாரின் பெரிய உருவப்படம் இருப்பதைக் கண்டேன்.

அதன் ஒரு மூலையிலே. "எனது ஆப்த நண்பனாகிய ஷுத்து நாவிதருக்காக - அன்பளிப்பு - திலீப்குமார்" என்று எழுதப் பட்டிருந்தது. வலதுபுறத்தில் பார்வை செலுத்தினேன். அங்கு, திலீப்குமார் ஷுத்துவிடம் முடிவெட்டிக் கொண்டிருப்பதுபோன்ற ஒரு படம் காட்சியளித்தது. இடதுபுறம் திரும்பினேன். அங்கு திலீப்குமாரின் தலையை ஷுத்து 'மாலிஷ்' செய்துகொண்டிருப்பது போன்ற படமொன்று தொங்கிக்கொண்டிருந்தது.

ஷுத்து என்னை அடையாளம் தெரிந்துகொண்டான். "ஜம்மன் சித்தப்பா! என்னைத் தெரியுமா?" அவன் மண்டியிட்டு என்னை நமஸ்கரித்தான்.

ஷுத்துவை அறியாதவர் யார்? குறும்புத்தனம் மிகுந்த புகழ் பெற்றவனாயிற்றே! ஒல்லியான கருமை நிறத் தேகமும், அம்மை வடுக்கள் நிறைந்த முகமும் பெற்ற அந்த ஒற்றைக் கண்ணுடைய ஷுத்துவை அறியாதவர் யார்? யாரையும் தாக்கி, வம்புக்கு இழுத்து வசைமொழி மாரி பொழிவான் அவன். பலமுறைகள் உதைகள் பட்டும் அவன் திருந்தவில்லை. ஒருநாள் காலையில் பஜ்லுவை ஏமாற்றி, வழக்கறிஞர் குலாம் ரசூலின் குமாரருடைய 'ஹண்டிங் கோட்டை ஒரு நாள் அணிந்துவிட்டுக் கொடுத்து விடுவதாகச் சொல்லி வாங்கிச் சென்றான். அன்று முதல் அவனைக் காணவில்லை. எங்கு சென்றான் என்பதும் தெரியவில்லை. சுற்றுப்புறக் கிராமங்களில் தேடியும் அகப்படவில்லை. கடைசியில் நானே கோட்டின் விலைகொடுக்க நேர்ந்தது. நான் அவன் முதுகில் ஓங்கி அடித்தேன். அவன் கையிலிருந்த கத்தரிக்கோல் தவறி தூரத்தில் போய் விழுந்தது. அவன் வெட்கமுற்று, சிரித்தவாறு என்னை நோக்கினான்.

எனக்குக் கோபம் பொங்கிக்கொண்டிருந்தது. “என்னை ஏன் முழித்துப் பார்க்கிறாய்? அந்தக் கோட்டு எங்கிருக்கிறது?” என்றேன்.

ஷுத்துவுக்கு ஞாபகம் வந்துவிட்டது. அவன் சிரித்தவாறு, “சித்தப்பா! நீரும் இரண்டு வருடங்களுக்குப் பிறகு அந்தப் பழைய உபயோகமற்ற கோட்டைப் பிரஸ்தாபிக்கிறீர்களே! இப்போது எத்தனை கோட்டுகள் வேண்டுமாயினும் அந்தப் பாரிஸ்டரின் மகனுக்குத் தைத்துக்கொடுக்கிறேன். என்னைச் சாதாரணமாக நினைக்கவேண்டாம். நான் திலீப்குமாரின் நாவிதனன்றோர் என்றான்.

“நீ பம்பாய்க்குச் சென்றிருந்தாயா?” நான் ஒரு நாற்காலியில் அமர்ந்தவாறு வினா விடுத்தேன்.

“அந்த ‘ஹாப் ஹண்டிங் கோட்’டை அணிந்து வேறு எங்கு சென்றதாக நினைக்கிறீர்கள்?”

“இப்போது அந்தக் கோட்டு எங்கிருக்கிறது?”

“திலீப்குமாரிடம்!”

“திலீப்குமாரிடமா?” என்னால் ஆச்சரியம் தாங்க முடியவில்லை.

“ஆம்” என ஷுத்து பதிலளித்தான். “நான் அதனுடைய காலர்களை வெட்டிச் சிறிதாக்கிக் கொண்டேன். திலீப்குமாருக்கு அந்த ‘ஸ்டைல்’ பிடித்துவிட்டது. அதை என்னிடமிருந்து கேட்டு வாங்கிக்கொண்டான். அன்று முதல் அதனையே அணிந்தவாறு பவனி வருகிறான். அது மிகவும் அதிர்ஷ்டம் வாய்ந்தது. நீங்கள் ‘ஷிகஸ்த்’ திரைப்படத்திலே அதனைப் பார்த்திருப்பீர்களே!’

“ஆனால். நீ திலீப்குமாரிடம் எங்ஙனம் அறிமுகம் பெற்றாய்?” என்று வினவினேன் நான்.

ஷுத்து என் தலைமீது கத்தரியைச் செலுத்தியவாறு தனது கதையை ஆரம்பித்தான்.” அதைக் கேட்காதீர்கள். நான் திலீப்குமாரைச் சந்திக்க அநுபவித்த கஷ்டங்கள் கணக்கிலடங்கா - ஒருநாள் நான் ஜாக்கி ஹரிபகவானைச் சந்தித்து ஏதேனும் ‘டிப் பெறலாமெனக் குதிரைப் பந்தய மைதானத்தை நோக்கிச் சென்று கொண்டிருந்தேன். திடீரென என் தலைமயிர்கள் அதிகமாக வளர்ந்திருப்பதை உணர்ந்து “எதிரிலிருந்த சிகை அலங்கார நிலையத்தில் நுழைந்தேன். அங்கிருந்த நாற்காலியின் மீது ஒரு

மனிதன் அமர முயன்றான், நான் விரைந்து சென்று அவன் இடத்தை ஆக்ரமித்துக்கொண்டேன், நாவிதன் என்னைக் கூர்ந்து நோக்கினான். ஆனால், முதலிலிருந்தே நான் மிகவும் துணிவுள்ளவன் என்பதை நீங்கள் அறிவீர்களே. இவ்வித விஷயங்களில் நான் உமக்குச் சிஷ்யனாயிற்றே. நாற்காலியில் அமர்ந்ததும் நாவிதன் முடிவெட்ட முனைந்தான். நான் அவனை நிறுத்துமாறு சைகை செய்தேன். என் மூளையில் ஓர் அபூர்வமான எண்ணம் உதித்தது. இன்று குதிரைப் பந்தய மைதானத்திலே திரைப்பட நடிகையர் அனைவரும் பார்த்து ரசிக்க வேண்டும்; அவ்வாறு எனது மயிர்கள் வெட்டப்பட வேண்டும். அந்த நர்கீஸ், மதுபாலா, சுரய்யா, நளினி ஜெய்வந்த், ஆஷாரய், சுகதுஹர் கம்டே முதலியோர் என்னையே பார்த்துக்கொண்டிருக்க வேண்டும். இல்லையேல் இந்த வாழ்க்கையே உபயோகமற்றது என்று முடிவுசெய்தேன்.

பெரும் சிக்கல்களுக்கிடையில் நாவிதனை “முன்னாலிருந்து மயிர்களைச் செதுக்கும். உச்சித் தலையிலிருந்து நெற்றிவரை” என உத்தரவிட்டேன்.

“ஆனால்...”

“ஆனால் எல்லாம் தேவையில்லை. நான் சொல்லும்படி செய்யும்.”

நாவிதனும் எனது உத்தரவைக் கீழ்ப் பணிந்தான். அவன் வேலை முடிந்ததும் நான் மீண்டும் நிறுத்தும்படி சைகை செய்து. “முன் புறத்தில் இருக்கும் மயிர்களை வலது புறத்திலே சிறியவைகளாகக் கத்தரியும். இடது புறத்தில் நீளமாகவே இருக்கட்டும்” என்றேன்.

“ஆனால்?”

“சே! மீண்டும் அதே பல்லவி. நான் சொல்வதைப் போல் செய்யும்.”

முடிவெட்டி முடிந்ததும் நான் கண்ணாடியில் முகத்தைப் பார்த்தேன். எனது புதுமை எனக்கே வினோதமாக இருந்தது. இந்த ‘ஸ்டைல்’ குதிரைப் பந்தய மைதானத்துக்குப் பொருந்துமா? அல்லது பைத்தியக்கார விடுதிக்கு ஏற்றதாக இருக்குமா என்று யோசனை செய்தேன்.

“ஓ! என்ன அற்புதமான ‘ஹேர்ஸ்டைல்’ கண்டுபிடித்தீர்கள். இதைப் புகழவே முடியவில்லையே! பின்புறத்திலிருந்து தலையைப் பார்த்தால் தேய்ந்துவிட்ட ‘பிரஷ்’ஷைப்போல காட்சியளிக்கிறது.

மேல் பாகத்தில் பூசணிக்காய் கொடி போலத் தென்படுகிறது. முன் புறத்திலிருந்து 'சுருள் சுருளாக - காதலியின் விரிந்து கிடக்கும் கேசமாக'த் தென்படுகிறது. என்னே சிறப்பு!" என்று கூறியவாறு பின்புறத்திலிருந்து யாரோ என்னைத் தழுவிக்கொண்டார்.

நான் யாரெனத் திரும்பிப் பார்த்தேன்.

என் முன்னிலையில் திலீப்குமார் நின்றுகொண்டிருந்தார்.

நான் ஆச்சரியம் மேலோங்க அதே இடத்தில் சிலையாக நின்றேன்.

திலீப்குமார் அன்புடன் மெதுவாக என் தோளின் மீது கை ஊன்றியவாறு ஏதோ கூறினார். ஆனால் அதை என்னால் செவியுற முடியவில்லை.

"தாங்கள் யாது மொழிந்தீர்கள்?" என நான் மரியாதையுடன் வினவினேன்.

திலீப்குமார் தனது ஜோபியிலிருந்து ஒரு சிறு தொனிவர்த்தினியை எடுத்துத் தனது கருத்தை வெளியிட்டார். இம்முறை நான் அவர் கூறியதை நன்கு செவியுற முடிந்தது. "சகோதர! உமக்கு ஆட்சேபணை இல்லையென்றால் நான் உமது 'ஹேர் ஸ்டைலைத் தமதாக்கிக்கொள்ள விரும்புகிறேன்."

"பேஷாக! எனக்கு ஆட்சேபணையில்லை!" நான் கசாப் புக்காரனைப் போல் அவரது கையை அழுத்தினேன்.

"எனக்கு வாழ்க்கை அலுத்துவிட்டது" திலீப்குமார் தனது தொனிவர்த்தினியில் பேசினார். "நான் புகழ், செல்வம், மங்கையர், இன்பம் இவைகளை எல்லாம் கண்டுகளித்தேன். இப்போது எனது வாழ்க்கைக்காக நான் புதியதொரு 'பொருள்' தேடுகிறேன்."

"இதோ நான் எனது 'ஹேர்' ஸ்டைலை அர்ப்பணிக்கறேன்." நான் குறுக்கிட்டேன்.

"வந்தனம்" திலீப்குமார் நாவிதனின் நாற்காலியில் மீது அமர்ந்தவாறு பதில் பகர்ந்தார். "இன்றைய இளம் முதல் மக்கள் எனது நடிப்பை மறந்துவிடுவார்கள். ஆனால், எனது 'ஹேர் ஸ்டைலை' ஞாபகம் வைத்திருப்பார்கள்."

திலீப்குமார் முடிவெட்டிக்கொண்டார். பிறகு என்னை நோக்கி, "நான் தங்கள் பெயரை அறியலாமோ?"

என்னால் புரிந்துகொள்ள முடியலில்லை.

மீண்டும் திலீப்குமார் தொனிவர்த்தினியில் எடுத்துப் பேசினார்.

“அடியேனை ஷுத்து என்கிறார்கள்” என்றேன் நான்.

“என்ன வேலை செய்கிறீர்கள்?”

“சாலைகள் அளந்து வருகிறேன். இன்று தாங்கள் கிடைக்காமலிருந்தால். கடலின் ஆழத்தையும் அளக்கத் திட்டமிட்டிருந்தேன்.”

திலீப்குமார், தொனிவர்த்தினியை நோக்கிச் சாய்ந்தார். அவரது கண்கள் மயக்கமடைந்தன. நெற்றியில் ரேகைகள் தோன்றின. உதடுகளில் துயரம் மிகுந்த புன்னகை தவழ்ந்தது. அவர் நிதானமாகக் கூறினார்... “ஷுத்து! இன்று முதல் நீர் என ‘பாயி’ (சகோதரர்).”

அதற்குப் பிறகு அவர் தலைகுனிந்தவாறு கண்களில் கண்ணீர் பெருக, சிகை அலங்கார நிலையத்தை விட்டு வெளியேறினார். மறுநாள் காலையிலேயே நான் க்ஷவரச் சாமான்களை வாங்கிக்கொண்டு, அவரது பங்களாவை அடைந்தேன். அவர் என்னைக் கண்டு ஆச்சரியத்துடன், “இந்தப் பெட்டியில் என்ன கொண்டு வந்திருக்கிறீர்” என வினவினார்.

“க்ஷவரச் சாமான்கள்!”

“எதற்காக?”

“நீர் நேற்று அந்த க்ஷவரச் சாலையில் சொன்னதை மறந்து விட்டீரோ? ஷுத்து! இன்று முதல் நீரே எனக்கு நாயி, (நாவிதர்) என்று நீர் பகரவில்லையா?”

“ஆனால், இன்று முதல் நீர் எனது ‘பாயி’ (சகோதரர்) என்றல்லவா மொழிந்தேன்” திலீப்குமார் தனது ஆட்சேபணையைத் தெரிவித்துக் கொண்டார்.

“பெரும் தவறு நேர்ந்துவிட்டது. நீர் நாவிதர் (நாயி) என்று மொழிந்ததாக அல்லவா நினைத்தேன். “சகோதரர்” (பாயி) என்று தெரிந்திருந்தால் பெட்டி படுக்கையுடன் இங்கேயே வந்து ‘முகாம்’ செய்து இருப்பேனே - இப்போது என்ன செய்வது?”

“இப்போது என்ன செய்வது?” திலீப்குமார் தலை சொறிந்தவாறு கூறினார். “இப்போது எனக்கு க்ஷவரம் செய்யும்.”

ஷ ூத்துவின் வரலாறு கவர்ச்சி மிகுந்ததாகவும், ரசிக்கத்தக்கதாகவும் அமைந்திருந்தது. அதைவிட வியக்கத்தக்க விஷயம் யாதெனில், நாற்காலியை விட்டெழுந்ததும் என்னால் என்னையே அடையாளம் தெரிந்துகொள்ள முடியவில்லை. நான், “ஷ ூத்து! கழுதை மகனே! இது என்ன செய்துவிட்டாய்?” என்று கூச்சலிட்டேன்.

ஷ ூத்து கைகளை விரித்துத் தலைகுனிந்து வணக்கம் செலுத்தினான். “ஆசிரியரே! இதுதான் அந்தப் புகழ்பெற்ற ‘ஹேர் ஸ்டைல்’ ஆகும். இதனால் நான் பிரதி தினமும் ரூ. 150 சம்பாதிக்க முடிகிறது” என மொழிந்தான்.

ஷ ூத்துவின் கடை பிரபலமடைந்துவிடவே, ஊரிலிருந்த இதர நாவிதர்கள் வேலை இழந்து திண்டாடினார்கள்.

சில நாவிதர்கள் ஊரைவிட்டு ஓட்டம் பிடித்தனர். ஓரிருவர் காய்கறிகள் விற்க முற்பட்டனர். இரண்டொருவர் துயரம் தாங்கமுடியாமல் புத்திசுவாதீனம் இழந்தனர். ஒரு நாவிதனோ, க்ஷவரக் கத்தியால் கழுத்தையே அறுத்துக்கொண்டான். ஆனால் இவற்றை ஷ ூத்துவோ, இதர வாலிபர்களோ பொருட்படுத்தவில்லை. அவர்கள் ‘திலீப் ஹேர் ஸ்டை’லில் பிடிமானம் கொண்டிருந்தார்கள். திலீப்குமாரைப் பற்றி அநேக விஷயங்கள் தெரிந்துகொள்ள அவனது கடையை நோக்கிச் சென்றார்கள். நான் அங்கு சென்ற ஒவ்வொரு முறையும் அங்கு கூட்டம் அதிகரிப்பதனைக் கண்ணுற்றேன்.

மிட்டாய்க்கார மாதாதீனின்குமாரன் ஒருநாள். “திலீப்குமார் தலைக்கு எந்த எண்ணெயை உபயோகப்படுத்துகிறார்?” என்று கேட்டான்.

“தான்சு எண்ணெய்.”

“அது எந்தவிதமான எண்ணெய்?”

ஷ ூத்து, மூடப்பட்டிருந்த ஒரு அலமாரியின் பூட்டைத் திறந்து அதிலிருந்து வெகு ஜாக்கிரதையாக ஒரு சீசாவை வெளியிலெடுத்து அவனிடம் கொடுத்தான். “இதுதான் தான்சு எண்ணெயாகும். இது தயாரிக்கும் முறை என்னையும், திலீப்குமாரையும் தவிர

வேறு யாருக்கும் தெரியாது” என்றான்.

“இதன் முக்கியமான குணம் யாதோ?” தலையில் மயிர்களே இல்லாத மொட்டைத் தலையனான மளிகைக் கடை ஐக்கே வினவினான்.

ஷ¬த்து அவன் தலையை ஆராய்ந்தவாறு, “இதை உபயோகித்தால் தலைமயிர்கள், வாழ்நாட்கள் முழுவதும் கருமையாகவே இருக்கும். மயிர்களே இல்லாத தலையில் அடர்த்தியான மயிர்களை முளைக்கச் செய்யும்” என்றான்.

“உண்மையாகவா?”

“நான் என்ன பொய்யா மொழிகிறேன் உங்களிடம்? ஒருமுறை உபயோகித்துப் பாருங்கள். ஒருமுறை ஞாபகப் பிசகாக நான் உள்ளங்கையில் இதைத் தடவிக்கொண்டேன். இரவோடு இரவாக உள்ளங்கையில் மயிர்கள் வளர்ந்து பிரஷ்ஷைப் போலக் காணப்பட்டன. நான் வெகு சிரமத்துடன், ரோமம் களைகிற மருந்தை உபயோகித்து அவைகளை நீக்கினேன்.”

“இப்போது இதைத் தலையில் எப்படித் தடவுகிறீர்கள்?’

“கைக்குட்டைகளை அணிந்துகொள்ளுகிறேன். வாங்கிச் செல்லுங்கள். பம்பாயிலோ, சீசா ஒன்று பதினைந்து ரூபாய் களுக்குக் குறைவாக விற்பனையாவதில்லை. உம்மிடம் பத்து ரூபாய் பெற்றுக்கொள்ளுகிறேன்.”

மிட்டாய்க்கார மாதாதீன் ஒரு செல்வந்தன். அவன் மகனால் பத்து ரூபாய் கொடுத்து ஒரு சீசா எண்ணெயை வாங்க முடியும். ஆனால், ரஹ்மான், தான்சு எண்ணெயில் மனங்கொள்ளவில்லை. அவன் வேறொரு விஷயத்தை அறிந்துகொள்ள ஆர்வம் கொண்டிருந்தாள். அவனால் சமாளிக்க முடியவில்லை.

“நண்பா! இந்த திலீப்குமார் மணம் ஏன் செய்து கொள்ளவில்லை?”

இது ஒரு நீண்ட கதையாகும். ஒரு நாள் நானும் திலீப்குமாரும் ஜோஹ¬ கடற்கரையில் உலாவிக்கொண்டிருக்கையில் இக்கேள்வி என் மனதிலும் எழுந்தது. திலீப்குமார், இந்தியாவின் தலைசிறந்த நடிகன் என்பது உங்களுக்குத் தெரியுமே. ஆயிரக்கணக்கான ஒப்பற்ற அழகிகள் அவனுக்காக உயிர்விடுகிறார்கள். நாங்கள் கொசுக்கள் மீது டி.டி.டி. தெளிக்கிறோம். நங்கையர் அவனுக்காகத்

தங்களை அர்ப்பணம் செய்துகொள்ளத் தயாராக இருக்கிறார்கள், ஆனால், திலீப்குமார் ஏன் மணம் செய்துகொள்ளுவதில்லை? ஏன்? இறுதியில் ஒரு நாள் நான் துணிவுடன் இதைக் கேட்டுவிட்டேன்.

"திலீப்குமார் தமது நறுமணம் வீசும் மயிரிழைகளைக் காற்றில் பறக்கவிட்டான். பிறகு புன்னகை பூத்தவாறு, குனிந்து தனது கையில் கடற்கரை மணலைச் சற்று எடுத்து வாயில் போட்டுக் கொண்டான். மெதுவாகப் பற்களை அசைத்து, 'அசை போட்டவாறு' சிந்தனையில் மூழ்கியவன் போலக் கவலைமிகுந்த குரலிலே, "ஷுத்து சகோதர! உண்மை யாதெனில்... நான் ஒரு விதவையை மணம் செய்துகொள்ள விரும்புகிறேன்" என்றார்.

"விதவையை மணம் செய்துகொள்வது நற்காரியமன்றோ!"

"ஆம்" திலீப்குமார் விசனமடைந்தவர் போலப் பேசினார். "ஆனால், நமது திரைப்பட உலகிலே விதவையான நடிகை ஒருத்தியும் இல்லையே."

"இல்லையெனினும் நீங்கள் விரும்பினால் ஒருத்தியை விதவையாக்கி விட முடியுமே!"

"எனது தலை சுற்றுகிறது" என்றார் திலீப்குமார். "என் தலையில் 'மாலிஷ்' செய்யும்."

ஷுத்து கூறினான். தோழரே! நான் இந்த விடைமொழியைக் கேட்டுச் சிந்தனையில் மூழ்கினேன். திலீப்குமாரின் தலையை 'மாலிஷ்' செய்தவாறு, அவனுக்கேற்ற விதவை யாரென யோசனை செய்தேன். உண்மையில், ஊர் திரும்பிய பிறகும் எனக்கு அதைப்பற்றியே கவலையாக இருக்கிறது. எனது ஆப்த நண்பனான திலீப்குமாருக்காக ஒரு விதவையைத் தேடுவதே எனது குறிக்கோளாகும்."

இந்தச் செய்தி ஊரெங்கும் பரவிற்று. திலீப்குமாருக்கு ஒரு விதவை தேவையாக இருப்பதை மக்கள் அறிந்தனர். இச் செய்தி எங்கும் பரவ, அநேக பெரிய வீடுகளில் ஷுத்துவிற்கு ஆடம்பரமாக விருந்துகள் அளிக்கப்பட்டன. ஷுத்துவின் நிழலும் செல்ல முடியாதிருந்த வீடுகளிலே. ஷுத்து அழைக்கப்பட்டுக் கௌரவிக்கப்பட்டான். ஒருநாள் நமது தெருவின் பணக்கார விதவை (அவளது மகள் கல்லன் சண்டைக் கோழிகள் வளர்த்து

வந்தான்) ஷுத்துவை அழைத்து, "திலீப்குமார் ஒரு விதவையை மணம் செய்துகொள்ள விரும்புவதை அறிந்தேன்" என்றாள்.

"ஆம்."

அவள் சிறிது நேரம் யோசனை செய்த பிறகு, "திலீப்குமாரிடம் எவ்வளவு பணம் இருக்கும்?" என வினவினாள்.

இதைக் கேட்டு ஷுத்து சிரித்தான். "திலீப்குமாரின் பணத்தைப் பற்றியா கேட்கிறீர்கள்? லட்சம் ஒன்றரை லட்ச ரூபாய்களின் 'ஒப்பந்தங்'களை எடுத்துக்கொண்டு படத் தயாரிப்பாளர்கள் அவனைச் சுற்றிச் சுற்றி வருகிறார்கள். செல்வம் அவனது காலடியில் இருக்கிறது. அவன் விரும்பினால் பம்பாயையே விலைக்கு வாங்கிவிட முடியும்."

அவள் சிறிது நேரம் சிந்தித்த பிறகு, "என்னிடமும் எண்பதாயிரம் ரூபாய்கள் இருக்கின்றன. திலீப்குமார் என்னை விவாகம் செய்து கொள்வானா?" என்று கேட்டாள்.

ஷுத்து அமைதியுடன், "நான் கூறினால் அவன் நிராகரிக்காமல் ஏற்றுக் கொள்வான்" என்று பதிலளித்தான்.

அவள் தனது பணப்பையைத் திறந்தாள்.

பத்து நாட்களுக்கு முன்பு ஷுத்து, வாணிப ஜாதியைச் சேர்ந்த ஒரு பதினாறு வயது நிரம்பிய விதவையை அழைத்துக்கொண்டு சென்றுவிட்டான். ஊரின் கௌரவஸ்தர்கள் போலீஸ்காரர்களை, "பம்பாய் சென்று திலீப்குமாரின் பங்களாவைச் சோதனையிடுங்கள்" என்று எவ்வளவு சொல்லியும் அவர்கள் செவிசாய்க்கவில்லை. திலீப்குமாரின் பெயரைக் கேட்டுப் பயந்துவிட்டார்கள் போலும். அவர்கள் பம்பாய் போலீசாருக்கு, ஷுத்துவுக்கெதிராக வாரண்டோ, திலீப்குமாரைப் பற்றித் தகவலோ அனுப்பாமல், ஊரைச் சுற்றியிருந்த கிராமங்களிலேயே தேடினார்கள். கடைசியில் ஒருநாள், ஊரிலிருந்து 30 மைல் தூரத்திலிருந்த தோல்ரியால் கிராமத்தில் ஒரு குடிசையில் அவனைக் கண்டுபிடித்துவிட்டார்கள். ஷுத்து குடித்துவிட்டு மயக்கமுற்றுக் கிடந்தான். அந்தப் பெண் ஒரு மூலையில் கண்ணீர் வடித்தவாறு உட்கார்ந்துகொண்டிருந்தாள்.

கைது செய்த பிறகு நீதிமன்றத்திலே குறுக்குக் கேள்விகள் கேட்கப்பட்ட சமயம், "ஷுத்து இதுவரை பம்பாய்க்குப்

போகவில்லை. திலீப்குமாரின் முகத்தையும் நான் கண்டதில்லை" எனும் உண்மை வெளிப்பட்டது. அவன் அப் பெண்ணை பம்பாய்க்கு அழைத்துச்சென்று திலீப்குமாருடன் மணம் முடிப்பதாக ஏமாற்றி அழைத்துச் சென்றானாம். அவள் அவ்வாறு உறுதி கூறாமலிருந்தால், அவளை எங்ஙனம் கவர்ந்து சென்றிருக்க முடியும்?

ஷுத்துவுக்குச் சிறைத் தண்டனை அளிக்கப்பட்டது.

சிறையிலே நான் அவனைச் சந்திக்கச் சென்றேன். அவனைக் கண்டு பேசிவிட்டுத் திரும்புகையில், விடுதலை பெற்றதும் அவன் திலீப்குமாரின் நாவிதனாகத் திகழாமல், ராஜ்கபூரின் தையற்காரனாக விளங்கப் போவதாக அறிவித்தான்.

"தையற்காரனா? நீ எப்போது தையல் வேலை கற்றுக்கொண்டாய்?" என ஆச்சரியம் மேலிட நான் வினவினேன்.

"ஆசிரியரே! நீரும் ஒரு முட்டாள்?" ஷுத்து சிரித்தவாறு மொழிந்தான். "இதில் கற்றுக்கொள்ளவேண்டிய விஷயம் ஒன்றுமில்லையே. இது இயற்கையால் உண்டாகும் திறனன்றோ?"

பெஷாவர் எக்ஸ்பிரஸ்

பெஷாவரை விட்டுப் புறப்பட்டதும் சற்று நிம்மதியுடன் மூச்சுவிட்டேன். என் வண்டிப் பெட்டிகளில் ஹிந்து அகதிகள் ஏராளமாக இருந்தனர். பாகிஸ்தானில் உயிருக்கும் உடைமைக்கும் பாதுகாப்பு இல்லாததால் அவர்கள் எல்லைப் புறத்தின் *(Frontier)* பல்வேறு பகுதிகளிலிருந்து இந்தியாவிற்கு வந்துகொண்டிருந்தனர். பஞ்சாபின் எல்லையை நெருங்கியதும் சற்றுத் தெம்பேற்பட்டது. அகதிகள் லுங்கிகளும், ஷல்வார்களும், கமீஸுகளுமணிந்து பட்டாணியரைப் போலவே தோன்றினர். 'புஷ்த்து' மொழியிலும் பஞ்சாபியிலும் கரகரத்த குரல்களில் பேசினர். இவர்கள் ஹிந்துப் பட்டாணியர்!

பலோச்சிய சிப்பாய்கள் வண்டியில் இவர்களைப் பாதுகாக்க நியமிக்கப்பட்டிருந்தனர். சிப்பாய்கள் "மயில் தோகை" போன்ற விசிறி மடிப்புத் தலைப்பாகைகளை அணிந்து துப்பாக்கிகளுடன் கம்பீரமாகத் தோன்றினர்.

அகதிகள் பெண்டு பிள்ளைகளுடன் உயிர்தப்பிய மன நிறைவுடனிருந்தாலும், அவர்களுடைய இதயங்கள் அழுது கொண்டிருந்தன ! உயிரும் உடலும் வலுவும் பெற்ற பிறந்த நாடு இன்று அவர்களுக்கு அன்னிய நாடு!

குளிர்ந்த நீர்ச்சுனையிலிருந்து தண்ணீர் பருகித் தாகம் தணித்தனரே அந்த நாடு இன்று அன்னிய நாடு! அந்நாட்டின் சுவை நிறைந்த திராட்சைப் பழங்களின் சாறைச் சுவைத்து மகிழ்ந்திருந்தனரே அந்த

நாடு இன்று அன்னிய நாடு! அந் நாட்டின் ஒவ்வொரு நினைவையும் இதயங்களிலே புதைத்துக்கொண்டு வெளியேறுகிறார்கள்!

அவர்களுடைய வேதனையை எப்படி விளக்க முடியும்? உயிருள்ள பிராணியின் தோலை உரிக்கும்போது ஏற்படும் வேதனையுடன் தான் ஒப்பிடலாம்! நாட்டின் பசுமையான காட்சிகளிலேதான் அவர்களுடைய கண்கள் லயித்திருந்தன.

குமிழியிட்டுப் பீறிடும் அன்பு உணர்ச்சியைக் காட்டிய "மண்மாதா" தம் மக்களுக்கு இன்று தன் இதயக் கதவுகளை மூடிக்கொண்டு விட்டாள்! அந்தோ பரிதாபம்!

"இன்பத்தின் உறைவிடமே! எங்கள் தாய் நாடே! நாங்கள் என்ன குற்றம் செய்தோம்? ஏன் இவ்வளவு பெரிய தண்டனை? பல தலைமுறைகளாக உன் மடியிலே வளர்ந்தோம். உனது பெண்கள் திராட்சைக் கொடிகளைப் போன்று உன் மார்பிலே படர்ந்து வளர்ந்து இல்லத்தின் ஏந்திழைகளாக மனையாட்சி புரியும் அரசிகளாகத் திகழ்ந்தனரே! எம்மை ஏன் விரட்டுகிறாய்? உன் அன்பை எம்மிதயத்திலேயே புதைத்துக் கொண்டு மனமின்றிப் பிரிகிறோம்," என்று அவர்களுடைய இதயங்கள் ஏங்கின.

"பெற்ற தாயும் பிறந்த பொன்னாடும் நற்றவவானில் நனிச் சிறந்தனவே!" என்று புகழப்படும் நாட்டிலே "பிரிவினைக் கொடுமையால்" இன்று அவர்களுக்கிடமில்லை!

நான் "உஸ்" என்று பெருமூச்சுடன் தண்டவாளங்களில் 'கடகட'வென்று ஓடிக்கொண்டிருந்தேன்.

நாட்டின் இயற்கை எழில் நடனம் புரியும் காட்சிகளையும் 'சோ' வென்று கொட்டும் மலை அருவிகளையும் பார்த்து அவர்கள் ஏங்கினார்கள். அவர்களுடைய கண்கள் அக்காட்சிகளை இமை கொட்டாமல் பார்த்துக்கொண்டிருந்தன. நான் நிலைகுலைந்து போனேன்! அவர்கள் சோகச் சிலைகளாகத் தோன்றினர்.

"அஸன் - அப்தால்" ஸ்டேஷன் வந்தது. ஏராளமான சீக்கிய அகதிகள் பெண்டு பிள்ளைகளுடன் 'பஞ்சாஸாஹிப்"பிலிருந்து வந்தனர். நீண்ட "கிர்பான்கள்" வைத்திருந்தனர், அவர்களுடைய குழந்தைகள் நடுங்கிய நிலையிலிருந்தன.

எல்லைப் புறத்தின் *(Frontier)* மற்ற பகுதிகளிலிருந்து வந்தவர்களுடன்

பேசினார்கள். தமக்கேற்பட்ட அனுபவங்களைக் கூறினர். உண்மையில் ஏராளமான செல்வத்தையும் வீடு வாசல்களையும் இழந்தவர்கள் வாய்பேசவில்லை! அன்னக்காவடிகளோ தம்மைப் பற்றிப் பிரமாதமாக விளம்பரப்படுத்திக் கொண்டன! ஒருவன் "கிழிந்த பாயையும் உடைந்த கட்டிலையுங்கூட விடாமல் கொண்டு வந்தேன்!" என்று ஜம்பமடித்தான்! வந்தவர்கள் முஸ்லிம்கள் செய்த கொடுமைகளைப் பற்றிக் கூறித் திட்டினர். பலோச் - சிப்பாய்கள் சகாக்களைப் பார்த்துக் கண் சிமிட்டினார்கள்!

"தக்ஷசிலா" ஸ்டேஷனில் வெகு நேரம் நிறுத்தப்பட்டேன். "பக்கத்து ஊர்களிலிருந்து மற்ற அகதிகள் வராதவரை ரெயிலை விடமுடியாது!" என்று ஸ்டேஷன் மாஸ்டர் கூறிவிட்டார்!

அகதிகள் உணவு அருந்தினர். குழந்தைகள் "கலகலப்புடன் காணப்பட்டனர். கிழவர்கள் 'ஹுக்கா' குடிக்கத் தொடங்கினர். பெண்கள் ஜன்னல்களைத் திறந்து பார்த்தனர். தூரத்தில் தாரை தப்பட்டைகளுடன் கொட்டு முழக்கம் கேட்டது! வரவரக் கூட்டம் அருகில் வந்தது. துப்பாக்கி சுடும் வேட்டுச் சத்தமும் பலமாகக் கேட்டது! வண்டிக்குள்ளிருந்தவர்கள் தலைகளை உள்ளுக்கிழுத்துக் கொண்டனர்! பக்கத்து ஊர்களிலிருந்து வந்த கூட்டம்; உயிர் தப்பி ஓட முயன்ற காஃபீர்களைக் (இஸ்லாமை ஏற்காதவர்கள்) கொன்று பிணங்களைச் சுமந்து வந்தது அந்த முஸ்லிம் கூட்டம்! 200 பிணங்கள்!

கூட்டத்தின் தலைவன் பிணங்களை பலோச்சிய - சிப்பாய்களிடம் ஒப்படைத்து "இந்த அகதிகளைப் பத்திரமாக இந்தியாவில் சேர்த்து விடுங்கள்!" என்றான்.

சிப்பாய்கள் மகிழ்வுடன் தலைகளை ஆட்டினர். பிணங்களை வண்டியில் ஏற்றியதும், கூட்டம் வானை நோக்கித் துப்பாக்கியால் சுட்டு ரெயிலை விட உத்தரவிட்டது! நான் புறப்பட்டதுமே மீண்டும் நிறுத்தியது. அந்தக் கூட்டத் தலைவன் ஊர்ஜாகிர்தார், "200 பேர் ஊரைவிட்டுப் போனால் ஊர் பாழாகிவிடும்! வியாபாரம் படுத்துவிடும்! 200 பேரை வண்டியிலிருந்து அழைத்துப் போகிறேன்" என்றான். சிப்பாய்கள் மகிழ்ச்சியுடன் 200 அகதிகளை ஒப்படைத்தனர். கூடவுமில்லை குறையவுமில்லை! சரியாக 200 பேர்.

“வரிசையாக நில்லுங்கள். காஃபீர்களே!” என்று உரக்கக் கூறினான். அவன் உடலின் ரத்த ஓட்டத்திலே “ஜெஹாத்” (மதத்தைக் காக்க நடத்தும் போர்) உணர்வு - ஊடுருவுவதை உணர்ந்தான்.

“காஃபிர்கள்” கற்சிலையாக நின்றனர்! அவர்களை கும்பல் வரிசையாக நிறுத்தியது. 200 மனிதர்கள்! 200 பிணங்கள்! வாடி வதங்கிய தோற்றம்! பலுச்சிய-சிப்பாய்கள் சுட்டார்கள்.

15 பேர் செத்து விழுந்தனர்!

இது தக்ஷசிலா!

இன்னும் 20 பேர் சுடப்பட்டு விழுந்தனர்!

இங்குதான் ஆசியாவின் மாபெரும் பல்கலைக்கழகமிருந்தது! லட்சக்கணக்கில் மக்கள் பண்பாட்டை, கலை இலக்கிய அறிவைப் பெற்றனர்!

50 பேர் செத்து விழுந்தனர்!

தக்ஷசிலாவின் ‘காட்சி சாலை’யிலே எழில்மிக்க சிலைகள் “சிற்பக் கலை”க்கு எடுத்துக்காட்டாக விளங்கின! பழம்பெருமையை விளக்கும் இணையிலா உதாரணங்கள்! பழம்பெரும் பண்பாட்டின் ஒளிவீசும் விளக்குகள்!

பிரதான வாயிலில் ‘ஸர்கோப்மஹல்’ எம்பி தியேட்டர்! பல மைல்கள் வரை பரந்து கிடக்கும் மாநகரின் இடிபாடுகள்! கடந்த காலத்தைக் காட்டும் காலக் கண்ணாடி!

இன்னும் 30 பேர் செத்து விழுந்தனர். இங்குதான் கனிஷ்கன் ஆட்சி செய்து வந்தான். குடிமக்களைச் சிறப்புடன் நடத்தினான். பாலாறும் தேனாறும் ஓடின! இயல், இசை, நாடகம், கலை கல்வியிலே மக்கள் விற்பன்னர்களாக விளங்கினர்.

இன்னும் 25 பேர் சுடப்பட்டுச் சுருண்டு விழுந்தனர்!

இங்குதான் மஹாத்மா புத்தரின் ‘அஹிம்ஸை’ ஒலித்தது! சாந்திமார்க்கத்தின் சங்கம் முழங்கியது! சாந்தியின் சங்கீதம் கேட்டது! இங்குதான் பிக்ஷுக்கள் மக்களுக்குச் சாந்தி மார்க்கத்தைக் காட்டினர்!

இப்பொழுதோ கடைசி வரிசையில் நின்ற மக்களுக்குச் சாவு ஓலை!

இங்குதான் இந்தியாவின் எல்லைப்புறத்திலே "இஸ்லாமிய இளம்பிறைக் கொடி" வானளாவப் பறந்தது! மனிதர் யாரும் சரிநிகர் சமானம், சாதிகளற்ற சமுதாயத்தின் கொடி! சகோதர உணர்ச்சியை உலகிற்கே அளித்த ஒப்பற்ற கொடி! கம்பீரமாகப் பறந்தது! எல்லோரும் மாண்டு மடிந்துவிட்டனர். அல்லாஹோ அக்பர்! நிலம் முழுவதும் ரத்த வெள்ளம்! தண்டவாளங்களில் என் சக்கரங்கள் வழுக்கிவிட்டன. நானும் தடம் புரண்டு விழுந்து அனைவரையும் அழித்துவிடுவேனோ என்ற அச்சமேற்பட்டது!

எங்கும் மரணத்தின் சாயல்! செத்த பிணங்களும் சாகாத பிணங்களும் காட்சியளித்தன! இந்தப் பயங்கரத்தைக் கண்ட பலோச்சிய சிப்பாய்கள் புன்னகை புரிந்தனர்!

ஒரு மூலையில் குழந்தை அழும் ஒலி. மற்றொரு பக்கம் மாங்கல்யம் இழந்தவளின் ஓலம்! மற்றொரு புறம் ஒரு கிழவியின் கதறல்! நான் புகையை எழுப்பிக் 'கடகட'வென்ற ஓசையுடன் "ராவல் பிண்டி" பிளாட்ஃபாரத்தில் வந்து நின்றேன். ஒரு அகதியைக் கூடக் காணோம்! சில முஸ்லிம் இளைஞர்கள் முகத்திரைகளை அணிந்த பெண்களுடனிருந்தனர். இளைஞர்களிடம் கைத் துப்பாக்கிகளிருந்தன. அவர்களிடம் பல மெஷின்களும் பிஸ்டல்களும் ரைஃபில்களுமிருந்தன. வெடிமருந்தையும் கைக்குண்டுகளையும் வைத்திருந்தனர்.

ஜீலம் நதிக்கும் குஜர்கான் பகுதிக்குமிடையில் அபாயச் சங்கிலியை இழுத்து என்னை நிறுத்தினர். இளைஞர்கள் இறங்கினர். பெண்கள் முகத்திரைகளைக் கிழித்து எறிந்து நாங்கள் இந்துக்கள்! சீக்கியர்கள்! பலாத்காரமாக எங்களை இழுத்துப் போகிறார்களே! என்று அலறினர். இளைஞர்கள் சிரிப்புடன் அவர்களை இழுத்து வந்தனர்

"ஆம் இவர்கள் ஹிந்துப் பெண்கள்தான்!"

ராவல் பிண்டியில் கண்ணியமுள்ள குடும்பங்களிலிருந்தும் பெற்றோர்களிடமிருந்தும் பறித்து வந்தோம்! எங்களிஷ்டம் போலத்தான் நடப்போம்! எவனுக்காவது துணிச்சலிருந்தால் இவர்களை எங்களிடமிருந்து பிடுங்கிக்கொள்ளலாம்!"

இரு ஹிந்துப் பட்டானிய இளைஞர்கள் துள்ளி வந்தனர்! பலூச்சிகள் உடனே சுட்டு வீழ்த்தினர். இன்னும் 15 பேர் பாய்ந்து வந்தனர். அவர்களுக்கும் அதே கதி. "மாமிசமதில் இரும்புக்

குண்டுகளுக்கு முன் எம்மாத்திரம்! அம்முஸ்லிம் இளைஞர்கள் பெண்களைக் காட்டிற்குள் இழுத்துச் சென்றனர்.

கரும்புகை என் வாயிலிருந்து கிளம்பியது. ஊழிக்காலத்து பிரளயம் தோன்றிவிட்டது போலிருந்தது. என் இரும்பு இதயம் வெடித்துத் தீச்சுவாலையைக் கக்கி 15 பெண்களை விழுங்கிய காட்டை எரித்துவிடலாமா என்று தோன்றியது.

'லாலா மூஸா' என்ற இடம் வந்தது. பிணங்களின் நாற்றம் சகிக்க முடியவில்லை. சிப்பாய்கள் பிணங்களை வெட்டி உதைத்துத் தள்ளினர். இப்பொழுது கால் நீட்டத் தாராளமாக இருந்தது!

இதுதான் புகழ்வாய்ந்த வஜீராபாத் ஜங்ஷன்! இங்குதான் இந்தியா முழுவதற்கும் போதுமான சூராக்கத்திகளும் இரும்பு சாமான்களும் தயாராகி வந்தன. ஹிந்து முஸ்லிம் மக்கள் பல தலைமுறைகளாக ஒன்றாக வாழ்ந்துவந்தனர். சுகதுக்கங்களில் பங்கு கொண்டனர். 'வைஸாக்கி விழா'வை ஒன்றாகவே கொண்டாடினர். ஸ்டேஷன் முழுவதும் ஒரே பிணக்குவியல்! மக்கள் கூட்டம் திரண்டுவந்தது, இந்தப் பிண விழாவைக் காண. எங்கும் ஒரே புகை மேகம்! அருகில் 'இங்கிலீஷ் பேண்ட்' *(English Band)* வாத்தியம் ஒலித்தது. இடையிலே கைதட்டலும் சிரிப்பு ஒலியும் கூச்சலும் கேட்டன; ஊர்வாசிகள் ஆடிப்பாடிக் கொண்டிருந்தனர் பின்புறம் நிர்வாணப் பெண்கள் கூட்டம்! குமரிகள் குழந்தைகள் கிழவிகள் அனைவரும் ஆடையின்றிக் காணப்பட்டனர்!

அதில் பாட்டிகளும் பேத்திகளும் கர்ப்பவதிகளுமிருந்தனர். பெண்கள் ஹிந்து சீக்கியப் பெண்கள்! ஆண்கள் முஸல்மான்கள்! பெண்கள் பிறந்த மேனியில் தலைவிரிகோலமாகத் தோன்றினர்! உடல் முழுவதும் காயத் தழும்புகள்! ஆயிரம் ஆடைகளணிந்துள்ளவரைப் போன்றே நிமிர்ந்து நின்றனர்! ஆனால் ஆன்மாவிலே சாவின் சாயல் படிந்திருந்தது. உள்ளங்களிலோ எரிமலை; பீரங்கிகள் வெடிப்பதைப் போன்று வெடிக்கும் நிலை!

"பாகிஸ்தான் ஜிந்தாபாத்! இஸ்லாம் ஜிந்தாபாத்! காய்தே ஆஜம் ஜிந்தாபாத்!" என்ற கூச்சல் கேட்டது! வைஸாக்கி விழா இந்தக் கோலத்தில் கொண்டாடினர். வண்டிக்குள்ளிருந்த பெண்கள் இந்தக் கோரத்தைக் கண்டு ஜன்னல்களை 'படபட' வென்று மூடினர். "ஜன்னலை மூடாதே! காற்று வரவில்லை" என்று பலூச்சி

சிப்பாய்கள் கூச்சலிட்டனர். ஜன்னல்கள் திறக்கப்படவே இல்லை! துப்பாக்கி சுடும் சத்தம் கேட்டது. சில அகதிகள் செத்திருக்கலாம்!

நிர்வாணப் பெண்கள் அகதிகளுடன் அமர்த்தப்பட்டனர். "இஸ்லாம் ஜிந்தா பாத்" என்ற கூச்சலுடன் வண்டி புறப்பட்டது.

வண்டியிலிருந்த ஒரு சிறுவன் மெதுவாக வந்து "அம்மா குளித்து விட்டா வந்தாய்?" என்று கேட்டான்.

"ஆம் குழந்தாய்! எனது நாட்டுப் புதல்வர்கள்தான் இப்படி என்னைக் குளிப்பாட்டினார்கள்"

"உன் துணியெல்லாம் எங்கே?" என்று கேட்டான்.

"எனது "இல்லற வாழ்வின் - ரத்தக் கறையைக் கழுவ எடுத்துச் சென்றார்கள்."

உடனே வண்டியிலிருந்த ஆடையற்ற இரு பெண்கள் வெளியே குதித்தனர்!

'நான் 'ஓ' வென்ற ஒலியுடன் புகை எழுப்பியவாறு லாஹூர் வந்து மூச்சுவிட்டேன்.

நான் முதல் பிளாட்ஃபாரத்தில் நின்றேன். அடுத்த பிளாட்ஃபாரத்தில் அமிர்தஸரஸ் வண்டி நின்றது. அதில் இந்தியாவை விட்டு வெளியேறும் முஸ்லிம் அகதிகளிருந்தனர். "முஸ்லிம் கித்மத்கார்" (முஸ்லிம் தொண்டர்கள்) என் வண்டியைச் சோதனை செய்தனர். வெளியேறும் அகதிகளிடமிருந்த விலை உயர்ந்த துணிமணிகளையும் நகைகளையும் எடுத்துக் கொண்டனர். 400 அகதிகளை இறக்கினர்! அமிர்தஸரஸ் வண்டியில் 400 முஸ்லிம் அகதிகள் குறைந்துவிட்டனராம்! 50 பெண்களையும் காணோமாம்! பதிலுக்கு என் வண்டியிலுள்ள 400 "பலிஆடுகளை" எடுத்துக் கொண்டனர். 'முஸ்லிம் கித்மத்கார்' என்னைச் சுற்றிச் சூழ்ந்து நின்றனர். அவர்களுடைய கைகளில் சூராக்கத்திகள் மின்னின! வேகமாகவும் லாகவமாகவும் சில நிமிடங்களில் 400 பேரையும் கொன்றனர். ஹிந்துஸ்தானிலும் பாக்கிஸ்தானிலும் மக்கள் தொகை சரியாகட்டுமென்று எண்ணியிருக்கலாம்!

"ஷைத்தான் என்னைக் கல்த்தா கொடுத்து நரகத்திலிருந்து நேராகப் பஞ்சாபிற்குள் தள்ளிவிட்டானோ என்று பிரமையடைந்தேன்! எங்கும் ஒரே துர்நாற்றம்!

"அட்டாரி"யை அடைந்ததுமே சூழ்நிலை மாறிவிட்டது! முகல்புரியில் பலூச்சிய சிப்பாய்களை நீக்கி சீக்கிய டோகராச் சிப்பாய்கள் நியமிக்கப்பட்டனர். வண்டியிலிருந்தவர்கள் இங்கு ஏராளமான முஸ்லிம் பிணங்களைக் கண்டு மகிழ்ந்தனர்! சுதந்திர-இந்தியாவின் எல்லை நெருங்கிவிட்டது! இல்லாவிட்டால் இக்காட்சியைக் காண முடிந்திருக்குமா? அமிர்தஸரஸை அடைந்ததுமே சீக்கியர்கள் "ஸ்த்ஸ்ரீ அகால்!" என்று வானதிர ஜெயகோஷமிட்டனர். ஹிந்துக்களும் டோக்ராக்களும் சீக்கியர்களும் ஒவ்வொரு வண்டியாகச் சென்று 'வேட்டை'யிருக்கிறதா? என்று தேடினர்! அப்படியென்றால் யாராவது முஸல்மான் இருக்கிறார்களா? என்று பொருள்.

ஓரிடத்தில் நான்கு பிராமணர்கள் வண்டியிலேறினர். நீண்ட குடுமிகளுடன் தோற்றமளித்தனர். அங்கவஸ்திரங்களில் "ஸ்ரீராம் ஸ்ரீராம்" என்று ஹிந்தியில் அச்சிடப்பட்டிருந்தன. அவர்கள் ஹரித்வாரை நோக்கித் தீர்த்தயாத்திரை செய்துகொண்டிருந்தனர். வண்டியில் எங்கு பார்த்தாலும் ஏழெட்டு ஜாட்டுகளும் சீக்கியர்களுமிருந்தனர். ரைஃபிக்களுடனும் ஈட்டிகளுடனும் வேட்டையாடக் கிழக்கு பஞ்சாபை நோக்கிச் சென்றனர். ஒருவனுக்குத் திடீரென்று சந்தேகம் வந்துவிட்டது!

'பிராம்மன் தேவதா! எங்கே இவ்வளவு தூரம்?" என்று கேட்டான்.

"ஹரித்வார் - தீர்த்தயாத்திரைக்கு!"

"ஹரித்வாரா, பாக்கிஸ்தானுக்கா?"

"மியான் அல்லா! அல்லா! கரேர்" என்ற சொற்கள் ஒரு பிராமணனிடமிருந்து வந்தது!

ஜாட் துள்ளிக் குதித்தான். "டேய் வேட்டை கிடைத்ததடா!" என்று உற்சாகத்துடன் கூச்சலிட்டான். "வா அல்லா அல்லா! செய்யலாம்!" என்று கூறி ஒரு போலி பிராமணனை ஈட்டியால் குத்தினான். இதைக் கண்ட மற்றவர்கள் ஓடினர். ஹரித்வாருக்குப் போகும் முன்பு "டாக்டர் சோதனை செய்துவிட்டுப் போகவேண்டும்" என்று கூறி வேட்டையாளர்கள் அவர்களைப் பின்தொடர்ந்தனர். "டாக்டர் சோதனை" என்றால் 'சுன்னத்' செய்திருக்கின்றனரா? என்று பார்ப்பது! இந்த அடையாளத்தை வைத்துக் கொன்றனர். நால்வரும் பிராமண வேடத்திலிருந்தனர்.

நான் இந்தக் கண்றாவியைக் கண்டதும் பயணத்தைத் தொடர்ந்தேன். நடுக்காட்டில் வண்டி நின்றது. சீக்கியரும் ஜாட்டும் காட்டிற்குள் ஓடினர். இவர்களைத் தாக்கப் பெரும் முஸ்லிம் படை வந்து விட்டதோ? என்று எண்ணினேன். நடந்ததோ வேறு! காட்டில் ஏராளமான முஸ்லிம் குடியானவர்கள் மனைவி மக்களுடன் ஒளிந்திருந்தனர். "ஸக்ஸ்ரீ அகால்! ஹரஹரமஹா தேவ்! ஹிந்து தர்ம்கீ ஜெய்!" என்ற பேரொலியுடன் ஒளிந்திருந்த அப்பாவிகளைச் சூழ்ந்துகொண்டனர். குழந்தைகள் உட்பட ஆண்கள் பெண்கள் கிழவர்கள் இளைஞர்கள் அனைவரையும் அரைமணிக்குள் கொன்று தீர்த்தனர்.

ஒருவனுடைய ஈட்டியிலே ஒரு சிறு குழந்தையின் பிணம் சொருகப் பட்டிருந்தது! ஈட்டியைச் சுழற்றி "ஆயி வைஸாக்கி ஆயி..." என்று பாடினான்.

ஜலந்தரை அடுத்த பட்டானியக் கிராமம்! இங்கும் என்னை நிறுத்தி ஊருக்குள் சென்று பட்டானியரைத் தாக்கினர். கடைசியில் அவர்கள் பெண்கள் குழந்தைகள் உட்படக் கொல்லப்பட்டனர்.

நாணத்திலே மெல்லிய கிளைகளைப் போன்றே நாணி முகம் கவிழ்க்கும் நாரிமணிகள் நிறைந்த பஞ்சாப்! பஞ்சாபின் இதயம் ஹீரா - ராஞ்ஜியின் அழியாக் காதலைப் பாடியது! ஸோனி - மஹிலாவின் 'அமர ப்ரேம கீதத்தை'ப் பாடியது. 'ஷீஸ' மரங்களும் ஆலமரங்களும் நிறைந்த இடத்திலே அனைவரும் கொல்லப்பட்டனர்! எந்த மதங்களைச் சேர்ந்தவராக இருந்தாலென்ன? மதவெறிக்குப் பல்லாயிரம் 'மனித உயிர்கள்' பலியாயின!

50 பெண்களும் 500 கணவர்களும்!

50 ஆடுகள்! 500 கசாப்புக் கடைக்காரர்கள்!

50 ஸோனிகள்! 500 மஹிவால்கள்!

செனாப் நதியிலே இனி வெள்ளமே வராதா?

வாரிஸ் - ஷாஹின் 'ஹீர்' பாடல் இனி ஒலிக்காதா?

இனி யாரும் மிர்ஸா - ஸாஹிபானின் "தாஸ்தானே உல்ஃபத்" (காதல் வரலாற்றுப் பாட்டு) பாட மாட்டார்களா?

மந்தமாருதம் வீசும் எழில்மிக்க பஞ்சாப் பிளக்கப்பட்டது! பொன் கொழிக்கும் பஞ்சாப்! வீரர் நிறைந்த பஞ்சாப் பிளந்தது! பஞ்சாபின் உடலிலே வெறுப்புப் புண்ணும் சீழும் புரையோடின. அழகு பஞ்சாபைத் துண்டு துண்டாகப் பிளந்து சண்டாளச் சதிகாரத் தலைவர்களை அந்தப் பாபிகளை, ஏழேழு தலைமுறையும் லட்சம் தடவைகள் சபித்தாலும் போதாது! அந்தக் கொடியவர்களை மன்னிக்கவே முடியாது!

பஞ்சாபின் உடலுக்குள் விஷம் பாய்ந்தது! அது செத்துவிட்டது! அதன் ஆன்மா அழுகிறது! அது ஊமையாய் வாயடைத்துப் போயிற்று! களங்கமற்ற பஞ்சாபிலே களங்கக்கரை படிந்துவிட்டது! பஞ்சாபின் பாடல் மடிந்துவிட்டது! கண்களும் செவிகளும் உணர்வுமற்ற நான் பஞ்சாபின் மரணத்தைக் கண்டேன். சக்கரங்கள் தடுமாறின.

சீக்கியரும் ஜாட்டுக்களும் மடிந்தவரின் உடல்களை பாலங்கள் வரும் இடங்களில் வீசி எறிந்தனர். பிறகு நாட்டுச் சாராயம் குடித்தனர்! எங்கும் ஒரே துர்நாற்றம்! வெறுப்பின் ஆட்சி!

நான் 'கடகட' வென்ற ஒலியுடன் தண்டவாளங்களில் ஓடிக் கொண்டிருந்தேன்.

லூதியானாவில் வண்டி நின்றது. வெறியர்கள் இறங்கி ஊருக்குள் சென்று முஸ்லிம் வீடுகளில் கொள்ளையடித்துவிட்டு இரண்டு மணி நேரத்திற்குப்பின் சாமான்களுடன் திரும்பினர். அகதிகளுக்கும் குறைந்தது பத்துப் பதினைந்து முஸ்லிம்களையாவது கொல்லாவிட்டால் ஆத்திரம் அடங்காது! அதுவரை வண்டியும் நகர முடியாது!

வண்டி முழுவதும் ஒரே ரத்தக்கறை! ஒரே துர்வாடை! குளிக்க வேண்டும் போலிருந்தது! இந்த "மரண யாத்திரை'யில் என்னைக் குளிக்கவா விடுவார்கள்?

அம்பாலா ஸ்டேஷன்!

முதல் வகுப்பில் ஒரு முஸ்லிம் டெப்டி கமிஷனர் குடும்பத்துடன் தக்க பாதுகாப்புடன் ஏறினார். அதில் ஒரு ஸர்தார்ஜியும் அவருடைய மனைவியுமிருந்தனர். டெப்டி கமிஷனரின் குடும்பத்தைப் பத்திரமாக அனுப்புமாறு ராணுவம் கண்டிப்பாக உத்தரவு இட்டது!

பத்து மைல்தான் சென்றிருப்பேன்; இரவு 2 மணிக்கு வண்டியை நிறுத்தி கலவரக்காரர்கள் கண்ணாடி ஜன்னல்களை உடைத்துக் கொண்டு முதல் வகுப்பில் புகுந்தனர். கமிஷனரையும் அவரது மனைவியையும் ஒரு கைக்குழந்தையையும் கொன்றனர். அவருக்கு ஒரு அழகிய பெண்! எங்கோ கல்லூரியில் படித்தாள். கையில் ஒரு புத்தகம் வைத்திருந்தாள்.

இரு இளைஞர்கள் அந்த அழகி யாருக்காவது பயன்படலாமென்று எண்ணிக் காப்பாற்ற நினைத்தனர். நகைப்பெட்டியுடன் அவளைக் காட்டிற்கு இழுத்துச் சென்றனர். அவளைக் கொல்வதா வேண்டாமா?" என்று கூடிப் பேசினர்.

"என்னை ஏன் கொல்ல வேண்டும்? என்னை ஹிந்துவாக்கி யாராவது மணந்துகொள்ளலாம். என்னைக் கொல்வதால் என்ன லாபம்?" என்று அந்தப் பெண் கேட்டாள்.

ஒருவன் அவளை விட்டு விடலாம் என்றான்.

மற்றவனோ "இவளைக் கொல்லுவதுதான் சரி. என்ன பேச்சு வேண்டியிருக்கு?" என்று அவளுடைய வயிற்றைக் குத்திக் கிழித்தான்! அந்த அழகி துடிதுடித்து மடிந்தாள். புல்தரையிலேயே ரத்தம் உறைந்தது: அவளுடைய புத்தகம் ரத்தத்தில் ஊறியது! புத்தகத்தின் பெயர் - Socialisam-Theory and Practice By Johan Strachey அவள் அறிவாளியாக இருந்திருக்கலாம். அவளுடைய உள்ளத்தில் நாட்டிற்கும் சமுதாயத்திற்கும் சேவை புரியும் எண்ணமிருந்திருக்கலாம். அவளுடைய ஆன்மாவிலே யாரையாவது காதலித்துக் கட்டியணைக்க ஆசையிருந்திருக்கலாம்! ஒரு குழந்தையை முத்தமழை பொழிந்து பால் கொடுக்கும் பாசமிருந்திருக்கலாம்! அவள் ஒரு தாய்! அவள் ஒரு காதலி! அவள் ஒரு மனைவி! அவள் ஒரு சகோதரி! அவள் பெண். உலக சிருஷ்டியின் தூய்மையான ரகசியம்!

இனி அவளுடைய பிணத்தைக் காக்கைகளும் கழுகுகளும் கொத்தித் தின்னும்!

"ஸோஷியலிஸம் - கொள்கையும் நடைமுறையும்!"

காட்டுப் பிராணிகள் நரிகளும் ஓநாய்களும் கிழித்துத் தின்றன!

யாரும் பேசவில்லை! யாரும் முன்னால் வரவில்லை! யாரும்

புரட்சிக் கதவுகளைத் திறக்கவில்லை!

நான் இரவின் அமைதியைக் கலைத்துக்கொண்டு தீயையும் தகிக்கும் ஜுவாலையையும் உள்ளடக்கியவாறு செல்கிறேன். வண்டியிலிருப்பவர்களோ குடித்துவிட்டு, மகாத்மா காந்தியைப் புகழ்ந்து கோஷங்களை எழுப்பிக்கொண்டிருந்தனர்.

பல நாட்களுக்குப் பிறகு, இப்பொழுது பம்பாய் திரும்பியிருக்கிறேன். நன்றாகக் கழுவிக் குளிப்பாட்டி என்னை "ஷெட்"டில் வைத்திருக்கிறார்கள்! சாராய வாடையில்லை! ரத்த வாடையில்லை! காட்டு மிராண்டி மதவெறியினரின் எக்காளச் சிரிப்பில்லை!

இரவின் தனிமையிலே எனக்கு பிரமையேற்படுகிறது! பூதங்கள் விழிப்படைந்தனவோ என்னவோ! மதவெறிக் காட்டுமிராண்டிக் கொலைகாரர்களால் கொல்லப்பட்ட, 'ஆண் பெண் ஆவிகள்' அழுவதைக் கேட்கிறேன். குழந்தையைப் பறிகொடுத்த தாய்மார்கள் அலறுவதைக் கேட்கிறேன்! எங்கும் ஒரே அவலக் குரல் எதிரொலிக்கிறது! "ஷெட்டை" விட்டு வர விருப்பமில்லை. எனக்கு அந்த "மரண-யாத்திரை" நாட்டுப் பிரிவினையால் ஏற்பட்டதே! அது வேண்டவே வேண்டாம்! எப்பொழுது வருவேன் தெரியுமா? பஞ்சாபின் இரு பக்கங்களிலும் வயல்களிலே கோதுமை விளைந்து கதிர்கள் வெயிலின் பொன்னொளியிலே மின்னும்போது "அறுவடைப்" பாடல்கள் குடியானவர்கள் பாடவேண்டும்! ஆண்களும் பெண்களும் சேர்ந்து இனிய நாட்டுப் பாடல்கள் பாடவேண்டும்! மனிதர் ஒருவரை ஒருவர் மதிக்கவேண்டும்! குழந்தைகளிடமும் பெண்களிடமும் அன்புடன் நடந்துகொள்ள வேண்டும்! அனைவரின் இதயங்களிலும் அன்பு ஒளி வீச வேண்டும்! அப்பொழுதுதான் பஞ்சாபிற்கு வருவேன்!

நான் மரத்தால் செய்த உயிரில்லாத இரயில் வண்டிதான்! ஆயினும் வெறுப்புணர்ச்சியை விரும்பவில்லை! பிணங்களை ஏற்றிச் செல்ல விரும்பவில்லை. உணவுப் பற்றாக்குறை உள்ள இடங்களுக்கு உணவுப் பொருட்களை ஏற்றிச் செல்வேன்! நிலக்கரி ஏற்றிச் செல்வேன்! எண்ணெயும் தொழிற்சாலைக்கு இரும்பையும் ஏற்றிச்செல்வேன். "நல்ல எண்ணத் தூதுக் குழுவை" *(goodwill mission)* ஏற்றிச் செல்வேன். பெண்களையும் குழந்தைகளையும் ஏற்றிச் செல்வேன், குழந்தைகளின் முகங்கள் தாமரைபோல மலரும்போது தாய்மார்கள் கொஞ்சும் குரலைக்

கேட்க வேண்டும்! குடியானவர்களையும், தொழிலாளிகளையும் பாட்டாளிகளையும் ஏற்றிச் செல்வேன்! அப்பொழுது! புதுவாழ்வு பூத்துப் பொங்கும்! மக்கள் புதுவாழ்விற்கு வணக்கம் செய்வார்கள்! அப்பொழுது யாரும் ஹிந்துக்களாகவோ முஸ்லிம்களாகவோ இருக்க மாட்டார்கள், அவர்கள் "மனிதர்களாக" இருப்பார்கள்! விவசாயிகளாகவும் தொழிலாளர்களாகவும் இருப்பார்கள்!

ஜெய் ஹிந்த்!

குப்பைச் சாமியார்

அவன் ஆஸ்பத்திரியை விட்டு வெளியே வந்தபொழுது அவன் கால்கள் நடுங்கிக்கொண்டிருந்தன. அவன் உடல் முழுவதும் நனைந்த பஞ்சாகக் கனத்தது. அவனுக்கு நடக்கவே பிடிக்க வில்லை. அப்படியே நடைபாதையில் உட்கார்ந்துவிடலாமா என்று எண்ணினான்.

நியாயப்படி அவன் இன்னும் ஒரு மாதம் ஆஸ்பத்திரியில் இருந்திருக்கவேண்டும். ஆனால் ஆஸ்பத்திரிக்காரர்கள் அவனுக்கு விடைகொடுத்து வெளியே அனுப்பிவிட்டார்கள். நாலரை மாதம் அவன் ஆஸ்பத்திரியில் பிரைவேட் வார்டில் இருந்தான். ஒன்றரை மாதம் ஜெனரல் வார்டில் இருந்தான். இதற்கிடையில் அவனுடைய ஒரு மூத்திரக்காயை எடுத்துவிட்டார்கள். மலக்குழாயில் ஒரு பகுதியை வெட்டிப் பெருங்குடல் இயக்கத்தைச் சரிசெய்தார்கள். இன்னும் ஈரலைச் செப்பனிட வேண்டிய வேலை பாக்கியிருந்தது. அதற்குள் அவன் ஆஸ்பத்திரியிலிருந்து வெளியேறும்படியாகிவிட்டது. ஏனென்றால், அவனைவிட மோசமான நிலையில் இருந்தவர்கள் தங்கள் முறையை எதிர்நோக்கிக் காத்திருந்தார்கள்.

டாக்டர் அவனிடம் ஒரு நீண்ட மருந்துப் பட்டியலை நீட்டி, "இந்த டானிக்குகளைக் குடி. புஷ்டி தரும் உணவாகச் சாப்பிடு. நன்றாகக் குணமாகிவிடுவாய். இனி ஆஸ்பத்திரியில் இருக்க வேண்டிய தேவையில்லை!" என்றார்.

"ஆனால், என்னால் நடக்க முடியவில்லையே. டாக்டர் ஐயா! என்று அவன் பலவீனமான குரலில் கூறினான்.

"வீட்டுக்குப் போ! கொஞ்ச நாட்கள் மனைவியின் பணிவிடையில் இருந்தால் நன்றாகத் தேறிவிடுவாய்" என்றார் டாக்டர்.

மிகவும் மெதுவாகத் தடுமாறும் கால்களுடன் நடைபாதையில் நடக்கும்பொழுது அவன் யோசித்தான்: "வீடா? எனக்கு வீடு எங்கே இருக்கிறது?" ஆனால் சில மாதங்களுக்கு முன்னால் எனக்கும் வீடு, வாசல் என்று ஏதோ இருந்தது உண்மைதான். எனக்கு ஒரு மனைவியும் இருந்தாள். அவளுக்கு ஒரு குழந்தையும் பிறப்பதாயிருந்தது. கணவன்-மனைவி இருவரும் பிறக்கப்போகிற குழந்தையைப் பற்றிக் கற்பனைகள் பல புரிந்து எத்தனை மகிழ்ந்தார்கள்? உலகத்தில் ஜனப்பெருக்கம் அதிகமாகலாம்; மக்கட்தொகை கூடலாம். ஆனால் அவர்கள் இருவருக்கும் பிறக்கப் போவது முதல் குழந்தைதானே? அவர்களைப் பொறுத்தவரையில் உலகத்துக்கே முதல் குழந்தையாகத்தான்பட்டது!

துலாரி பிறக்கப் போகும் தன் குழந்தைக்காக அழகழகாக உடைகள் தைத்தாள். ஆஸ்பத்திரிக்கே எடுத்து வந்து அவனிடம் காட்டினாள். அவ்வுடைகளைக் கையால் தொட்டுத் தடவிப் பார்த்தபோது. அவனுக்குத் தன் குழந்தையையே மடியில் ஏந்தி அன்போடு கொஞ்சுவதாகத் தோன்றியது.

ஆனால், அடுத்த ஒரு சில மாதங்களில் எத்தனையோ கொள்ளை போய்விட்டது. அவனுக்கு முதலில் மூத்திரக்காய் அறுவைச் சிகிச்சை நடந்தபோது துலாரி தன் நகைகளை விற்றுவிட்டாள். நகைகள் இதுபோல் ஆபத்து சம்பத்துக்கு உதவுவதற்குத்தானே இருக்கின்றன. நகைகள், நங்கை நல்லாளின் அழகைக் கூட்டுவதாக மக்கள் நினைக்கிறார்கள். ஆனால், அது பிறர் துயரத்துக்கு மருந்தாக உதவுகிறது! கணவனுக்கு அறுவைச் சிகிச்சை, குழந்தையின் கல்வி, மகளின் திருமணம் - இதுபோன்ற தருணங்களில் இந்த நகை வங்கிகள் திறக்கின்றன; தீர்ந்தும் போகின்றன. பெண் என்பவள் நகைகளின் பாதுகாப்பாளி. வாழ்க்கையில் அதிகபட்சம் ஐந்தாறு தடவை இந்த நகைகளைப் பூட்டிக்கொண்டு அழகுறும் வாய்ப்பு அவளுக்குக் கிட்டுகிறது!

மறுமுறை மூத்திரக்காய் ஆப்பரேஷன் நடப்பதற்குள்ளே

துலாரியின் குழந்தை குறைப்பிரசவத்தில் போய்விட்டது. இது எதிர்பார்த்ததுதான். இரவு பகல் எந்நேரமும் ஒருத்தி மாடாக உழைத்தால்... அதுவும் பிள்ளைத்தாய்ச்சி. இந்த ஆபத்து தவிர்க்க முடியாதுதானே? துலாரியின் துறுதுறுக்கும் பொன் உடல் இதுபோன்ற கடுமையான உழைப்புக்கு ஆக்கப்பட்டதாகவே தெரியவில்லை. அதனால்தான் அந்தப் புத்திசாலிக் குழந்தை அரைகுறையாகவே தன் வாழ்க்கையை முடித்துக்கொண்டுவிட்டது. அவலச் சூழ்நிலையையும், தாய்-தந்தையரின் சிரம தசையையும் உணர்ந்து அது இவ்வுலகில் பிறந்து வளர்வதே தவறு என்று முடிவுகட்டிவிட்டது. சில குழந்தைகள் அதிமேதாவிகளாகத்தான் இருக்கின்றன. துலாரி பல நாட்கள் ஆஸ்பத்திரிக்கு வரமுடியவில்லை. அவள் வந்து இந்தச் செய்தியைச் சொன்னதும் அவன் எப்படி அழுதுவிட்டான்? பின்னால் இதைக் காட்டிலும் அதிகம் அழவேண்டும் என்று தெரிந்திருந்தால், அவன் இந்த நிகழ்ச்சிக்கு அழுகையை நிறுத்தி ஆனந்தப்பட்டிருப்பான்.

இரண்டாவது முறையாக மூத்திரக்காய் அறுவைச் சிகிச்சை நடந்தபோது அவன் வேலை பறிபோய்விட்டது. நீண்ட நாட்கள் ஒருவன் நோயில் விழுந்தால் இப்படி நடப்பது சகஜம் தானே? ஒருவன் எத்தனை நாள்தாள் ஒருவனை எதிர்நோக்கிக் காத்திருப்பான்? நோய் என்பது மனிதனின் சொந்த விஷயம். ஒருவன் தன் வேலை நிலைத்திருக்கவேண்டும் என்று நினைத்தால், அதிக நாள் நோய்வாய்ப்படக்கூடாது. சட்டுப்புட்டென்று வேலைக்குப் போய்விடவேண்டும். மனிதன் மெஷினைப் போல. ஒரு மெஷின் வெகு நாட்கள் பழுதுபட்டுக் கிடந்தால், அதைத் தூக்கி ஒரு மூலையில் "கடாசி" விடுகிறார்கள். அதற்குப் பதில் புதிய மெஷினை வைத்து விடுகிறார்கள். ஏன்? "வேலை தடைபடக்கூடாது; பிஸினஸ் நிற்கக்கூடாது; காலம் வீணாகக்கூடாது" என்ற நல்ல எண்ணமே காரணம். அவனுக்குத் தன் வேலை போய்விட்டது என்று தெரிந்தபொழுது, அவன் பேரதிர்ச்சிக்கு ஆளானான். இரண்டாவது மூத்திரக்காயும் எடுக்கப்பட்டுவிட்டதுபோலத் துடிதுடித்தான். ஆனால் இந்த அதிர்ச்சியினால் அவனுக்குக் கண்களில் துளிக்கூட நீர் வரவில்லை. உள்ளத்துள் ஒரு சூன்யம் வெறிச்சோடியதாக, காலடியிலிருந்த பூமி கனவேகமாக நழுவுவதாக, ரத்த நாளங்களில் ரத்தத்துக்குப் பதில் அச்சம் புரையோடுவதாக உணர்ந்து நிலைகுலைந்து போனான். எனவேதான் அவன் விழிகள்

நீர் பெருக்கும் தன் இயல்பை மறந்துவிட்டன.

பல நாட்கள் அவன் தன் வருங்கால வாழ்க்கையை நினைத்து அச்சத்தில் அலமலந்து தாங்கமுடியாமல் தூக்கம் வராமல் தவித்தான். நீண்ட நாள் நோய் என்றால், செலவும் அதிகமாவது இயல்புதானே? சிறுகச் சிறுக வீட்டில் உள்ள உயர்ந்த பொருள்கள் எல்லாம் போயின. ஆனால் அதற்காகத் துலாரி துணிவை இழக்கவில்லை; நம்பிக்கையை நழுவவிடவில்லை. நாலரை மாதங்கள் தன் கணவனைத் தனி வார்டில் வைத்தாள்; நல்ல முறையில் சிகிச்சை செய்வித்தாள். வீட்டில் உள்ள ஒவ்வொரு பொருளையும் விற்றாள். பொருள் தீர்ந்தபின் பொருளுக்காக வேலையும் பார்த்தாள். ஆம், அவள் ஒரு கம்பெனியில் வேலைக்கு அமர்ந்தாள். ஒருநாள் தன் கம்பெனி முதலாளியையே அழைத்துக் கொண்டு ஆஸ்பத்திரிக்கும் வந்தாள். அவன் ஒல்லியாக, ஒடிசலாக, குள்ளமாக இருந்தான். நடுத்தர வயதும், நாணும் குணமும் உள்ளவனாகத் தோன்றினான். குறைந்த பேச்சும் இனிய இள நகையும் கொண்டவனாக இருந்தான். உருவத்தை வைத்துப் பார்த்தால் அவனை ஒரு கம்பெனி முதலாளி என்று கூறுவதைக் காட்டிலும், ஒரு புத்தகக் கடை முதலாளி என்று சொல்லலாம் போலிருந்தது. துலாரி அவன் கம்பெனியில் இருநூறு ரூபாய் மாதச் சம்பளத்தில் வேலைக்கு அமர்ந்திருந்தாள். அவள் அதிகம் படித்தவள் அல்ல. ஆதலால், உறைகளில் தபால் வில்லைகள் ஒட்டும் வேலையே அவளுக்கு அளிக்கப்பட்டிருந்தது.

“இது மிகவும் எளிதான வேலையாயிற்றே!” என்றான் துலாரியின் கணவன்.

“எளிதான வேலைதான். இருந்தாலும் நாள் ஒன்றுக்கு ஐந்நூறு அறுநூறு உறைகளுக்குப் வில்லைகள் ஒட்டுவதென்றால்..? என்னதான் எளிய காரியம் என்றாலும் சிரமமாகவே தோன்றும்!” என்றான் கம்பெனி முதலாளி.

“மெய்தான்! ரொம்பக் களைப்பாகப் போய்விடுகிறது!” என்று துலாரி புன்னகையுடன் கூறினாள்.

“நீ குணமாகி வந்ததும், உன் மனைவிக்குப் பதிலாக நீயே வில்லைகள் ஒட்டு. உனக்கு வேலை போட்டுத் தருகிறேன்!” என்று ஆறுதல் கூறினான் கம்பெனி முதலாளி.

கம்பெனி முதலாளி புறப்பட்டதும், துலாரியும் அவனுடனேயே புறப்பட்டாள். அன்று அவள் அடி எடுத்துவைக்கும் முறையிலே விந்தையானதொரு தன்மானம் கொப்பளிப்பதை அவன் கண்டான். அவள் உடல் ஒரு பூங்கிளையென அசைந்து எழில் கூட்டியது. அறைக்கு வெளியே போகும்பொழுது முதலாளி, துலாரிக்காக ஒரு கையினால் கதவைத் திறந்தான். பிறகு சிறிது வளைந்து மரியாதை காட்டித் துலாரியை வெளியே வருமாறு அவன் விட்ட அழைப்பு இருக்கிறதே, இன்றெல்லாம் அதைப் பார்த்துக்கொண்டே இருக்கலாம். அடுத்த கணம் அவன் கை துலாரியின் இடுப்பை அணைத்தபொழுது..! துலாரியின் கணவனுக்குத் திடுக்கென்றது. கம்பெனி முதலாளியின் முதற் கை செய்த காரியம் மட்டும் பிடித்தது. இரண்டாவது கை செய்த காரியம் மட்டும் பிடிக்காமல் போவானேன்?

ஆனால் அடுத்த கணமே அவன் தன் மனத்தைச் சமாதானம் செய்துகொண்டான்; சிற்சில சமயம் ஒரு கை செய்கிற காரியம் இன்னொரு கைக்குத் தெரியாது. இது அந்த வகையாக இருந்தால்...? அதோடு அவன் கண்களே மோசம் போயிருக்கலாம்; கண்கள் கண்டது வெறும் பிரமையாகவும் இருக்கலாம். எனவே, அவன் தைரியமாகத் தன் இரு கண்களையும் இறுக மூடிக்கொண்டான். மெத்தென்றிருந்த தலையணையில் தலையை ஊன்றிப் பதித்துக்கொண்டு, குளுகோஸ் இன்ஜெக்ஷனை எதிர்பார்க்கலானான்.

அவனுக்கு மூன்றாவது அறுவைச் சிகிச்சை ஆஸ்பத்திரியின் ஜெனரல் வார்டில் நடைபெற்றது. அதற்குள் துலாரி கம்பெனி முதலாளியுடன் டார்ஜிலிங்குக்குப் போய்விட்டிருந்தாள். ஆமாம், ஒருத்தி எத்தனை நாள்தான் பொறுத்திருக்கமுடியும்? வாழ்வோ சிறியது; வாழ்வின் வசந்தமும் இன்பமும் அதைக் காட்டிலும் சிறியவை. இன்பப் பெருக்கில் உணர்ச்சிகள் கொப்பளித்து வரும்பொழுது, விழிகளில் சந்திரன் பவனி வரும் பொழுது, விரல்களில் தீயின் வெம்மை படரும்பொழுது, இதயத்திலே இனிய இன்ப வேதனை சுரக்கும்பொழுது, பூவிதழ்களை முத்தமிடும் வண்டென மெல்லிதழ் உதடுகளிலே முத்தம் பதியும் போது, உருண்டு திரண்ட நெளிவு சுளிவுகள் தெரிந்த கழுத்துப் பகுதி ஒருவருடைய மூச்சுச் சூட்டினால் ஒத்தடம் பெறும்போது

எத்தகைய இன்பம் பேரின்பமாகச் சித்திக்கிறது? இந்த அரிய வாய்ப்பை உதறிவிட்டு ஒருத்தி, எத்தனை நாட்கள்தான் பினாயில் நாற்றத்தையும் மூத்திர நாற்றத்தையும் முகருவது? எச்சில், சீழ், ரத்தம் - இவை காட்டும் நிறபேதங்களைக் காணச் சகியாமல் கண்டுகொண்டிருப்பது? மரண வாசலுக்குச் சென்று மீளும் சிணுப்பைக் கேட்டுக்கொண்டிருப்பது? பொறுமைக்கும் ஓர் எல்லை உண்டு அல்லவா? அதுவும் இருபதே வயது ஆகும் ஒரு பெண்ணின் பொறுமைக்கு! அவளுக்கு மணமாகி இரண்டு ஆண்டுகள்கூட ஆகவில்லை. அந்த இரண்டு ஆண்டுகளிலும் அவள் கட்டிய கணவனோடு துயரத்தைத் தவிர வேறு எதையுமே காணவில்லை. அவள் தன் கனவு நூலில் கட்டுண்டு டார்ஜிலிங் வரை போய்விட்டாள் என்றால், அது யார் குற்றம்? அல்லது என்ன குற்றம்?

பிறரைக் குற்றவாளியாக்கும் நிலையை அவன் எப்பொழுதோ கடந்துவிட்டான். அடிக்குமேல் அடியாக இடையறாமல் விழவே, அவன் மனம் பேதலித்துவிட்டான்; செய்வதறியாது திகைத்து விட்டான்: திக்பிரமை பிடித்தவன்போலச் சமைந்துவிட்டான். இனி அவனுக்குத் துன்பத்திலும் துயரத்திலும் எவ்விதமான உணர்ச்சியும் எழாது; கண்களும் நீரைப் பெருக்கா. சிவந்து கொதிக்கும் இரும்புத் துண்டம் சுத்தியலின் தாக்குதலில் பட்டையாகிக் குளிர்ந்துபோகுமே, அப்படி அவன் மனம் மரத்து விட்டது. அதனால்தான் அவன் இன்று ஆஸ்பத்திரியிலிருந்து வெளியேற்றப்பட்டபோது டாக்டரிடம் தன் மனத்துயர் எதையும் வெளியிடவில்லை. ஆஸ்பத்திரியிலிருந்து எனக்குப் போக்கிடம் ஏது என்று கூடக் கேட்கவில்லை. அவனுக்கு இப்பொழுது வீடு இல்லை, வாசல் இல்லை, மனைவி இல்லை, மக்கள் இல்லை, வேலை இல்லை, வெட்டி இல்லை; அவன் மனம் வெறிச்சோடிக் கிடந்தது. அதைப் போலவே, சட்டைப்பையும் சூன்யமாகியிருந்தது. அவன் எதிரே வெறிச்சோடி விரிந்து கிடந்தது வருங்காலம் ஒன்றே.

இதையெல்லாம் பற்றி அவன் வாய்திறந்து எதுவுமே சொல்லவில்லை. “டாக்டர்! என்னால் அடியெடுத்து வைத்து நடக்க முடியவில்லையே, டாக்டர்!” என்று மட்டுமே சொன்னான். இந்த ஓர் உண்மை மட்டுந்தான் அவனுக்கு அப்பொழுது நினைவு இருந்தது. மற்ற விஷயங்கள் எல்லாம் அவன் மனத்தை விட்டு அந்த

நேரத்துக்கு அகன்றுவிட்டிருந்தன. உடல் முழுவதும் ஈரப் பஞ்சால் ஆனதுபோல் கனப்பதாகவும், முதுகெலும்பு மடிந்து மக்கிப்போன பழைய கட்டில் கால் முறிவதுபோல முறிவதாகவும் அவனுக்குத் தோன்றியது. வெயிலோ கொளுத்திக் கொண்டிருந்தது. வெங்கதிர்கள் அம்புபோல உடலில் தைத்துக்கொண்டிருந்தன. வானத்தில் அழுக்கேறிய மஞ்சள்நிற வர்ணம் பூசியிருப்பதுபோலத் தோன்றியது. சுற்றுப் புறச் சூழலிலே திட்டு திட்டாகக் கரிய வட்டங்களும், நெளி நெளியாகப் பூச்சி பறப்பதுபோன்ற கோடுகளும் தெரிந்தன. ஈ மொய்க்கிறாற் போன்ற உணர்வில் மாய்ந்து போனான். அழுக்கு ரத்தமும் சீழும் உடலில் பிசுபிசுவென்று ஒட்டிக்கொண்டால் எத்தனை அருவருப்பு ஏற்படுமோ, அத்தனை அருவருப்பு மக்களின் பார்வையைக் கண்டாலே அவனுக்கு ஏற்பட்டது. ஓடிவிட வேண்டும். எங்கேயாவது கண்காணாத தொலைவுக்கு ஓடிவிட வேண்டும். நீண்டு பின்னிப் பிணைந்து ஓடும் மின்சாரக் கம்பங்களையும் அவற்றுக்கிடையே குறுக்கே பாய்ந்து குளறுபடி செய்யும் சாலைகளையும் கடந்து எங்கேயாவது தொலைவுக்கு ஓடிவிட வேண்டும் என்று தோன்றியது. அப்பொழுது அவனுக்கு அவன் தாயாரின் நினைவு வந்தது. அவள் எப்பொழுதோ இறந்து விட்டாள். தந்தையின் நினைவு வந்தது. அவரும் எப்பொழுதோ இறந்துவிட்டார். உடன் பிறந்தவனின் நினைவு வந்தது. அவன் ஆப்பிரிக்காவில் இருந்தான். "சன்ன்" என்று சப்தித்துக்கொண்டு அவன் அருகாக ஒரு டிராம் வண்டி ஓடியது. டிராமின் மின்சாரக் கொம்பு. மின்சாரக் கம்பத்தில் நீண்டு ஓடிக்கொண்டிருந்த கம்பியோடு உரசிக்கொண்டு ஓடியது. அது தன் உடலுக்குள் புகுந்து ஓடுவதுபோல் உணர்ந்தான். முழு டிராம் வண்டியுமே தன் உடலுக்குள் ஓடுவதாகத் தோன்றவும், அவனுக்குத் தான் ஒரு மனிதன் இல்லை, தேய்ந்து சுவடு தட்டிய ஒரு பாதை என்றே தோன்றியது.

வெகுநேரம் அவன் நடந்துகொண்டிருந்தான்; மூச்சிரைக்க நடந்துகொண்டிருந்தான். ஓர் உத்தேசத்தில் தன்னையறியாமல் ஒரு பக்கம் போய்க்கொண்டிருந்தான். ஏதோ ஒரு காலத்தில் அந்தப் பக்கத்தில்தான் அவன் வீடு இருந்ததாக அவன் எண்ணம். இப்பொழுது அவனுக்கென்று வீடு வாசல் எதுவும் கிடையாது என்பது அவனுக்குத் தெரியும். தெரிந்திருந்தும் அவன் அந்தப் பக்கமே சென்றுகொண்டிருந்தான். வீட்டுக்குப் போய்ப் போய்ப்

பழக்கமான பாதையாயிற்றே! அந்தப் பழக்கந்தான் அவனை அப்படி ஆட்டிப் படைத்தது. ஆனால் நல்ல கடும் வெயில். உடலிலே எறும்பு ஊர்வதுபோன்று வெயிலின் சுள்ளிப்பு அவனைத் தாக்கியது. அவன் வழியும் மறந்து விட்டான். இது நகரத்தின் எந்தப் பகுதி என்று போகிறவர்கள், வருகிறவர்களைக் கேட்கலாம் என்றாலும், அதற்கான தெம்பு அவனிடம் இல்லை. சிறுகச் சிறுக அவன் செவிகளில் டிராம்கள், பஸ்கள் ஓடும் சப்தம் உரக்க ஒலிக்கலாயிற்று. சுவர்கள் அவன் பார்வையில் கோணிக் கோணிப் போயின. கட்டிடங்கள் இடிந்து விழலாயின. மின்சாரக் கம்பங்கள் மடமடவென்று முறிந்து விழுந்தன. பிறகு அவன் கண்களுக்கெதிரே இருட்டு, கால்களுக்கடியிலே பூகம்பம் என்று என்ன என்னவோ நிகழலாயின. அவற்றைத் தொடர்ந்து தொப்பென்று தரையில் விழுந்து விட்டான்.

அவனுக்கு நினைவு திரும்பியபொழுது நன்கு இருட்டிவிட்டிருந்தது. குளிர்ச்சியான கும்மிருட்டு நாற்புறமும் சூழ்ந்திருந்தது. அவன் கண்களைத் திறந்து பார்த்தான். எங்கே விழுந்தானோ, அங்கேயே அத்தனை நேரமும் கிடப்பதை உணர்ந்தான். அது நடைபாதையின் ஒரு திருப்பம். அதற்குப் பின்புறம் இரு பக்கங்களிலும் இரண்டு மதில் சுவர்கள் எடுக்கப்பட்டிருந்தன. ஒரு சுவர் நடைபாதையை ஒட்டினாற்போல வடக்கிலிருந்து தெற்கே சென்றது. மற்றொன்று வடக்கேயிருந்து மேற்கே சென்றது. அவன் இரு சுவர்களும் இணையும் இடத்தில் படுத்துக் கிடந்தான். இரு சுவர்களும் ஏறக்குறைய நான்கு அடி உயரம் இருக்கும். அந்தச் சுவர்களுக்கு அப்பால் மூங்கில் கொத்துக்கள் இருந்தன. மோனோலியாக் கொடிகள் இருந்தன. கொய்யா, நாவல் போன்ற மரங்கள் இருந்தன. அவற்றுக்குப் பின் என்ன இருந்தன என்பது அப்பொழுது தெளிவாகத் தெரியவில்லை. மறுபுறம் மேற்புறத்து மதில் சுவருக்கு எதிர்த்தாற்போல் இருபத்தைந்து அல்லது முப்பது அடி இடைவெளிவிட்டு ஒரு பழைய கட்டடத்தின் புழக்கடை தெரிந்தது. மூன்று அடுக்குக் கட்டிடம் அது. ஒவ்வொரு மாடியிலும் பின்புறத்தில் ஒரே ஒரு ஜன்னல் மட்டும் இருந்தது. ஆறு பெரிய பெரிய குழாய்கள் இருந்தன. கடைசிக் குழாய்க்கும் மேற்கு மதில் சுவருக்கும் இடையில் இருபத்தைந்து முப்பது அடி அகலமுள்ள குருட்டுச் சந்து ஒன்று இருந்தது. அதன் மூன்று பக்கங்களிலும் சுவர்கள். நான்காவது பக்கத்தில் மட்டும் சாலை.

எங்கோ தொலைவிலிருந்து மாதாகோவில் மணி ஒன்று அடித்தது. அப்பொழுது இரவு மணி மூன்று என்பதை உணர்த்தியது. நடைபாதையில் படுத்துக் கிடந்த அவன் தன் முழங்கைகளை ஊன்றிக் கொஞ்சம் எழுந்திருந்தான். அந்த நிலையிலேயே சுற்றுமுற்றும் பார்க்கலானான். சாலை வெறிச்சோடிக் கிடந்தது. எதிர்த்தாற்போலிருந்த கடைகள் மூடியிருந்தன. நடைபாதையின் இருளில் ஓரிரு இடங்களில் மின்சார பல்புகள் எரிவதற்கு அடையாளமாக ஒளி வட்டம் மங்கலாகத் தெரிந்தது. சில கணங்களுக்கு அந்தக் குளிர்ந்த இருட்டு அவனுக்கு இதமாகத் தோன்றியது. அவன் தன் கண்களை மூடிக்கொண்டு யோசனையில் ஆழ்ந்தான். கருணை வெள்ளம் பாய்ச்சும் கடல் நீரில் மூழ்குவது போன்றதொரு பிரமையில் மிதந்தான்.

ஆனால் இந்த உணர்வில் அவன் சில கணங்களே தன்னைத் தானே ஏமாற்றிக்கொள்ள முடிந்தது. ஏனென்றால். கடும்பசி அவனை வாட்டிக்கொண்டிருந்தது. இதமான குளிரின் இன்பத்தைப் பருகியவனுக்குப் பசியின் கொடுமை துன்பத்தை அளித்தது. குடல் அறுவைச் சிகிச்சைக்குப் பின் அவனுக்கு நல்ல பசி எடுக்கத் தொடங்கியிருந்தது. குடலின் இயக்கத்தைச் சீரமைத்து உதவினாலும் டாக்டர்கள், அவன் விஷயத்தில் நல்லது செய்யவில்லை என்றே அவனுக்குப் பட்டது. அவன் வயிற்றைச் சுருட்டிச் சுருட்டி இழுத்தது. குடல், ஒரு வாய் ரொட்டிக்காக அவனை ஏங்கித் துடிக்க வைத்தது. அவன் மூக்கு நாகரிகம் வாய்ந்த ஒரு மனிதனின் மூக்காக இயங்கவில்லை; காட்டு மிருகத்தைப்போல இயங்கியது. விந்தையான வாசனைகள் அவன் மூக்கைத் துளைத்தன. அறுசுவை உண்டியின் நறுமணக் கலவை, ஸ்வரச் சேர்க்கைபோல அவன் அறிவு முழுதையும் ஆக்கிரமித்துக்கொண்டிருந்தது.

இதில் இன்னும் ஒரு வேடிக்கை என்னவென்றால், இத்தனை கலவையிலும் அந்த அந்த ஸ்வரத்தின் உயிர்நாடியைப் பகுத்துணர்ந்து பாராட்டும் பரம ரசிகனைப் போல ஒவ்வொரு சுவையையும் பிரித்துணரும் ஆற்றல் அவனுக்குக் கிட்டிவிட்டாற்போலத் தோன்றியது. “இது நாவல்பழ வாசனை. இது கொய்யாப்பழ வாசனை, இது இருவாட்சி மலரின் மணம், இது எண்ணெயில் குளித்தெழும் பூரியின் வாசனை. இது வெங்காயம், பூண்டு தாளித்த உருளைக்கிழங்கு, இது முள்ளங்கி. இது தக்காளி. இது அழுகிப்

போன பழம், இது சிறுநீர். இது மூங்கில் இலை நீரில் கிடந்து மடிந்ததனால் ஏற்பட்ட வாசனை” என்று எதையும் பகுத்து அறியும் ஆற்றலைப் பெற்றுவிட்டிருந்தான். அவன் ஒவ்வொன்றின் வடிவம், உணர்வு, போக்கு. தன்மை எல்லாவற்றையும் கனகச்சிதமாகக் கரைகண்டிருந்தான். திடுமென்று இவ்வாற்றல் அவனுக்குக் கிட்டியிருந்தது. எப்படி? நினைத்துப் பார்த்தவன் துணுக்குற்றான். பசிக்கு இத்தனை ஆற்றலா? அவனிடம் ஒளிந்து கிடந்த ஏதேதோ சக்திகளை அல்லவா கிளறிவிட்டிருக்கிறது! ஆனால் இதில் அதிகக் கவனம் செலுத்தாமல், அவன் பூரி மசாலா வாசனை வந்த திக்கை நோக்கித் தன் பலம் அனைத்தையும் திரட்டிக்கொண்டு ஊர்ந்து செல்லலானான். பூண்டு போட்ட உருளைக்கிழங்கும், பூரியின் எண்ணெய் மணமும் அவனை அப்படி இழுத்தன. எழுந்து நடக்கும் சக்தி தளர்ந்துவிட்டதனால் அவன் அந்தக் குருட்டுச் சந்தை நோக்கி ஊரலானான். ஒவ்வொரு கணமும் ஆழமான நீருக்கடியில் மூழ்கிப் போவதுபோலத் தோன்றியது. சலவைத் தொழிலாளி அவன் வயிற்றைக் கசக்கிப் பிழிந்து எறிவது போலத் துடித்துப் போனான். பசியினால், பூரியும் உருளைக்கிழங்கும் பசியைக் கிளப்பிவிடும் வண்ணம் அவன் மூக்கில் மணக்கவேறு செய்தன. அவன் பாதி மூடிய கண்களோடு, உயிரற்றுப் போய்விட்டாற்போன்ற தன் உடலை இழுத்துக் கொண்டு உருளைக் கிழங்கும் பூரியும் வாசனை பரப்பிய இடத்துக்குச் செல்வதில் முழுமூச்சாக முனைந்தான். குருட்டுத் தைரியந்தான்! இருந்தாலும் சிறிது நேரத்துக்கெல்லாம் கனகச்சிதமாக மோப்பம் பிடித்துக்கொண்டு அந்த இடத்தை அடைந்து விட்டான்.

மேற்புறத்துச் சுவரை ஒட்டினாற்போல நடந்து சிறிது தொலைவில் அதற்கு எதிர்த்தாற்போலிருந்த கட்டடத்தின் புழக்கடைக் குழாய்களுக்கு மத்தியில் சென்றால், இருபத்தைந்து, முப்பது அடிகள் தள்ளி இரும்பாலான ஒரு பெரிய குப்பைத் தொட்டி வைத்திருந்தது. இந்தத் தொட்டி பதினைந்து அடி அகலமும் முப்பது அடி நீளமும் இருக்கும். அதில் எத்தனையோ வகையான குப்பை கூளங்கள் நிறைந்திருந்தன. அழுகிப்போன பழத்தோல்கள், வீணாய்ப் போன ரொட்டித் துண்டங்கள், தேயிலை வடிகட்டிய தூள்கள், துணிகள், கிழிசல் ஜாக்கெட்டுகள், குழந்தைகளின் கழிவு துடைத்துப் போட்ட கந்தல்கள், முட்டை ஓடுகள், காகிதக் குப்பைகள், ஓட்டை உடைசல் தகரங்கள், துருவேறிய இரும்புச் சாமான்கள், கவைக்குதவாது

உடைத்துபோன பிளாஸ்டிக் விளையாட்டுக் கருவிகள், பட்டாணித் தோல்கள், புதினாக்கீரை வேர்கள், வாழைப்பழத் தோல்கள், எச்சில் பூரிகள், தின்னமுடியாமல் ஒதுக்கிய உருளைக்கிழங்குகள் - இப்படி எத்தனை எத்தனையோ!

பூரியையும் உருளைக்கிழங்கையும் கண்டதும் அவன் குடல் கொம்மாளம் போட்டது. பொறுமை இழந்து துறுதுறுக்கும் தன் கைகளை அவன் எப்படியோ தடுத்து நிறுத்தினான். அந்தத் தொட்டிக்குள் தான் எத்தனைவித மணங்கள், நாற்றங்கள்! அத்தனையையும் அடக்கிப் பூசி - உருளைக்கிழங்கின் வாசனையே தூக்கி நின்றது. அவன் மூக்குக்குத்தான் எத்தனை மோப்ப சக்தி! அது பசியை எப்படிக் கிளறிவிட்டது!

“சிம்பனி” இசைக் கலவையில் திடுமென்று ஒரு ஸ்வரம் உரத்து ஒலிப்பதுபோல், பூரி கிழங்கின் வாசனை மேவி நின்றது. பசியும் வாசனையும் நாகரிகமிக்க சுவரைத் தகர்த்துத் தரைமட்டமாக்கின. அவனது நடுங்கும் கரங்கள் பொறுமை குலைந்து எச்சில் வாழை இலையை லபக்கென்று கவ்விப் பிடித்தன. அவன் அசுரப் பசிக்கு ஆளாகி அந்த எச்சில் பூரிகளின்மீது பாய்ந்தான். பூரியும் கறியும் தின்றபின் அவன் வாழை இலைகளைப் பலமுறை நக்கினான். அப்பொழுதுதான் பறித்து வந்த இலைபோல் அது அத்தனை சுத்தமாகிவிட்டது. இலையை நக்கியபின் அவன் தன் விரல்களை நக்கினான். நீண்டு வளர்ந்திருந்த நக இடுக்குகளில் ஒட்டிக் கொண்டுவிட்ட உருளைக்கிழங்கை நாக்கு நுனியினால் நெருடி எடுத்துச் சுவைத்துத் தின்றான். அப்படியும் பசி ஆறாமற்போகவே, குப்பைத் தொட்டியில் கையை விட்டுத் துழாவிக் கைக்கு எட்டிய புதினாச் சட்டினியைத் தின்றான், முள்ளங்கித் தாள்களைத் தேடிப் பிடித்துச் சுவைத்தான். அப்புறம் அதிலிருந்து கிடைத்த அரைத் தக்காளியை ஆனந்தமாக உறிஞ்சி உறிஞ்சிச் சாறு பருகினான். இவ்வளவும் தின்று தீர்த்தபின் அவனுக்கு உண்ட மயக்கம் தோன்றியது; தூக்கம் கண்களைச் சுழற்றிக்கொண்டு வந்தது. அப்படியே குப்பைத் தொட்டிக்கு அருகில் விழுந்தான். அப்படியே உறங்கியும் போனான்.

எட்டு, பத்து நாட்கள் இப்படியே ஓடின. ஆழ்ந்து உறங்குவது, அரைகுறையாக விழிப்பது, விழிப்புக் கொடுத்த வேளைகளில் அப்படியே கால்களைத் தொட்டிக்கு இழுத்துச் சென்று

கிடைத்ததை உண்டு களைப்பாறுவான். பசியைக் கிளறிவிடும் மணம் தன் கைவரிசையைக் காட்டித் திருப்தி அடையும் வரையில், அவனுக்கு அந்தத் தொட்டியின் மற்ற நாற்றங்கள் தெரியா. வயிறு திருப்தி சொல்லிவிட்டால், குப்பைத் தொட்டி நாற்றம் குமட்டிக்கொண்டு வரும். அவன் கால்களை இழுத்துக்கொண்டு, அந்தத் தொட்டியிலிருந்து நகர்ந்துவிடுவான். நடைபாதைத் திருப்பத்தை நாடிச் சென்று மதில் சுவரில் சாய்ந்து உட்கார்ந்துகொள்வான் அல்லது தூங்கிப் போவான்.

பதினைந்து, இருபது நாட்களுக்கெல்லாம். சிறுகச் சிறுக அவன் உடலில் தெம்பு ஏறலாயிற்று. கொஞ்சம் கொஞ்சமாக அவன் தன் நிலையை, தன் சூழ்நிலையை உணரலானான். இது எவ்வளவு நல்ல இடம்! அதிக வெயில் இல்லை. மர நிழல் இருந்தது. சில சமயம் பின்னாலிருக்கும் கட்டடத்து ஜன்னல் கதவு திறக்கும். ஜன்னல் இடுக்கு வழியாகக் குப்பைத் தொட்டியில் யாராவது எதையாவது எறிவார்கள். அந்தக் குப்பை கூளங்கள்தான் அவனுக்கு அன்னதானம்; இரவு-பகல் எந்நேரமும் அவனுக்கு உணவு அளிப்பது. அவன் உயிரையே காத்து இரட்சிப்பது!

பகலில் சாலையில் நடமாட்டம் இருக்கும். கடைகள் திறந்திருக்கும். மக்கள் இங்கும் அங்கும் போய்வந்த வண்ணம் இருப்பார்கள். குழந்தைகள் குருவிபோலக் கூவிக் கொம்மாளம் அடித்துக்கொண்டு தெருவுக்கு உயிர் ஊட்டுவார்கள். பெண்கள் வண்ணத்துப் பூச்சிபோலச் சிறகடித்துப் பறந்து செல்வார்கள். ஆனால் அது ஒரு தனி உலகம். அந்த உலகத்துக்கும் அவனுக்கும் ஒருவிதமான சம்பந்தமும் கிடையாது. இந்த உலகத்தில் இப்பொழுது அவனுக்கென்று யாரும் கிடையாது. அதேபோல அவனிடம் பந்தபாசம் காட்டுபவர்களும் யாரும் இல்லை, இந்த உலகத்தைக் கண்டாலே அவனுக்கு வெறுப்பு. இதன் ‘சங்காத் தியமே வேண்டாம் என்று அவன் முகத்தைத் திருப்பிக்கொண்டு விட்டான். நகரத்துத் தெருக்களும், கடைத் தெருக்களும் அவனைப் பொறுத்தவரை ஒரு மங்கிய புழுதியடித்துப் போன கனவாகி, நிழலாகிப் போய்விட்டன. வயல்வெளி, வானம் எல்லாமே அவனுக்கு வெறும் வீண் கற்பனையெனத் தோன்றலாயின. வீடு, வேலை வெட்டி, வாழ்க்கை, சமூகம் இவற்றைத் தழுவிய போராட்டம் எல்லாமே பொருளற்ற சொற்களாகி, அழுகி

நாறிப் போய் இந்தக் குப்பைக் கூடையிலே கழிவுப்பொருளாக வீழ்ந்துவிட்டன. அவன் தனக்கு எட்டாக் கனியாகிவிட்ட அந்த உலகத்தை அறவே புறக்கணித்து விட்டான். இப்பொழுது அவன் ஊர் உலகம் எல்லாம் இந்தப் பதினைந்து அடி அகலமும் முப்பது அடி நீளமும் கொண்ட இந்தக் குப்பைத் தொட்டிதான்! இதை விட்டால் அவனுக்கு வேறு உலகம் தெரியாது.

மாதங்கள், வருடங்களாகி ஓடிவிட்டன. அவன் நடைபாதைத் திருப்பமே கதியாக உட்கார்ந்திருந்தான், பழைய பட்டுப்போன மரமாக. பாழடைந்து சிதிலமாகிவிட்ட ஒரு நினைவுச் சின்னமாக. அவன் பலர் பார்வையிலும் படலானான். அவன் யாருடனும் பேசுவதில்லை; பழகுவதில்லை. யாருக்கும் நன்மையோ தீமையோ செய்வதில்லை. யாரிடமும் கையேந்திப் பிச்சை கேட்பதும் இல்லை. ஆனால் என்றைக்காவது அவன் அங்கிருந்து எழுந்து சென்றுவிட்டால். அந்தப் பக்கத்து மனிதர்களுக்கு வியப்பாயிருக்கும். இதயம் இனம் தெரியாத ஒரு வேதனையில் விழுந்து தத்தளிக்கும்.

எல்லாரும் அவனைக் 'குப்பைச் சாமியார்' என்று கூறிவந்தார்கள். ஏனெனில் அவன் குப்பைத் தொட்டியிலிருந்தே தனக்கு வேண்டிய உணவை எடுத்துச் சாப்பிடுகிறான் என்பதை அவர்கள் அறிந்திருந்தார்கள். குப்பைத் தொட்டியில் என்றைக்காவது ஒன்றுமே கிடைக்கவில்லையென்றால், அவன் பட்டினியாகவே படுத்து உறங்கிவிடுவதையும் அவர்கள் கண்டிருந்தார்கள். பல ஆண்டுகளாக வழிப்போக்கர்களும், ஈரானி ரெஸ்டாரன்ட் நடத்துபவர்களும் அவனுடைய இந்த வழக்கத்தை அனுபவத்தால் அறிந்திருந்தார்கள். அதனால் அவனுக்கு ஏதாவது கொடுக்க வேண்டுமென்று தோன்றினால், குப்பைத் தொட்டியிலேயே போட்டுவந்தார்கள். பெரும்பாலும் மூன்று அடுக்கு வீட்டுக்காரர்கள். ஜன்னல் கதவுகளைத் திறந்து குப்பை கூளங்களை எறியும்போது. அவற்றோடு நல்ல நல்ல உணவுப் பொருள்களையும்கூட விட்டெறியலானார்கள். யாரும் தின்னாத முழு ரொட்டிகள், காய்கறி, கீரை வகைகள், இறைச்சித் துண்டங்கள், மாம்பழங்கள், சட்டினி வகைகள், பாயசத் தொன்னைகள் என்று போட்டார்கள். கிடைத்தற்கரிய உணவு வகைகள் எல்லாம் குப்பைச் சாமியாருக்கு அந்தத் தொட்டிக்குள்ளேயே கிடைத்தன. சில சமயம் சிறிது கிழிந்த பைஜாமாக்கள், கிழிந்து போன நிக்கர்கள், தாறுமாறாகக் கிழிந்த

சட்டைகள், பிளாஸ்டிக் கோப்பைகள்கூடத் தொட்டியில் இருக்கும். இந்தக் குப்பைத் தொட்டி அவனைப் பொறுத்தவரையில், எந்த நேரமும் திறந்திருக்கும் கடைத்தெரு. பட்டப்பகலில் எல்லாரும் பார்த்துக்கொண்டிருக்கும்போதும் அவன் அங்கேயே சுற்றித் திரிவான். எந்தக் கடையில் என்ன பொருள் வேண்டுமானாலும் அவன் இலவசமாக எடுத்துக்கொள்ளலாம். சொல்லப்போனால் அந்தக் கடைத் தெருவுக்கு அவன் ஒருவனே எசமானன். மற்ற எவருக்கும் அதில் பாத்தியதை கிடையாது. ஆரம்பத்தில் சில பூனைகளும் சொறிநாய்களும் அவனை எதிர்க்குரல் எழுப்பி விரட்டி அடிக்க முனைந்தன. ஆனால் அவன் அவற்றை அடித்து விரட்டிவிட்டான். இப்பொழுது இந்தக் குப்பைத் தொட்டிக்கு அவன் ஒருவனே வில்லங்கமற்ற எசமானன். அவனுடைய உரிமையை அனைவரும் ஒப்புக்கொண்டு விட்டனர்.

மாதத்துக்கு ஒருமுறை நகரசபைச் சிப்பந்திகள் அங்கு வருவார்கள்: குப்பைத் தொட்டியைச் சுத்தமாகக் காலிசெய்துவிட்டுப் போய்விடுவார்கள். குப்பைச் சாமியார் எவ்விதமான எதிர்ப்பும் காட்டுவதில்லை. ஏனென்றால், அவனுக்குத் தெரியும். மறுநாள் முதற்கொண்டே குப்பைத் தொட்டி நிறைந்து வழியத் தொடங்கிவிடும் என்று! இந்த உலகத்தில் நன்மை அறவே ஒழிந்து போகலாம். நன்றி குன்றிப் போகலாம், நட்பு நசித்துப் போகலாம், ஆனால் குப்பை ஒருநாளும் தீராது என்பது அவன் அசைக்கமுடியாத நம்பிக்கை. உலகத்தையே வெறுத்து வாழும் வகையை - அற்புதமான கடைசி அஸ்திரத்தை - அவன் நன்கு கற்றுத் தேர்ந்து வைத்திருந்தான்.

ஆனால் வெளியுலகைப்பற்றி அவனுக்கு எதுவுமே தெரியாது என்று கூறிவிடுவதற்கில்லை. உலக நடப்பு அத்தனையும் தெரிந்துவைத்திருந்தான் அவன். நகரத்தில் சர்க்கரைக்குத் தட்டு ஏற்பட்டால், மாதக்கணக்கில் குப்பைத் தொட்டியில் இனிப்புப் பண்டங்களே விழுவதில்லை. கோதுமை கிராக்கியாகிவிட்டால், ரொட்டித் துண்டைக் காண்பது அபூர்வம். சிகரெட்டுக்குப் பஞ்சம் வந்துவிட்டால் எரிந்துபோன சிகரெட்டுத் துண்டு மிக மிகச் சிறியதாயிருக்கும். அவனால் அதைப் பற்றவைத்துக் குடிக்கமுடியாது. தோட்டிகள் வேலைநிறுத்தம் செய்திருந்த பொழுது, அந்தத் தொட்டியைச் சுத்தம் செய்ய இரண்டு

மாதங்கள்வரை யாருமே அந்தப் பக்கம் எட்டிப் பார்க்கவில்லை. பக்ரீத் அன்று இறைச்சி கிடைப்பதுபோல் மற்ற நாட்களில் கிடைத்ததில்லை. தீபாவளியன்று தொட்டியில் தனித்தனியாக எத்தனை எத்தனையோ பலகார வகைகள் விழுவதை அவன் கண்டிருக்கிறான். குப்பைத் தொட்டி மூலம் அவன் அறியாத, அறிய முடியாத வெளியுலகச் சம்பவங்களே கிடையாது என்று தைரியமாகச் சொல்லலாம். சென்ற உலகப் போர் தொடங்கிப் பெண்களின் ரகசிய நோய்கள்வரை அங்கு அம்பலமாகிவிடும். ஆனாலும் அவனுக்கு வெளியுலக விவகாரங்களில் எள்ளளவும் ஈடுபாடு கிடையாது.

இருபத்தைந்து ஆண்டுகள் இதே குப்பைத் தொட்டியின் அருகில் அமர்ந்து அவன் தன் வாழ்க்கையைக் கழித்தான். இரவுகள், பகல்கள், மாதங்கள், வருடங்கள் ஆகியவை அலைக் காற்றாக அவன் தலையை வருடிக்கொண்டு சென்றன. அவன் தலைமயிர் வறண்டு ஆலம் விழுதெனத் திரண்டு தொங்கலாயின. அவன் கறுப்புத் தாடி நரை கண்டது. அவன் உடல் தோல் சுருங்கித் தொங்கி, அழுக்கேறி மண் நிறம் பெற்று என்னவோபோல் ஆகிவிட்டது. தன் சிக்குப் பிடித்து நாறும் கேசங்கள், கிழிந்த கந்தல்கள், நாறும் உடல் ஆகியவற்றின் காரணமாகப் போகிறவர்கள் வருகிறவர்களின் பார்வையில் அவன் ஒரு குப்பைத் தொட்டியாகவே காணப்பெற்றான். ஆனால் ஒரு வேறுபாடு: அவனுள் ஒவ்வொரு சமயம் ஓர் இயக்கம் இருந்தது. அவன் பேசுவான், பிறரிடம் அல்ல; தனக்குத்தானே பேசிக்கொள்ளுவான்; அல்லது குப்பைத் தொட்டியோடு உரையாடி மகிழ்வான். குப்பைச் சாமியார் குப்பைத் தொட்டியோடு பேசுவதைக் கண்டு மக்கள் வியந்து போயினர். ஆனால் இதில் வியப்பதற்கு என்ன இருக்கிறது என்பதுதான் விளங்கவில்லை. குப்பைச் சாமியார் இதுபற்றி அவர்களிடம் ஏதும் கேட்கவில்லை. ஆனால் அவர்களுடைய வியப்பைக் கண்டு அவன் மனத்தில் கட்டாயம் ஒன்று மட்டும் நினைத்துக்கொண்டிருப்பான்.

இந்த உலகத்தில் எவன் பிறரோடு பேசுகிறான்? உண்மையில் இந்த உலகத்தில் நிகழும் பேச்சுவார்த்தைகள் எல்லாம் மனிதர்களிடையே நிகழ்வதில்லை. யாருமே தனக்குத்தானே தன்னலத்துக்காகத் தன்னுடன்தான் பேசிக்கொள்ளுகிறார்கள்.

இரு நண்பர்களுக்கிடையே நடைபெறும் பேச்சுவார்த்தைகூட உண்மையில் பார்க்கப்போனால் ஒருவிதத்தில் "தனக்குள்" பேசிக்கொள்ளுவதாகத்தான் முடிகிறது. இந்த உலகமே ஒரு மாபெரும் குப்பைமேடு. இதில் ஒவ்வொரு மனிதனும் தன்னலமென்னும் ரொட்டித் துண்டையோ, தனக்குப் பயன் தரும் என்று எண்ணும் பழத்தோலியையோ அல்லது தனக்கு லாபம் தரும் என்று கருதும் கந்தல் துணியையோ அமுக்கிப் பறிக்க எந்த நேரமும் தயாராயிருக்கிறான். ஊஹூம் என்னைப் பரதேசி, பக்கிரி, ஈனன், நீசன் என்று எண்ணும் இவர்கள், சிறிது நேரம் தங்கள் ஆத்மாவையே பின்னாலிருந்து எட்டிப் பார்த்தால் அங்கேயும் எத்தனை அழுக்கு, கப்பல்போல் நிறைந்திருக்கிறது என்பதை அறிவார்கள். அவர்களது அழுக்கை எமதர்மன் ஒருவனே எடுத்துச் செல்ல முடியும்.

இதேபோல் நாட்களுக்குமேல் நாட்கள் ஓடிச் சென்றன. நாடுகள் விடுதலை பெற்றன; பெற்ற விடுதலையை இழக்கவும் செய்தன. ஓர் ஆட்சி வந்தது. இன்னோர் ஆட்சி போயிற்று. இத்தனை மாறுதல்களுக்கு இடையிலும் அந்தக் குப்பைத் தொட்டி இருந்த இடத்தில் அப்படியே ஆடாமல் அசையாமல் இருந்தது. அதன் அருகில் அமரும் குப்பைச் சாமியாரும் அதேபோல அரைகுறை நினைவோடு, உலகத்தை வெறுத்து, உலகத்துப் பொருள்களைத் தின்றுகொண்டு வாய்க்குள் என்ன என்னவோ முணுமுணுத்துக் கொண்டிருந்தான். தேவைப்படும்போதெல்லாம் குப்பைத் தொட்டியைக் கிளறிக்கொண்டிருந்தான்.

ஒரு நாள் இரவு அவன் குருட்டுச் சந்தில் குப்பைத் தொட்டியிலிருந்து சிறிது தொலைவில் சுவரில் முதுகைச் சாய்த்துக்கொண்டும் கிழிசல் கந்தைகளுக்குள் தன்னை மூடி மறைத்துக்கொண்டும் உறங்கிக்கொண்டிருந்தான். வீறிட்ட ஒலி ஒன்று அவன் உறக்கத்தைக் கலைத்தது. பதறிப் போய்த் தொட்டியை நோக்கி ஓடினான். அந்த அவலக் குரல் அங்கிருந்தே வந்துகொண்டிருந்தது.

குப்பைத் தொட்டியை அவன் தடவிப் பார்த்தான். மென்மையானதொரு பொருள் துணிகளில் சுற்றப்பட்டு அவன் கையில் தட்டுப்பட்டது. அது இன்னும் உரக்கக் குரல் எழுப்பிக் கத்தியது. தொட்டிக்குள் ரொட்டித் துண்டங்கள், உறிஞ்சிச் சுவைத்தபின் உலர்ந்துபோன எலும்புத் துண்டங்கள், பழைய

செருப்புக்கள், உடைந்த கண்ணாடிச் சில்லுகள், மாம்பழத் தோலிகள், வாடிய பூக்கள், உடைந்துபோன நாட்டுச் சாராயப் பாட்டில்கள் ஆகியவற்றுக்கு மத்தியில் புதிதாகப் பிறந்த குழந்தையொன்று நிர்வாணமாகக் கிடப்பதையும், அது தன் கைகால்களை உதைத்துக்கொண்டு பிடிபடாமல் அழுவதையும் குப்பைச் சாமியார் கண்டான்.

சிறிது நேரம் வியப்பே உருவாகி, இப்புவிக்கு வந்த அந்த மானிடப் பிறவியைக் குப்பைச் சாமியார் பார்த்துக்கொண்டே இருந்தான். சின்னஞ்சிறு ஜீவன்தான் என்றாலும், அது இந்த உலகத்துக்குத் தன் வருகையை எப்படி உரத்த குரல் எடுத்து இயம்பிக்கொண்டிருந்தது! வியப்பால் விரிந்த விழிகளைக் காட்டாமல், வெகுநேரம்வரை வாயே திறக்காமல் மனம் பதைக்க அந்தக் காட்சியைப் பார்த்துக்கொண்டிருந்தான். பிறகு சட்டென்று குனிந்து குப்பைத் தொட்டியிலிருந்து அந்தக் குழந்தையை வாரி எடுத்து மார்புறத் தழுவிக்கொண்டான். அப்புறம் சீக்கிரம் சீக்கிரமாகத் தன் பழைய கந்தைத் துணிகளில் அதை மறைத்துக்கொண்டான்.

ஆனால், அந்தக் குழந்தை அவன் மடிக்கு வந்த பின்னுங்கூட அழுகையை நிறுத்தவில்லை, அது இந்த உலகத்துக்குப் புதிதாக வந்திருந்தது. கதறிக் கதறித் தன் பசியை விளம்பரப்படுத்திக் கொண்டிருந்தது! புவியில் பிறந்ததுமே இப்படி ஓர் அசுரப் பசியா? இன்னும் அதற்கு ஏழைமை என்றால் என்ன என்று தெரியவில்லை. தாயன்புகூட இப்படி அஞ்சிச் சாகும் பயங்கொள்ளி என்பதும் அதற்கு விளங்கவில்லை. வாழ்க்கை எப்படிக் கெடுகிறது? அது எண்ணெய்ச் சிக்கு ஏறிக் கசமாக்கப்பட்டுக் கந்தல் துணியெனக் குப்பைத் தொட்டியில் எறியப்படுகிறது? இதெல்லாம் எதுவுமே அதற்குத் தெரியவில்லை. அதற்குத் தெரிந்திருந்தது பசி ஒன்றுதான். அந்தப் பசியைப் பறைசாற்ற அழுது அழுது வயிற்றைக் கையால் அடித்துக்கொண்டிருந்தது; கால்களை உதைத்துக்கொண்டு கதறிக்கொண்டிருந்தது.

குழந்தையின் இந்த அழுகையை எப்படி நிறுத்துவது என்று குப்பைச் சாமியாருக்குப் புரியவில்லை. அவனிடம் எதுவுமே இல்லை. பால், சீப்பான் எதுவுமே இல்லை. அவனுக்குத் தாலாட்டுப் பாட்டுக்கூட நினைவு இல்லை. அவன் கைகால் எதுவும் ஓடாத நிலையில் குழந்தையை மடியில் போட்டுக்கொண்டு தட்டிக்

கொடுக்கலானான். இரவின் இருளில் பெருத்த ஏமாற்றத்தோடு நாற்புறமும் நோக்கலானான். “இந்த நேரத்துக்குக் குழந்தைக்குப் பால் எங்கே கிடைக்கும்?” ஒன்றும் புரியாத நிலையில் ஒரு யோசனை ஓடியது அவனுக்கு. சட்டென்று குப்பைத் தொட்டியைத் துழாவி ஒரு மாங்கொட்டையை எடுத்தான். அதன் ஒரு முனையைக் குழந்தையின் வாயில் கொடுத்தான்.

பாதி தின்ற மாம்பழத்தின் இனிய சாறு குழந்தையின் வாயில் போனதும் அது சிறுகச் சிறுக அழுகையை நிறுத்தியது. அப்படியே விசித்தவாறே குப்பைச் சாமியாரின் மடியில் உறங்கியும் போய்விட்டது. மாங்கொட்டை நழுவித் தரையில் விழுந்தது. குழந்தை தன்னை மறந்து அவன் மடியில் தூங்கியது. மஞ்சள் நிற மாம்பழச் சாறு அதன் உதடுகளில் இன்னும் வழிந்துகொண்டிருந்தது. அதன் சின்னஞ்சிறிய கை, குப்பைச் சாமியாரின் கட்டை விரலைக் கெட்டியாகப் பிடித்துக்கொண்டிருந்தது.

ஒரு கணநேரத்துக்குக் குப்பைச் சாமியாரின் மனத்தில் இந்தக் குழந்தையை இப்படியே விட்டெறிந்துவிட்டு எங்கேயாவது ஓடிவிட்டால் என்ன என்ற எண்ணம் ஓடியது. மெதுவாகத் தன் கட்டை விரலைக் குழந்தையின் கையிலிருந்து விடுவித்துக் கொள்ள முயன்றான் குப்பைச் சாமி. ஆனால், குழந்தையின் பிடி மிகவும் அழுத்தமாக இருந்தது. வாழ்க்கை மீண்டும் பற்றி இழுப்பதாகக் குப்பைச் சாமியாருக்குப்பட்டது. அடிக்கொரு தடவை வெட்டி வெட்டி இழுப்பதுபோலவும், விலகி ஓடுவது முடியாத காரியம்போலவும் குப்பைச் சாமியாருக்குத் தோன்றியது. திடீரென்று அவனுக்குத் துலாரியின் நினைவு வந்தது. அதோடு கர்ப்பத்திலேயே கலைந்துபோன குழந்தையின் நினைவும் அவனை ஆட்கொண்டது. திடுமென்று குப்பைச் சாமியார் விம்மி விம்மி அழலானான். அவன் கண்கள் பெருக்கிய கண்ணீரின் அளவுக்குக் கடல் நீர் இருக்குமா என்பதே சந்தேகமாக இருந்தது. கடந்த இருபத்தைந்து ஆண்டுகளாக அவன் ஆத்மாவில் படிந்துவிட்ட அழுக்கும் சுசடும் இந்த ஒரு புயல் வீச்சிலேயே கழுவப்படும்; துப்புரவு பெறும் என்று யார்தான் எதிர்பார்த்திருக்க முடியும்?

இரவு முழுவதும் புதிதாகப் பிறந்த அந்தப் பச்சிளம் குழந்தையைத் தன் மடியிலும் கையிலும் தூக்கிக்கொண்டு பரபரப்பும் பரிதவிப்புமாகக் குப்பைச் சாமியார் நடைபாதையில் நடை

பயின்றுகொண்டிருந்தான். பொழுது புலர்ந்து சூரியன் உதித்த பின் பார்த்தால், குப்பைச் சாமியாரைக் குப்பைத் தொட்டிக்கு அருகில் காணோம். சாலையைத் தாண்டிப் புதிதாகக் கட்டப்பட்டுக் கொண்டிருந்த கட்டிடத்துக்குக் கீழே செங்கல் சுமந்து சிற்றாள் வேலை செய்துகொண்டிருந்தான். அந்தக் கட்டிடத்துக்கு அருகிலேயே தங்க அரளி மரம் ஒன்றின் நிழலில், பூப் போன்ற துணியில் சுற்றப்பட்டுப் பால்போன்ற பச்சிளங் குழந்தை ஒன்று வாயில் பால் சீப்பானுடன் முறுவலித்துக்கொண்டிருந்தது.

சமுக்காளம்

இப்பொழுது இந்தச் சமுக்காளம் பழசாகிவிட்டது. ஆனால் இரண்டு வருஷங்களுக்கு முன்னால், ஹஜ்ரத்கஞ்சில் உள்ள ஒரு கடையில் நான் இதை வாங்கியபொழுது, இது புத்தம் புதிதாக இருந்தது; இதன் உடல் நேர்த்தியாக இருந்தது; இதன் புது முறுவல் கவர்ச்சியாக இருந்தது; இதன் ஒவ்வொரு நிறமுமே அச்சாக இருந்தது, சூதுவாது அறியாத சிசுவைப் போல! இப்பொழுது இல்லை. இரண்டு ஆண்டுகளுக்கு முன்னால். இப்போதெல்லாம் இதில் நஞ்சு கலந்து வீணாகிவிட்டது. இதன் ஒவ்வோர் இழையிலும் நஞ்சும் நாற்றமும் தோய்ந்துவிட்டன. நிறமும் மங்கிவிட்டது. இதன் முறுவலில் இப்போது கண்ணீர்த் துளி மின்னுகிறது. இதன் உடலில் பெண் நோய் வாங்கிக்கொண்டவன்போலப் பல இடங்கள் இற்றுக் கரைந்துவிட்டன. முன்பு இந்தச் சமுக்காளம் புது மெருகு அழியாமல் நேர்த்தியாக இருந்தது. இப்பொழுதோ ஏமாளியாகி எல்லாவகையிலும் நம்பிக்கை இழந்து காணப்படுகிறது. எதற்கும் ஒரு நச்சுச் சிரிப்புச் சிரிக்கிறது. உலகத்துக் குப்பை கூளங்கள் அனைத்தையும் தன் இதயத்துள் ஒளித்துக் கொண்டிருக்கிறாற்போலப் பெருமூச்சும் குறுமூச்சும் விட்டுப் பொருமுகிறது.

இந்தச் சமுக்காளத்தின் நீளம் ஒன்பது அடி, அகலம் ஐந்து அடி. ஒரு சாதாரணக் கட்டிலின் அகலம் எவ்வளவோ. அவ்வளவுதான். கரையின் நாற்புறமும் வாதுமை நிறம். ஒன்றரை அங்குலத்துக்கு இறங்கியிருக்கிறது. அதற்குப் பின்தான் சமுக்காளத்தின் உடல்

தொடங்குகிறது. ஆரம்பம் நல்ல சிவப்பு நிறம். இந்த நிறம் முழு அகல வாட்டத்துக்கும் ஓடுகிறது. நீளவாட்டத்தில் இரண்டு அடிக்கு ஒருமுறை. அதாவது இரண்டு அடிகளுக்கு ஒருமுறை ஐந்து அடி நீளத்துக்கு ஒரு பட்டை. சிவப்பு வண்ணத்தில் ஓர் ஏரியை உருவாக்கிக்கொண்டு. அந்த ஏரியிலும் சிவப்பு வண்ணம் எத்தனை நிற ஜால வித்தைகள் புரிந்துவிடுகிறது! நல்ல சிவப்பு, ரோஜா நிறம், வெளிர் ரோஜா நிறம். அழுக்கு ரத்தத்தைப் போலக் கருஞ்சிவப்பு என்று எத்தனை வண்ணக் கலவைகள்! படுக்கும்பொழுது நான் சமுக்காளத்தின் கருஞ்சிவப்புப் பக்கத்தில்தான் தலைவைத்துப் படுப்பேன். அப்படிப் படுக்கும் நேரங்களில் எல்லாம் என் தலையில் அட்டைகள் ஒட்டிக்கொண்டிருப்பதுபோலவும், என் அழுக்கு ரத்தத்தை உறிஞ்சுவதுபோலவும் உணர்ந்து நிம்மதி பெற முயல்வேன்.

இந்த ரத்தச் சிவப்புப் பட்டையைத் தொடர்ந்து கீழே இன்னும் ஐந்து பட்டைகள் இருக்கின்றன. ஒவ்வொன்றும் தனி நிறம். சமுக்காளத்தின் அகலவாட்டில் இவையும் விரவியிருக்கின்றன. இப்படியாகக் கடைசிப் பட்டை சமுக்காளத்தின் நீளவாட்டத்தையும் விழுங்கி முடிந்துவிடுகிறது. அப்புறம் சமுக்காளத்தின் நுனி தொடங்குகிறது. ரத்தச் சிவப்புப் பட்டைக்கு நேர் கீழே மூன்று சிறு சிறு பட்டைகள் இருக்கின்றன. முதலில் வெளுப்பும் கறுப்பும் கலந்த வண்ணம். இரண்டாவதாக வெளுப்பும் நீலமும் கலந்தது. மூன்றாவதாகக் கருநீலமும் காக்கி நிறமும் கலந்தது. இந்தப் பல வண்ணக் கலவையைத் தொலைவிலிருந்து பார்க்கும்பொழுது அம்மை வடுக்களெனத் தோற்றம் அளிக்கின்றன. அதைத் தவிர்க்க அருகில் சென்று பார்த்தாலும் இதன் அழகில் வளமையைக் காணமுடிவதில்லை. ஏலத்துக்கு வரும் பழைய கோட்டின் உடலைப்போல அழுக்காகவும் அசிங்கமாகவுமே தோன்றுகிறது. முதல் பட்டையை ரத்த ஏரி என்று கொண்டால், இந்த மூன்று சிறிய பட்டைகளும் ஒன்று சேர்ந்து சீழ் ஏரியாகப் பரிணமித்துக் காட்சி தருகின்றன. இப்பட்டைகளில் உள்ள வெளுப்பு, கறுப்பு. நீலம், மஞ்சள், கருநீலம் முதலிய நிறங்கள் பாவ ஏரியில் குழம்பி ஒரே சகதியாகக் காட்சி தருகின்றன. இந்த ஏரிச் சகதியில் தான் என் தோள்பட்டை, என் இதயம், என் சுவாசப் பைகள் ஆகியவை எலும்புப் பேழைக்குள் அடைக்கலம் புகுந்து புரளுகின்றன:

நான்காவது பட்டையின் நிறம் மஞ்சள். ஐந்தாவது பட்டையின் நிறம் பச்சை. பச்சை என்றால் ஆழ்கடலின் பச்சை நிறம். வசந்த ருதுவின் இலைப்பச்சை அல்ல. அச்சமூட்டும் நிறம் இது. இந்தப் பச்சையைப் பார்க்கும்பொழுது சுறாமீன்களின் நினைவு வருகிறது. மூழ்கும் கப்பல்களிலிருந்து எழும் அவலக்குரல் ஒலித்துக் காதைத் துளைக்கிறது. பொங்குமாங் கடலின் ஆர்ப்பரிக்கும் அலைகள் குலைநடுக்கம் உண்டுபண்ணுகின்றன. மஞ்சள் நிறமோ பார்க்கச் சகிக்கவில்லை, மண் நிறமும், மகிழம்பூ நிறமும் கலந்த ஓர் ஆபாசக் கலவை நிறம். இளவேனிலின் எழில் கூட்டும் பசுமஞ்சள் நிறம் அல்ல. மக்கிப்போன மண்ணைப் போன்ற மஞ்சள் நிறம்; எலும்புருக்கி நோய் வந்து ரத்தம் செத்துப்போனவனின் படுசோகை நிறம். பயந்து புரியும் முதல் பாவச் செயலைப் போல நாணிக் கூசி வெளிறிப் போனது. அந்த மஞ்சள் நிறத்தில் பச்சாதாப உணர்வும் இலேசாக அடக்கம். “நான் எதற்கு? நான் எதற்கு?” என்று அடிக்கொரு தடவை அந்த மஞ்சள் பட்டை கேட்பதாக எனக்குப்படும்.

நான் என் உணர்வைக் கிடத்தும் இடத்துக்கு வலப்புற மூலையில் நீலமும் மஞ்சளுமாகப் பத்து நேர்கோடுகள் இருக்கின்றன. கால் நீட்டி உறங்கும் இடத்திலே பதினொரு நேர்கோடுகள் இருக்கின்றன. அவை மஞ்சளும் நீலப்பச்சை நிறமும் கொண்டவை. சமுக்காளத்துக்கு மத்தியில் ஆறு நேர்கோடுகள், சிவப்பும் வெள்ளையுமாக. அவற்றுக்கு நடுவில் ஆழ்ந்த கறுப்புப் புள்ளி ஒன்று. நான் சமுக்காளத்தில் படுக்கும் போதெல்லாம், தலையிலிருந்து கால்வரை நேர்கோட்டுக் கொக்கிகளில் யாரோ இழுத்து மாட்டிவிட்டதுபோன்ற உணர்வில் மாய்ந்துபோகிறேன். என்னைக் கழுவில் ஏற்றித் தொங்கவிட்டு, என் மனத்தில் அழுத்தமானதொரு கறுப்பு ஆணியை அறைந்து அடித்துவிட்டாற்போலத் துடிக்கிறேன். என்னைச் சுற்றி நாற்புறமும் அழுக்கு ரத்தமும் சீழும் குளம் கட்டி நிற்கின்றன. சுறா மீன்களும் நீர்ச் சிலந்திகளும் “வதவத”வென்று நிறைந்த பாசி வண்ணக் கடலாக அது எனக்குக் காட்சி தருகிறது. நான் துடிதுடித்துப் போகிறேன். கழுவில் ஏற்றப்பட்ட ஏசுநாதருக்குக்கூட இத்தனை துன்பம் நேர்ந்திராது. அத்தனை துன்பம் அந்தச் சமுக்காளத்தில் படுக்கும்போது எனக்கு ஏற்படுகிறது. ஆனால் துயரக்கடலைத் தாண்டுவதுதானே மனித சாதனை? அதை மனிதன் தன் வாழ்க்கை

நியதியாகக் கொள்ளத் துடிக்கிறானே! இதை எண்ணி நான் என்னை அந்தச் சமுக்காளத்திலிருந்து விடுவித்துக்கொள்ள விரும்பவில்லை; முயலவும் இல்லை. இந்த ஒரு சமுக்காளம் இருக்கும்பொழுது இன்னொரு சமுக்காளம் வாங்கவேண்டும் என்ற துணிவோ எண்ணமோகூட எனக்கு ஏற்படவில்லை. என்னிடம் இந்த ஒரே சமுக்காளந்தான் இருக்கிறது. சாகும்வரை இதுவேதான் இருக்கும் என்றும் எண்ணுகிறேன்.

உண்மையில் இந்தச் சமுக்காளத்தை ஓர் இளம்பெண் வாங்க விரும்பினாள். ஹஜ்ரத்கஞ்சில் ஒரு கடைக்குள் நுழைந்து அவள் இதைப் பிரித்துப் போடச் சொல்லிப் பார்த்துக்கொண்டிருந்தாள். அப்பொழுது என் கண்கள் இதைத் தேர்ந்தெடுத்தன. அந்த இளம்பெண் ஒரு முடிவுக்கு வராமல், தன் ரவிக்கைக்காக வேண்டிப் பட்டுத்துண்டு பார்க்கப் போயிருந்தாள்.

அந்தச் சமயம் பார்த்து, "இந்தச் சமுக்காளத்தை நான் வாங்க விரும்புகிறேன்!" என்று கடை மானேஜரிடம் கூறினேன்.

அவன் அந்த இளம்பெண்ணைச் சுட்டிக்காட்டி, "மிஸ் ரூபவதி, அதைத் தேர்ந்தெடுத்து வைத்திருக்கிறார்கள் போலிருக்கிறதே! சற்று இருங்கள். கேட்டு வருகிறேன்!" என்றான்.

"பரவாயில்லை சமுக்காளம்!" என்றாள் ரூபவதி.

"பரவாயில்லையா? என்ன சொல்லுகிறீர்கள் நீங்கள்!" நான் பொங்கி எழுந்து கூறினேன்: "இதுபோன்ற சமுக்காளம் உலகத்தில் எங்கே போனாலும் கிடைக்காது. தாந்தேயின் கற்பனையில்கூட இத்தனை அழகான டிஸைன் தோன்றியிராது. இந்தச் சமுக்காளம் ஆஸ்பத்திரியின் அமுக்கு வாளியைப்போல் அழகாயிருக்கிறது. பைத்தியம் தலைக்கேறிய நோயாளியைப் போல் தன் விளக்கத்தைத் தானே தருவதாயிருக்கிறது. இந்த நெருப்பு ஆறும் இந்தச் சீழ் ஓடையும் ஹாதிம் தாயியின் யாத்திரையை நினைவுபடுத்துவதாயிருக்கிறது. பண்டைய காலத்தில் ஓவிய விற்பன்னர்களாகத் திகழ்ந்த இத்தாலியத் துறவிகளின் ஈடு இணையற்ற படைப்புச் செல்வங்களின் நினைவைப் புதுமைப்படுத்திக் கிளறிவிடுகிறது. இது சமுக்காளம் அல்ல; ஒரு வரலாறு. மக்கள் தன்மையின் ஆத்மா இதனுள் உறைந்து கிடக்கிறது!"

அவள் புன்னகை புரிந்தாள். அவள் பற்கள் மிகவும் வெண்மையாக இருந்தன. ஆனால் கொஞ்சம் கோணல் மாணலாக. ஒன்றில் ஒன்று ஏறினாற்போல் இருந்தன. இருந்தாலும் அந்தச் சிரிப்பில் ஓர் அழகு இருந்தது.

"நீங்கள் எப்போதாவது இத்தாலிக்குப் போயிருக்கிறீர்களா?" என்று கேட்டாள்.

"இத்தாலியா? நான் இன்னும் ஹஜ்ரத்கஞ்சைத் தாண்டி அந்தப் பக்கங்கூடப் போனதில்லை. இத்தனை நாளும் இந்தப் பாதியில்தான் வாழ்க்கை ஓடியிருக்கிறது. இதோ, இந்த வெற்றிலைக் கடை, அதோ எதிர்த்தாற்போல் இருக்கிறதே - அந்தக் காபிக் கடை... அவ்வளவுதான். எனக்குத் தெரியும்" என்றேன்.

மானேஜர் எங்கள் இருவரையும் அறிமுகம் செய்துவைப்பது உசிதம் என்று எண்ணினான். "இவர் ஓர் கலைஞர், காகிதங்களில் அற்புதமாக ஓவியம் வரைகிறார். இவர் மிஸ் ரூபவதி. இங்கே பெண்கள் கல்லூரிக்குப் பிரின்சிபாலாக வந்திருக்கிறார். இப் போதுதான் இங்கிலாந்தில் படிப்பை முடித்துக்கொண்டு இங்கே..." என்றான்.

"நீங்களே அந்தச் சமுக்காளத்தை வாங்கிக்கொள்ளுங்கள். எனக்கு அவ்வளவாகப் பிடிக்கவில்லை" என்றாள் அவள்.

"மிக்க நன்றி!" என்று கூறி நான் சமுக்காளத்துக்கான தொகையைக் கொடுத்தவாறே. "என்னோடு தாங்கள் காபி அருந்தப் பிரியப்படுவீர்களா? தவறாக எடுத்துக்கொள்ளாமல் இருந்தால். வாருங்கள் காபி ஹவுஸ் வரை போய்வருவோம்!" என்றேன்.

"தாராளமாக. ஆனால் ஒரு நிமிஷம், இந்தப் பிளவுஸைப் பார்த்துவிட்டு வருகிறேன்!" என்று கூறியவாறே முறுவல் செய்தாள்.

அவள் முறுவலும் நன்றாக இருந்தது. வட்டவடிவமான அழகிய முகம். சந்தன நிறம். இலேசாகச் சிவந்த உதடுகள். எல்லாமாகச் சேர்ந்து அவளை ஒரு ரசக்கலவையாக என் கண்முன் நிறுத் தின. காணக் காண மதி கிறங்கியது. ரவிக்கைத் துணி வாங்கிக் கொண்டு அவள் என்னோடு புறப்பட்டாள். நடை தடுமாறியது. நான் கையைப் பற்றி அவளுக்கு உதவினேன். "என்ன விஷயம்? எப்போதும் நீங்கள் இப்படி நொண்டித்தான் நடக்கிறீர்களா?" என்று கேட்டேன்.

“இல்லை, இல்லை!” என்றாள் அவள்.

நான் கவனமாகப் பார்த்தேன். காலில் ஒரு கட்டுப் போட்டிருந்தது.

“காயமா?” என்று கேட்டேன் நான்.

“ஆமாம். கட்டை விரல் நகம் வளர்ந்திருந்தது. அதைக் கத்தரிக்கச் சொல்லப்போய்... கப்பல் சர்ஜன் படுமுட்டாள்!” அவள் புடைவைத் தலைப்பை முன் நெற்றிப்பக்கம் சிறிது இழுத்து விட்டுக்கொண்டாள். அவள் முதல் முறையாகத் திரும்பியபோது கழுத்தருகில் வலப்புறமாக அவள் மஞ்சள் ரோஜாப் பூ செருகிக் கொண்டிருப்பதைக் கண்டேன். அப்புறம் அவள் திரும்பியபோது நெற்றிக் குங்குமப் பொட்டு பளிச்சென்று தெரிந்தது. “ஆமாம், இதற்கு முன்னால் அந்தக் குங்குமப் பொட்டு ஏன் இவ்வளவு அழகாயில்லை?” என் மனம் எண்ணிப் பார்த்தது.

காபி ஹவுஸில் உட்கார்ந்து பார்த்தபோது அவள் இன்னும் அழகாக விளங்கினாள். காபி ஹவுஸில் விளக்குகள் பொருத்தியிருக்கும் முறையிலேயே ஒரு விசேஷம். ஆண்கள் அழகற்றவர்களாகவும் பெண்கள் அழகில் சிறந்தவர்களாகவும் காணப்படுகிறார்கள். இது பொது. இவள் விஷயத்தில் வேறு விசேஷமும் இருந்தது. இயற்கையிலேயே இவள் அழகி. இந்த விளக்கும் சேர்ந்துகொண்டு இவளை எடுத்துக் காட்டியது. இல்லாவிட்டால் ஜனங்கள் அடிக்கடி கழுத்து வலிக்க அவளைத் திரும்பித் திரும்பிப் பார்ப்பானேன்? பெண்கள் தங்கள் கூரிய பார்வையை அவள் மீது பதிப்பானேன்? பைராக்கள் மேஜைக்கு இப்படி விரைந்தோடி வருவானேன்?

அவள் புன்முறுவலோடு ஆர்டர் செய்தாள்: “இதோ பார். பைரா, கொஞ்சம் சூடான பால், அப்புறம் ஒரு தனி கிளாஸில் கொஞ்சம் சுடுதண்ணீர்!”

“சுடு தண்ணீரா...” பைரா இழுத்தான்.

“கொஞ்சமாகப் போதும் சுடுதண்ணீர்.” அவள் மறுபடியும் முறுவலித்தாள். பைரா தலையிலிருந்து கால்வரை உருகிவிட்டான். அவன் உடல் என்ன, கண்ணாடியில் ஆனதா? நான் அவன் உருகிப் பெருகுவதைப் பார்த்துச் சமைந்துவிட்டேன். அவள் உதடுகளில் நெளிந்த முறுவலுக்கு இத்தனை ஆற்றலா? அவன் உடலை உருக்கிவிட்டதே. உருக்கி! இந்தப் பார்வை என்ன? இது

உமிழும் ஒளி என்ன? இதுவும் காபி ஹவுஸில் உள்ள மின்சார ஒளி புரியும் விந்தை விசித்திரந்தானோ?

"இன்னும் பைரா. முட்டை ஸாண்ட்விச்சு..." அவள் மீண்டும் சொன்னாள்.

பைரா திரும்பி வந்து, "முட்டை ஸாண்ட் விச்சுகள் தீர்ந்து விட்டனவே!" என்றான்.

"கொஞ்சங்கூட இல்லையா?"" அவனுடைய பெரிய பெரிய பேதை விழிகள். காயமுற்றாற்போலக் கலங்கிச் சிவந்த விழிகள் இன்னும் சிரித்தாற்போலத் தோன்றின. தன் கையாலாகாத்தனத்தைப் பறைசாற்றுவதுபோல. "ஒரு பிளேட் கூடவா இல்லை?"

ஸாண்ட்விச்சுகளும் கிடைத்துவிட்டன.

"ஊஹூம், நான்தான் பில் தருவேன்!"

"அதெப்படி முடியும்? நான் ஆண் பிள்ளை!"

"ரொம்பப் பழங்கால விஷயம்!" சிரித்தாள் அவள். கடையில் பில்லுக்குப் பணம் கொடுத்தவள் அவள்தான்.

வீட்டில் வேலைக்காரனுக்குச் சமுக்காளம் பிடிக்கவில்லை. அப்பொழுது என் வீட்டில் ஒரு கோபக்காரக் கவிஞன் விருந்தாளியாக இருந்தான். சந்தக் கட்டுப்பாட்டுக்கு அடங்காத கவிதைதான் எழுத வரும் அவனுக்கு. சாராயமும் குடிப்பான். ஐந்து வேளை தொழுகையும் நடத்துவான். அவனுக்கும் சமுக்காளம் பிடிக்கவில்லை. நான் கேட்டதற்கு "ஹூம்" என்ற உறுமலோடு பதில் சரி. அவன் எத்தனைக்கெத்தனை நீளமாகக் கவிதை எழுதுவானோ, அத்தனைக் கத்தனை குறைவாகப் பேச்சை முடித்துக்கொள்ளுவான்.

"ஹூம் என்றால் என்ன அர்த்தம்?" நான் கோபித்துக் கொண்டேன். "உன் கருத்தைச் சொல்லு. வர்ணச்சேர்க்கை எப்படி என்று சொல்லு."

"ஹூம்!"

ரூபவதி அவனையே கவனமாகப் பார்த்துக்கொண்டிருந்தாள். பிறகு கலகலவென்று சிரித்தாள். "உங்கள் புதுக்கவிதை ஒன்றைக் கூறுங்கள். இப்பொழுது எல்லாம் அஸ்பாண்டரும் லாடனும்

எந்தப் பொருள்மீது கவிதை எழுதுகிறார்கள். தெரியுமா?" என்று அந்த அழுகுணிப் பயல் கவியிடம் கேட்டாள்.

"ஹூம்!" அவன் தாடியை நீவி விட்டுக்கொண்டே உறுமினான்.

"அவர்கள் உனக்குத் தங்கள் கவிதைகளைப் படித்துக் காட்டினார்களா?" என்று நான் ரூபவதியிடம் கேட்டேன்.

"இல்லை. ஆனால் எனக்கு ஜோ சொன்னார்."

"ஜோவா? யார் அது?"

"ஜோ பிரௌன்! பெயரைக் கேள்விப்பட்டதில்லையா? இப்பொழுது ஆக்ஸ்போர்டில் எல்லாருக்கும் பிடித்த கவி அவர் தாம். இந்தியாவுக்கு அவர் கவிதைகள் இன்னும் வரவில்லை. லண்டனில் அவர் என்மீது மோகம் கொண்டார்." அவள் சிறிது வெட்கமும், சிறிது வெட்கமின்மையும் கலந்த விசித்திர நகையொலி எழுப்பிக் கூறினாள். அவள் நெற்றிக் குங்குமம் செக்கச் சிவந்த ரத்தினப் பொட்டெனக் காட்சி அளித்தது.

"உன் வாழ்க்கை வெற்றி வாய்ப்புகள் நிறைந்ததாகத் தோன்றுகிறதே!" என்றேன் நான்.

"இல்லை" அவள் ஒரு பெருமூச்சுவிட்டுக் கூறினாள். அந்தப் பெருமூச்சில் கண்ட ஏக்கம், அவளை அப்படியே மார்புறத் தழுவிக்கொள்ளலாமா என்று எண்ண வைத்தது.

"ஹூம்!" கவி 'உம்' கொட்டினான்.

அவள் முறுவலித்து, "உங்கள் இந்தக் கவி பெரும் வாயாடி. நான் ஒரு கவிதை கூறுகிறேன், கேட்கிறீர்களா?" என்றாள்.

என் வியப்பு வளர்ந்தது: "நீகூட ஒரு கவியா?" என்று கேட்டேன்.

"இல்லை! இந்தக் கவிதை என் அம்மா எழுதியது!"

"சற்று இரு, இந்தச் சமுக்காளத்தை விரித்துப் போடுகிறேன்." சமுக்காளத்தை விரித்தாயிற்று. ரூபவதி தன் கவிதையைப் பாடியே காட்டினாள். வங்காளிக் கவிதை அது. பிரிவுத்துயர் வாட்டும் இரவுபோல, எரிந்து தீர்ந்த விளக்குப்போல அழகாயிருந்தது. குரலில் தீச்சுடரின் ஆட்டம் தெரிந்தது. கள்ளுண்ட மயக்கம் கண்களைக் கிறக்கியது. இளம் நங்கைகள் வரிசையாகக் குடம் ஏந்தி நீர்த்

துறைக்குச் சென்றுகொண்டிருந்தார்கள். கடலின் நீல அலைகள் எழும்பி எழும்பிக் குதித்துக்கொண்டிருந்தன. நிசப்தமான சூழ்நிலை. ரூபவதியின் கண்களில் கொப்பளித்த கண்ணீர், கன்னங்களின் வழியே உருண்டு சமுக்காளத்தில் விழுந்தது. சிவப்புக் கட்டம் தீப்பிழம்பாகத் தோற்றம் தந்தது. உனக்கு ஜோ பிரௌனிடம் காதல் ஏற்படவில்லையா?" என்று கேட்டேன் நான்.

ரூபவதி கண்ணீரைத் துடைத்துக்கொண்டே. "நான் காதலித்த பையனுக்கு லண்டனிலேயே க்ஷயரோகம் கண்டுவிட்டது. அவன் என்னோடு கப்பலில் வந்துகொண்டிருந்தான். ஆனால் வழியிலேயே அவன் இறந்துவிட்டான். ஏடனைத் தாண்டிச் செங்கடலுக்கு அருகில்" என்றாள்.

"செங்கடலா?" என் நினைவு ஓடியது. சமுக்காளத்தின் சிவப்புப் பட்டை செங்கடலாகிவிட்டது. அதன் ஆழமான நீர்ப்பரப்பில் ரத்தம் செத்து வெளிறிப்போன ஒரு முகம் இருமியவாறே என் கண்களில் தோன்றியது. அப்புறம் சுழலில் சிக்கி மறைந்தது. ரூபவதியின் காதலன் கனவுலகில் இருக்கிறான். செங்கடல் நீரில் மிதக்கிறான். ரூபவதி பெருக்கும் கண்ணீர் என் சமுக்காளத்தை நனைக்கிறது.

"ஹூம்!" கவி உறுமினான், நான் ஒரு புத்தகத்தால் அவன் தலையைத் தட்டினேன்.

ரூபவதி கண்ணிரிலும் மென்னகை புரிந்தாள். கண்ணீர் பெருக்குவதைக் காட்டிலும் கண்ணீரை அடக்குவதுதான் கஷ்டமாகிவிடுகிறது.

ரூபவதி!

எத்தகைய விந்தைப் பெண் இவள்! லண்டனில் கவி ஜோ பிரௌன் இவளைக் காதலித்திருக்கிறான். இங்கே லக்னோவில் ஹஜ்ரத்கஞ்சில் வாழும் ஊர் சுற்றித் திரியும் ஏழைக் கலைஞன் இவள் காதல் தளையில் கட்டுண்டு மாய்கிறான். இது விஷம், நஞ்சு என்று தெரிந்திருந்தும் எப்படி இவள் இந்த விஷக் கோப்பையைப் பருகினாள்? ஏமாற்றம்! இயலாமை! காதலுக்கு விடை எப்போதும் ஏன் காதலாகவே இருப்பதில்லை? இது என்ன நெருப்பு? ஒருவனை எரிக்கிறது; இன்னொருவன் இதயத்தில் பாறாங்கல்லை வைக்கிறது; ஒருவனைக் கண்ணீர்

வடிக்கச் செய்கிறது; இன்னொருவனின் உதடுகளில் இளநகையின் நிழலாட்டத்தைக்கூடக் காணவிடுவதில்லையே!

நான் சமுக்காளத்தைத் தட்டியவாறே கேட்டேன்.

சமுக்காளம் பதில் அளித்தது: "நான் ஒரு சிலுவை. நான் துயரையும் வேதனையையும் அறிவேன். ஆனால் துயரத்துக்கும் வேதனைக்கும் மருந்து அறியேன்."

ரூபவதி அதைத் தொடர்ந்து கூறினாள்: "இதுதான் விதி. விதி உன்னைச் சமுக்காளம் வாங்க அங்கே இட்டு வந்தது. உனக்கும் எனக்கும் சந்திப்பை ஏற்படுத்தியது. ஆனால் உன்னிடம் எனக்கு அந்தக் காதல் ஏற்படவில்லை. இது விதியின் சதி. ஆயிரம் முயன்றாலும் நமது இந்த நட்பு காதலாக உருப்பெறமுடியாது. இது விதியின் விளையாட்டு இல்லை என்றால் வேறு என்ன?"

பிறகு கவியை நோக்கி, "புலவரே! தங்கள் கவிதையைக் கூறுங்கள்!" என்றாள்.

சில நாட்களுக்குப் பின் திடீரென்று ஒருநாள் அவள் என்னிடம் வந்து, "நான் உங்கள் கவிஞரைக் காதலிக்கிறேன்!" என்றாள்.

"பொய். மடையன் அவன். அவனை..."

"அவர் கண்களைப் பார்க்கவில்லையா நீங்கள்?" அவள் பெருமூச்சு விட்டவாறே கேட்டாள்: "சிலுவையில் அறைந்த ஏசுநாதரைப்போலத் தோன்றவில்லை? எத்தனை வருத்தம் அவர் விழிகளில் குமிழியிடுகிறது?"

"நீ மட்டும் ஒரு வார்த்தை சொல்லு! நான் இந்தக் கண்களையே குருடாக்கிக்கொண்டு விடுகிறேன்" என்றேன் நான்.

அவளுக்கு எனது இந்தப் பேச்சுப் பிடிக்கவில்லைபோலும். "என்ன செய்வது?" என்று முகத்தில் கம்பீரத்தைத் தேக்கிக் கேட்டாள்.

"ஆமாம், இது மனசு இல்லையா?" என்றேன் நான் குத்தலாக.

"ஹூம்." கவிஞன் உறுமினான்.

அவர்கள் விடைபெற்ற அன்று நான் என் வீட்டில் ஒரு சிறு விருந்து வைத்தேன். ரூபவதி கறுப்பு நிற டாக்காப் புடைவை உடுத்தியிருந்தாள். கண்களில் கனமாக மையிட்டிருந்தாள்.

பட்டுக் குஞ்சங்கள் கறுப்பு; கை வளையல் ஓரங்கூடக் கறுப்பு. தினமும் அவளைப் பார்க்கும்பொழுது ஓர் ஒளி பரவுவதுபோல் உணர்ந்தேன். சூரியன், சந்திரன், நிலவு எல்லாம் ஏக காலத்தில் ஒளிபரப்புவதாக மகிழ்ந்தேன். ஆனால் இன்று? ஏனோ அவளைப் பார்க்கப் பார்க்க ஓர் இருள் பரவுவதாகத் தோன்றியது. அவள் மகிழ்ச்சி கொப்பளிக்கும் இந்த நிலையில் எனக்கு மட்டும் துயரச் சிலையாக, நிராசையின் வடிவாகக் காட்சி தருவானேன்? ஏழைக் கலைஞனின் மனத்துள் படர்ந்த இருள் காரணமோ? அவள் முதல் நாள் பாடினாளே, அதே பாடலை இன்று மீண்டும் பாடுமாறு அவளை வேண்டினேன். பாடிய பிறகு அவள் ஆடியதாகவும் ஞாபகம். நான் அவள் முகத்தைப் பார்க்கவில்லை. நான் அவள் கால்களைப் பார்த்துக்கொண்டிருந்து விட்டேன். மங்கலாகத் தெரிந்த பாதங்களில் மருதாணிச் சிவப்பு மின்னலெனப் பளிச்சிட்டது. அவள் ஆடிக்கொண்டிருந்தாள். நான் அந்த இருளில் மருதாணி நிறக் கோட்டின் நடனத்தைப் பார்த்துக் கொண்டிருந்தேன். நடனம் முடிந்ததும் அந்தப் பாதங்களை எடுத்து என் மார்பிலே ஒத்திக்கொண்டேன். அந்தப் பாதங்கள் இன்றும் என் மார்பிலே ஏன் பத்திரமாக இருக்கின்றன? இந்த இதயக் கல்லறைக்குள்ளே "மம்மி"களைத் தவிர வேறு எதற்குமே இடம் கிடையாதா?

அவள் சென்றபின் நான் மீண்டும் சமுக்காளத்தில் வந்து உட்கார்ந்தேன், மஞ்சள் ரோஜாமொட்டு ஒன்று அவள் முடியிலிருந்து உதிர்ந்து சமுக்காளத்தில் கிடந்தது. என் மனத்தில் ரூபவதியின் நினைவாக வேறு எதுவுமே இல்லை. இரண்டு பாதங்களையும் இந்த மஞ்சள் ரோஜாமொட்டையும் தவிர. இது என்ன ஓவியமோ? ஓவியக் கலைஞனாக இருந்தும் நான் இது வரை இதுபோன்ற விந்தை ஓவியம் தீட்டியதில்லை. அதோடு...!

நான் சமுக்காளத்தை வினவுகிறேன்.

சமுக்காளம் மறுமொழி அளிக்கிறது: "நான் சிலுவையில் இருக்கிறேன். சிலுவை சாவையே தரும். அதற்கு வாழ்க்கை முறைபற்றி எதுவுமே தெரியாது."

சரி. அது போகட்டும். நடந்தது நடந்துவிட்டது. வாழ்க்கையில் கல்லறையின் இன்பந்தான் துய்க்கவேண்டுமென்றால், அதை ஏன் சௌகரியமாகப் பெறக்கூடாது? தேனில் நஞ்சைக் கலந்துதான்

பருகவேண்டுமென்றால் கலப்படமற்ற நல்ல நஞ்சையே ஏன் குடிக்கக்கூடாது? எளிமையும் நிலைக்காது என்று உறுதிப்பட்டு விட்டால், பாவத்தின் மடியிலேயே ஏன் அடைக்கலம் புகக் கூடாது? வா. உன் ஆன்மாவில் இலேசாகச் சிமிட்டுகிறதே, சின்னஞ்சிறு ஒளி முத்து, அதை அமுக்கிவிடுவோம். படரும் இருட்டில் பாவம் விரவுவதைக் காண்போம். வாழ்க்கையைச் சீண்டி அதற்கு எரிச்சலூட்டுவோம். அது படும் அவஸ்தையைக் கண்டு கலகலவென்று கைதட்டிச் சிரிப்போம். அன்பு வேண்டாம், காதல் வேண்டாம்! ஆசை – நசை இருக்கட்டுமே!

கலைஞன் வேறு ஒரு பெண்ணோடு அறிமுகம் செய்து கொண்டான். அவள் படுசோகை. சிறிதும் தெம்பற்றிருந்தாள். பெயர்தான் ஆஷா. ஆனால் நிராசையின் வடிவம். அவளைப் போன்ற கொடும்பசி கொண்டவளைக் காணவே முடியாது. நாயைப்போல எப்பொழுதும் கூடவே சுற்றித் திரிவாள். பாவம்! கலைஞனுக்கு அவள்மேல் இரக்கம் ஏற்பட்டது. அவளை அவன் நேசிக்கலானான். அவன் போகும் இடங்களுக்கெல்லாம் அன்போடு இட்டுச் செல்லலானான். மக்கள் அவனது இந்தத் தேர்தலை வஞ்சப் புகழ்ச்சி செய்து. "வாரு"வார்கள். அவன் அந்தப் புகழ்ச்சியை நல்லபடியாக எடுத்துக்கொண்டு மரியாதை செலுத்துவான். "இந்த அவலட்சணத்தை நீ எப்படித்தான்...?" என்று வம்புக்கு இழுப்பான் ஒருவன். அவன் பொங்கியெழுந்து அவனோடு சண்டைபிடிக்கத் தொடங்கிவிடுவான். மணிக்கணக்கில் அவள் அழகை வர்ணித்து விமர்சிப்பான். கரிக்கட்டியினால் அவன் ஆஷாவின் சித்திரம் ஒன்று வரைந்தான். தன் ஸ்டூடியோவுக்கு வரும் ஒவ்வொருவருக்கும் அதைக் காட்டினான். அவன் தன் காயத்தை, மனப்புண்ணைக் காட்டினான். "பாருங்கள் பாருங்கள்" என்று! நீங்கள் எனக்குப் பொறுப்பே அல்ல; என் ஆத்மாதான் எனக்கு எசமானன். நஞ்சு...சரி...

ஆனால் ஹஜ்ரத்கஞ்சைத் தாண்டி அறியாத அவன் எங்கேயாவது ஓடிவிடவேண்டும் என்று எண்ணமிட்டான். நடைபாதையில் நடக்கும்பொழுது ஆயிரக்கணக்கில் தாறுமாறான கனவுகளைக் காணலானான். வழியில் உள்ள ஒவ்வொரு கல்லிலும், யாருடைய மங்கிய காலடி நிழலோ ஆடுவதுபோலத் தோன்றும். கோப்பையை உதடுகளில் பதிக்கும்பொழுது எல்லாம் அவனுக்கு யாருடைய சுடுமூச்சோ தீண்டுவது போன்ற உணர்வு உண்டாகும். மின்சார

பல்புகளின் ஒளியில் ஆயிரக்கணக்கான குங்குமப் பொட்டுகள் நீந்தி வட்டமடிப்பதுபோலத் தோற்றம் ஏற்படும். அந்தச் சிரிப்பு, அவன் திரும்பிப் பார்ப்பான், எங்கிருந்து வந்தது என்று! வானம்பாடி கூண்டுப் பூட்டை உடைத்துக் கொண்டு பறந்துவிட்டது. ஆனால் அவன் மட்டும் ஏன் இதுவரை ஹஜ்ரத்கஞ்சின் பாழில் சிறைபட்டுக் கிடந்தான்? ஏன், ஏன்? மருதாணி நிறக்கோடு மின்னல்போலப் பிரகாசித்து அவனிடம் இந்தக் கேள்வியை விடாமல் அடிக்கொரு தடவை கேட்டுக் கொண்டே இருந்தது.

நகரத்தைவிட்டுப் போய்விடுவது என்று அவன் தீர்மானித்தபின் தன் நண்பர்களுக்கும் அந்த "வீக்" பெண்ணுக்கும் அவள் தோழிமார்களுக்கும் ஒரு விருந்து வைத்தான். விருந்துக்குப் பின் எல்லாரும் விடைபெற்றுச் சென்றுவிட்டனர். ஆனால் அந்த "வீக்" பெண் மட்டும் வியப்பும் பதற்றமுமாக அந்தச் சமுக்காளத்தில் உட்கார்ந்திருந்தாள். பிறகு திடுமென்று அவன் மார்பில் முகம் புதைத்து அழலானாள். அவளுடைய சூடான கண்ணீர் அவன் மார்பில் பட்டதும் பனிக்கட்டியென உறைந்துகொண் டிருந்தது. காதலின் பதில் ஏன் காதலாக இருப்பதில்லை? இந்த அன்பில் என்ன நெருப்பு இருக்கிறது? ஒருவனை எரிக்கிறது, இன்னொருவனின் உள்ளத்தைக் கருங்கல்லாக்கி வேடிக்கை பார்க்கிறது.

ஒரு பெண் சமுக்காளத்தில் படுத்திருந்தாள். கைகள் மேலே உள்ள நேர்கோட்டைத் தொட்டுக்கொண்டிருந்தன. கால்கள் கீழே உள்ள நேர்கோட்டைத் தொட்டுக்கொண்டிருந்தன. சமுக்காளம் பேசாமல் அவள் மனத்திலே ஒரு கறுப்பு ஆணியை அடித்து இறக்கிவிட்டது. கல்லறைக்கு இன்னுமொரு மம்மி தயாராகி விட்டது. ஆனால் அங்கே இடம் எங்கே இருந்தது? இதயத்தில் இன்றுங்கூட அந்த இரு கால்கள் நடம் புரிந்துகொண்டிருந்தன. அதே மஞ்சள் ரோஜா மொட்டும்.

நான் சமுக்காளத்தைக் கேட்டேன்: "இது என்ன விளையாட்டு? நான் யாருக்கு எரிச்சல் மூட்டிக்கொண்டிருக்கிறேன்? இந்தக் காயம் யாருடையது? இந்தப் பெண் ஏன் அழுகிறாள்? இதெல்லாம் விதியென்றால். சவத்துக்கும் உயிர் ஊட்ட நடைபெறும் இந்த முயற்சியை என்னவென்பது?"

சமுக்காளம் விடை அளித்தது: "எனக்குத் தெரியாது. நான்

ஒரு சிலுவை. இதயத்தில் இரும்பு ஆணியைப் பாய்ச்சுவதே சிலுவையின் வேலை. ஒளிபாய்ச்சுவது அல்ல. விதியின் முடிவைக் காட்டத் தெரியும். ஆனால் அதன் தொடக்கத்தையோ இளமைப் பருவத்தையோ காட்டத் தெரியாது!"

"உன்னை எரித்துச் சாம்பலாக்கிவிடட்டுமா?"

அந்தப் புது நகரத்தில்...

நான்கு பேர் அந்தச் சமுக்காளத்தில் அமர்ந்து சீட்டு விளையாடிக் கொண்டிருந்தார்கள்.

இருவர் நடிகர்கள்.

வேடிக்கை காட்டுபவனோ அந்தக் கலைஞன்.

சீட்டு ஆடும்பொழுது இடையில் நடிகர்களும் வியாபாரிகளும் சண்டைபோட்டுக்கொள்ளத் தொடங்குகின்றனர். கை கலக்கும் அளவுக்கு நிலைமை முற்றிவிட்டது. சமுக்காளத்தைப் பிராண்டுகின்றனர். ஏனென்றால் ஓர் ஆட்டத்தின்பொழுது வியாபாரி மறந்தோ தெரிந்தோ எட்டணா அதிகமாக எடுத்துக்கொண்டு விட்டான். என் கழுத்துப்பட்டை தாறுதாறாகக் கிழிக்கப்பட்டது. ஏனென்றால், இடையில் புகுந்து விலக்க முயல்பவனுக்குத்தானே அடி அதிகமாக விழும்?

இந்தத் தவறான கருத்தை, கோபதாபத்தைப் போக்க என்ன வழி என்று நான் யோசிக்கிறேன். பேச்சுவார்த்தை பயன்படாது. கிராமபோன்..? பிதற்றல்; தேநீர்? அபத்தம்; சாராயம்....? பேஷ்! பேஷ்!

எல்லாரும் சாராயம் குடித்துக்கொண்டிருக்கிறார்கள். கலைஞனின் கண் சிவந்துவிட்டது. எப்பொழுதும் சிரித்துப் பேசி மகிழ்ச்சியே உருவாக இருக்கும் அழகிய நடிகன், எப்பொழுதும் வாய்மூடி மௌனியாக இருக்கும் அழகில் குறைந்த நடிகனிடம் சவால் விடுகிறான். "காதலா? காதலா? ஏண்டா மரமண்டை! உனக்குக் காதல் என்னடா தெரியும்? இப்பொழுதுதான் கல்லூரியில் படிக்கும் சின்னப்பயல் நீ! ஏய்! காதல் வெறியைப்பற்றி என்னிடம் கேள்! இந்தச் சாராயம் சுத்த மட்டம்! சப்பென்றிருக்கிறது. ராணியைப் பார்த்திருக்கிறாயா நீ?"

"ராணி 1944-இல் முதல் நம்பர் நடிகையாயிருந்தாள் இல்லை?" என்று நான் கேட்டேன்.

"ஆமாம். அவளேதான்! அவள், எலே பயலே, உனக்கு என்ன தெரியும்? அவள் என் காதலியடா. தெரிந்துகொள்! அவளுக்காக நான் என் அப்பா அம்மாவிடம் திட்டுகள் வாங்கிக் கட்டிக்கொண்டேன். பகைவர்களுடன் பலமுறை மோதினேன். வீடு வாசலைத் துறந்து வெளியேறினேன். இந்த மோதிரம் பார்த்தாயாடா பயலே! இந்தச் சட்டைப் பொத்தான்.. எல்லாமே பொன்னால் ஆனவையடா பயலே! உனக்கு என்ன தெரியும்? எல்லாம் அவள் தந்ததடா, அன்பளிப்பாக! ஆனால் நான் அவளைக் கல்யாணம் செய்துகொள்ள மாட்டேன். ஒருநாளும் மாட்டேன்!" அவன் உறுதியான குரலில் முடித்தான்.

"ஏன்?"

"அவள் என்னைக் காதலிக்கிறாள், மெய்தான். ஆனால் என்னைக் காட்டிலும் அவள் பணக்காரி. என்னைக் கல்யாணம் செய்து கொள்ள விரும்புகிறாள். நான் செத்தாலும் சாவேனே தவிர அவளைக் கல்யாணம் செய்துகொள்ளமாட்டேன்."

"நீ அவளைக் காதலிக்கவில்லையா?" ஒரு வியாபாரி கேட்டான்.

நடிகன் கைகளைக் கெட்டியாக மூடிக்கொண்டு, "நான் இப்பொழுது எப்படி இருக்கிறேனோ, அப்படியிருந்தாலே போதும். நான் அவளைக் காதலிக்கிறேன். ஆனால் அவளுக்கு அடிமையாக என்னால் வாழமுடியாது. நான் அவள் காதலை விரும்புகிறேன், பணத்தை விரும்பவில்லை; புரிந்ததா?" என்றான். அந்த ஆத்திரத்தில் சமுக்காளத்தை ஒரு குத்து விட்டான். அப்புறம் சுற்றுச் சூழ்நிலை கிடுகிடுக்கக் கடகடவென நகைத்தான்.

சமுக்காளம் நடுங்கியது. அதன் நிறம் விசித்திரமாக ஆகிவிட்டது.

"அடே. பாவிப்பயல் மகனே! இன்னும் கொஞ்சம் சாராயம் கொடுடா!" அவன் தன் வெற்றுக் கிளாஸைத் தடவித் தேடியவாறே கேட்டான்.

"ராணியைப்பற்றி நண்பா! இன்று செய்தித்தாளில் கூடப் படித்தேனே! ராணி யாரோ அமெரிக்கனை மணந்துகொண்டு விட்டாளாமே!" என்றேன் நான்.

நடிகன் மெதுவாகச் சாராயக் கிளாஸைச் சமுக்காளத்தில் உருட்டிவிட்டான். அவன் விரல்கள் பலம் கொண்ட மட்டில் கிளாஸை அழுத்தின. சுண்ணாடி அவன் விரல்களையும் பதம் பார்த்துவிட்டே உடைந்தது.

அவன் தொண்டை அடைக்கக் கூறினான்: "இது பொய்! சுத்தப் பொய்!"

கலைஞன் மேஜையிலிருந்து செய்தித்தாளை எடுத்துப் படித்துக் காட்டினான்.

நடிகனின் முகம் தொங்கிவிட்டது. அவன் சமுக்காளத்தில் இரு முழங்கைகளையும் ஊன்றி என்னைப் பார்த்தான். அவன் முகத்தின் நிறம் பேயறைந்தாற்போல் வெளிறிவிட்டது; சவக்களை தாண்டவமாடியது. மம்மிக்கு இருக்கவேண்டிய அறிகுறிகள் அத்தனையும் வந்துவிட்டன.

"இது பொய்! சுத்தப் பொய்!"

அவன் மீண்டும் கூச்சலிட்டான். அப்புறம் திடுதிப்பென்று அப்படியே மௌனமாகிவிட்டான். இன்னொரு நடிகன் அவன் கிளாஸில் சாராயம் ஊற்றத் தொடங்கினான். அவன் அப்போதும் வாய் திறக்காமலேதான் இருந்தான். ஆனால் முதல் நடிகன் சமுக்காளத்தில் புரண்டு விசித்து விசித்து அழலானான். அப்புறம் அவன் சமுக்காளத்தில் வாந்தி எடுத்துவிட்டான். எனக்குச் சமுக்காளத்தின் நிறம் வெளிறுவதாகத் தோன்றியது. சிவப்பிலிருந்து வெள்ளை; வெள்ளையிலிருந்து மஞ்சள் என்று நிறம் மாறுவதாகத் தோன்றியது. எனக்கு அது சமுக்காளமாகப் படவில்லை; சவத்துக்குப் போர்த்தும் சல்லாத் துணியாகத் தோன்றியது.

ராணி! ராணி! ராணி!

காலையில் நான் சமுக்காளத்தைத் துவைத்துச் சுத்தப்படுத்தச் சொன்னேன். உலர்த்தி அறையில் கொண்டு வைத்ததும் என் காதலி அறைக்குள் நுழைந்தாள். அவள் இந்தப் புதிய நகரத்தில் நான் ஏற்படுத்திக்கொண்ட காதலி இங்கே வந்து கலைஞன் மீண்டும் காதல் புரியத் தொடங்கியிருந்தான். காதலிப்பது எத்தனை கஷ்டம்! ஆனால் ஒரு தடவை காதல் மரித்துவிட்டால்,

அப்புறம் காதலிப்பது எவ்வளவு எளிதாகிவிடுகிறது! என்ன நான் சொல்வது? அட, சாவாடு செத்த பயலே / ஏண்டா பேசமாட்டேன் என்கிறாய்? சொல்லேண்டா பதில்! என் காதலியின் உதடுகள் கனமானவை; கன்னங்களும் பருமனானவை. உடலும் நல்ல பருமன்! சன்னமாகச் சிரிக்க வராது அவளுக்கு! இடி முழக்கம் கெட்டுது. போயேன்! அறிவும் உலக்கைக் கொழுந்து! அவள் பெண் இல்லை; பெண் என்று கூறுவதைக் காட்டிலும் இரண்டு மூன்று மடிப்பு கொண்ட சமுக்காளம் என்று சொல்வதுதான் பொருத்தம். இன்று அவள் இரட்டைப் பின்னல் பின்னிக்கொண்டு மல்லிகைப் பூச் சூடிக்கொண்டு வந்திருந்தாள்.

அவள் சமுக்காளத்தில் வந்து உட்கார்ந்துகொண்டாள்.

நான் அவள் முகத்தை முத்தமிட்டு, "இன்று நீ கிளியோ பாட்ராவுக்கே மண் காட்டிவிட்டாய், போ!" என்றேன்.

"கிளியோபாட்ராவா? அது என்ன?" என்று கேட்டாள் அவள்.

"எகிப்து நாட்டு மகாராணி!"

"எகிப்தா?"

"ஆமாம், எகிப்து! அந்த நாட்டிலே செத்தபிறகு கல்லறை கட்டுகிறார்கள்! அங்கே செத்தவர்களின் சவங்களை அணிசெய்து வைக்கிறார்கள். ஆண்டவன் உனக்கும் கிளியோபாட்ராவைப் போல மரணத்தை அருளட்டும்!"

"ஐயோ! என்ன பேச்சுப் பேசுகிறீர்கள்? அவளுக்கு என்னவாயிற்று?"

"பாம்பு கடித்துச் செத்துப்போய்விட்டாள் அவள்."

இலேசாக வீறிட்டவள் என்னை நெருங்கி வந்து, என் கைகளைப் பற்றிக்கொண்டுவிட்டாள். "என்னை அச்சுறுத்துகிறீர்களா?" என்று கேட்டுக் கடகடவென்று சிரித்தாள். என்ன அசிங்கம்! என்ன கோரம்! எருமை மாடு அசைபோடுகிறாற்போல! அப்புறம் அவள் தன் உதடுகளை என் முன்னே நீட்டினாள். உதாரகுணம் படைத்த ஜாட்-எச்சிற்கையால் என்ன, ஈரக் கையால்கூடக் காக்காய் ஓட்டமாட்டார்கள் என்று புகழ்பெற்றவர்கள் இந்த வகுப்பினர் - அப்படிப்பட்ட ஒரு ஜாட் பெரிய மனசு பண்ணி, முன்பின் அறிமுகமில்லாத வழிப்போக்கனுக்குக் கரும்பு தின்னக் கொடுத்தால், அந்தக் கரும்பில் சாறு இருக்குமா? அத்தகைய

கரும்பை அவள் அதரங்களில் சுவைத்த வண்ணம் நான் சொன்னேன்: "இந்தச் சமுக்காளம் உயிர்பிழைக்கிறது ஒரு தடவைதான். ஆனால் அடிக்கூடி இறக்கிறது. ஐயோ! இப்படிச் சாவு அடிக்கடி வருவானேன்? இதுவே கடைசிச் சாவாக இருக்கக்கூடாதா?"

"இன்றைக்கென்ன நீங்கள் பேச்சுக்குப் பேச்சு மரணத்தை இழுக்கிறீர்கள்?" என்று கேட்டாள் அவள்.

"ஒன்றும் இல்லை. உனக்குப் புரியாது!" என்றவன், "ஆமாம், இன்று உன் உதடுகளில், கண்களில், கேசங்களில் இது என்ன எழில் மணம் கூடித் தெரிகிறது?" என்று கேட்டேன். "ஒன்றும் இல்லை." அவள் சிரித்துக்கொண்டே கூறினாள்: "இன்று வாசனைத் தேங்காய் எண்ணெய் தடவியிருக்கிறேன்."

நான் சமுக்காளத்தை ஓரக் கண்ணால் பார்த்தேன். அதன் நிறம் மங்கிக்கொண்டே வந்தது. அதன் இறுதிக் காலத்தை என்னால் கண்கொண்டு காணமுடியாதுபோல் இருந்தது. நான் பதறிப் போய் அறையிலிருந்து வெளியேறி வந்துவிட்டேன்.

நேரே ஸ்டேஷனை அடைந்தேன். முடிந்த அளவு பீர் குடிப்பது என்று எண்ணினேன். இந்த உடலுக்கு மட்டுமின்றி ஆத்மாவுக்கும் பேதிக்குக் கொடுப்பது, துப்புரவாகக் குப்பை கூளம் முழுதையும் வெளியேற்றிவிடுவது, உடலையும் உள்ளத்தையும் இலேசாக்கிக் கொள்ளுவது என்று திட்டமிட்டேன்.

ஸ்டேஷனில் பீரைப் பார்ப்பதற்கு முன்னால் ரூபவதியைப் பார்த்துவிட்டேன்.

"அட, நீ எங்கே இங்கே?"

"ஜுனாகட் போயிருந்தேன், மலைவாசத்துக்கு!"

"கவிஞன் எங்கே?"

"அவர் என்னை விட்டுவிட்டார்." இருமலுக்கிடையே சொன்னாள் அவள்.

"விட்டுவிட்டானா? ஏன்?"

"எனக்கு எலும்புருக்கி நோய் வந்து அதற்காக ஜுனகட் போயிருந்தேன். அதனால்."

அவள் விழிகளில் பசுங்கடல் பொங்கியது. அதில் வெளிறி வறண்டு போன முகம் ஒன்று சுழலில் சிக்கி மூழ்கிக்கொண்டிருந்தது. அப்புறம் அந்த முகமும் மறைந்துவிட்டது. இப்பொழுது கவிஞனின் பாழாய்ப் போன சாவாடு செத்த முகம் அலைகளில் மிதக்கத் தொடங்கியது. கவிஞனின் முகம் தலையை ஆட்டி, "ஹூம்" என்று ஹூங்காரமிட்டது.

"அந்தப் பாவிப் பயல் இப்பொழுது எங்கே இருக்கிறான்?" என்று கேட்டேன்.

போகட்டும், விடுங்கள்!" அவள் அடக்கமாகக் கூறினாள்: "அவரைத் திட்டாதீர்கள். இன்னும் நான் அவரைக் காதலிக்கிறேன்!"

"ஆனால்..."

"ஆமாம். இந்த ஆனாலுக்குப் பிறகும் கூடத்தான்..." என்றவள், "நான் இப்பொழுது என் பிறந்த வீட்டுக்குப் போகிறேன். அங்கே சென்று சுகமாகச் சாவேன்" என்றாள். "கூடாது,கூடாது." நான் கடுமையாகச் சொன்னேன். "இனி நான் உன்னைப் போகவிடமாட்டேன். வாழ்வு என்னிடமிருந்து உன்னைப் பிடுங்கிக்கொண்டது. இனி, சாவின் வாயில்வரை நாம் சேர்ந்தே செல்வோம். இந்த உலகத்துக்கு அப்பாலும் ஏதாவது உலகம் இருந்தால் ஒருவேளை..."

அவள் சிரித்தாள். பளிச்சென்றிருந்தது அந்தச் சிரிப்பு. அதே சந்தன நிற முகம், அதே சுடர்விடும் குங்குமப் பொட்டு.

நான் அவள் கைகளைப் பற்றிக்கொண்டு, "வீட்டுக்கு வா, ரூப்! உயிருடன் இருக்கும்பொழுது நீ என்னை உன்னுடன் இருக்க விடவில்லை. இப்பொழுது மரணத்தின்போதாவது சில கணங்களை எனக்குத் தா!"

அவள் முறுவலித்தாள். "உங்களுக்குத் தெரியாது. அன்பும் காதலும், வாழ்விலும் சாவிலும் ஒரே மாதிரியாகத்தான் நடந்துகொள்கின்றன. இரட்டை வேடம் போடத் தெரியாது காதலுக்கு!" என்றாள்.

வண்டி ஊதியது.

"உங்களைச் சந்திக்கமுடியும் என்று நான் நினைக்கவே இல்லை. நான் இங்கே தங்க முடியாதது குறித்து வருந்துகிறேன். இந்தப்

புத்தகத்தை உங்களுக்குத் தருகிறேன். அரல்கேயின் கவிதைகள் இவை!" என்றாள் அவள்.

கார்டு கொடி காட்டினார்.

அவன் தன் பெட்டியை நோக்கிப் போய்விட்டாள். நான் அவள் முகத்தைப் பார்க்க முடியவில்லை. என் கண்கள் மீண்டும் அவள் பாதங்களில் பதிந்தன. அந்தப் பாதங்கள் நடந்தன. நடந்தன, நடந்துகொண்டே இருந்தன. அவை விலகிப் போனாலும் அருகில் வருகிறாற்போலத் தோன்றின. நெருங்கி என் மார்புக்கே வந்துவிட்டன. நான் அவற்றை எடுத்து என் இதயத்துள் மறைத்துக்கொண்டேன்.

நான் பார்வையை நிமிர்த்தினேன்.

வண்டி போய்விட்டிருந்தது.

காதலி என்னை இத்தனை நேரமும் எதிர்நோக்கிக் கொண்டிருந் தாள். என்னைக் கண்டதும், "எங்கே போய்விட்டீர்கள்?" என்று கேட்டாள்.

நான் பேசாமல் இருந்தேன்.

"இது என்ன புத்தகம்?"

"அரல்கேயின் கவிதைகள்!'

"என்ன?"

"ஒரு கவிஞனின் கவிதைத் தொகுப்பு!"

"எனக்குப் படித்துக் காட்டுங்கள்! என்ன எழுதியிருக்கிறான் அவன்?"

நான் புத்தகத்தைத் திறந்தேன். பதினைந்தாவது பக்கம் என் கண்கள் எதிரே வந்தது. நான் மெதுவாகப் படிக்கலானேன். "ஏ கடவுளே! உன் இஷ்டத்துக்கு நீ பிறப்பைக் கொடுத்தாய், இப்பொழுது என் இஷ்டத்துக்குச் சாவைக் கொடேன். வேறு எதுவும் நான் உன்னை வேண்டவில்லை. கடவுளே!"

"திரும்பவும் சாவா? என்ன அபசகுனம்?" என்றாள் அவள். என் கையிலிருந்து புத்தகத்தைப் பறித்துக்கொண்டாள். அதே கையோடு தன் உதடுகளை என் அருகே கொண்டு வந்தாள்.

சமுக்காளம் கொதித்தது. நெருப்பாக! நெருப்பு ஆறு! சீழ்க் கடல்! கொதிக்கும் நஞ்சு ஊற்று! 'நீ சிலுவை. நீ மனிதக் குஞ்சை 'மசீஹா' (தேவதூதன்) ஆக்கினாய். என்னை என்ன ஆக்குவாய், சொல்லு?" என்று அவளைக் கேட்டேன்.

சமுக்காளம் கூறியது: "நீதான் கல்லறை ஆகிவிட்டாயே! வெறுங் கல்லறையாக! உன் மார்பில்தான் எத்தனை மம்மிகள் புதைந்திருக்கின்றன!"

நான் என் காதலியைப் பார்த்து, "இந்தச் சமுக்காளத்தை எரித்துச் சாம்பலாக்கிவிடலாமா என்று தோன்றுகிறது" என்றேன்.

"ஆமாம். ரொம்பப் பழையதாகப் போய்விட்டது" என்றாள் அவள்.

"ஆனால்..." நான் தடுமாறி வருத்தம் தோயக் கூறினேன். "என்னிடம் இந்த ஒரே சமுக்காளந்தானே இருக்கிறது. இதுதானே என் வாழ்க்கை. இதை மாற்ற என்னால் முடியாது. இதை மாற்ற..." இப்படிக்கு கலைஞன் கரும்பைச் சுவைக்கலானான்.

நாற்சந்திக் கிணறு

என் குழந்தை நோய்வாய்ப்பட்டிருந்தது. அது சிறுகச் சிறுகச் செத்துக்கொண்டிருப்பதாகவே எனக்குப் பட்டது. “உன் குழந்தையை நாற்சந்திக் கிணற்றடிக்கு எடுத்துச் சென்று, அந்தக் கிணற்று நீரைச் சேந்தி ஒரு மிடறாவது தொண்டைக் குழியில் இறக்கினால், உன் குழந்தை உயிர்பிழைக்க வழி உண்டு” என்று ஊரார் சொன்னார்கள்.

“நாற்சந்திக் கிணறு எங்கே இருக்கிறது?” என்று கேட்டேன் நான்.

“அது ‘எங்கும் இல்லை’ என்னும் கிராமத்தில் இருக்கிறது!” என்றார்கள் அவர்கள்.

“ ‘எங்கும் இல்லை’ என்ற கிராமம் எங்கே இருக்கிறது?” என்று மீண்டும் கேட்டேன் நான்.

எங்கள் கிராமத்தைச் சேர்ந்த கிழட்டு வைத்தியன் சொன்னான்:

இங்கு இருந்து அங்கே போ. அங்கிருந்து ஆங்கு போ. ஆங்கு இருந்து எங்கு போ. எங்கிருந்து எங்கோ போ. எங்கோ போன பின் திரும்பு. அங்கிருந்து மூக்குக்கு நேராக நடந்தால் எதிர்த்தாற்போல ‘எங்கும் இல்லை’ கிராமம் வரும். அந்தக் கிராமத்துக்கு மத்தியில்தான் நாற்சந்திக் கிணறு இருக்கிறது!”

நான் வைத்தியனுக்கு நன்றி தெரிவித்துவிட்டு, நோயாளிக் குழந்தையைத் தோளில் போட்டுக்கொண்டு கிராமத்திலிருந்து புறப்பட்டேன்.

நான் இங்கிருந்து அங்கே போனேன். அங்கிருந்து ஆங்கு போனேன். ஆங்கிருந்து எங்கு போனேன். எங்கிருந்து எங்கோ போய்த் திரும்பினால், என் எதிரே நாலு சாலைகள் தெரிந்தன.

ஒன்று சிவப்புச் சாலை.

ஒன்று நீலச் சாலை.

ஒன்று சுறுப்புச் சாலை.

ஒன்று வெளுப்புச் சாலை.

இந்த நான்கு சாலைகளையும் வெட்டிக்கொண்டு வட்ட வடிவமாக அந்த "எங்கும் இல்லை கிராமம்" அமைந்திருந்தது. அந்தக் கிராமத்துக்கு மத்தியில் நாற்சந்திக் கிணறு இருந்தது.

நாற்சந்திக் கிணற்றடியில் ஏராளமான மக்கள் கூடியிருந்தனர். ஆண்கள் - பெண்கள். கிழவர்கள் - குழந்தைகள் என்று ஏராளமாகக் கூடியிருந்தனர். ஒரே தேர்த்திருவிழாக் கூட்டம். அவர்களுள் ஆஜானுபாகுவாக ஒரு கிழவன். நரைத்த தலை. இங்கும் அங்கும் சுற்றிக்கொண்டிருந்தான். ஒழுக்கத்தில் சிறந்தவனாகத் தோன்றினான். அங்குக் கூடியிருந்த ஒவ்வொருவருமே அவனுக்கு மிகவும் மரியாதை செலுத்தினர். கிழவன் அவர்களுடைய மரியாதையை ஏற்றுக் கண்ணியம் மிகுந்த போக்கில் விநயம் தவழக் கைகளை மேலும் கீழும் ஆட்டிக்கொண்டிருந்தான். அத்தகைய விநயத்தைப் பழுத்துக் குலுங்கும் மரக்கிளைகளிடமே காணமுடியும்.

"இந்தக் கிராமத்துக்கு நீ புதிதோ?" என்று கிழவன் என்னிடம் கேட்டான்.

நான் மிகுந்த மரியாதையோடு "ஆம்" என்று தலையாட்டினேன்.

"நீ எங்கிருந்து வருகிறாய்?" என்று கேட்டான் கிழவன்.

"நான் இங்கேதான் எங்கோ கிராமத்திலிருந்து வருகிறேன். என் குழந்தை நோயால் அல்லல்படுகிறது. நாற்சந்திக் கிணற்றி லிருந்து ஒருவாய்த் தண்ணீர் புகட்டினால் என் குழந்தை உயிர் பிழைத்துவிடும் என்று வைத்தியர் சொன்னார்!" என்றேன்.

"வெறும் தண்ணீரினால் என்ன பயன்?" கிழவன் ஏமாற்றம் நிறைந்த குரலில் கேட்டான்.

"நீருக்கும் பெரும் சக்தி உண்டு தாத்தா!"

"நெருப்புக்கும் பெரும் சக்தி இருக்கிறது குழந்தாய்!"

"நீர், நெருப்பு இரண்டுமே மிகுந்த சக்தி வாய்ந்தவை தாத்தா. நெருப்பு மனிதனின் மனத்துள்ளே இருக்கிறது. நீர் கண்களில் இருக்கிறது. நெருப்பினால் நிறைவேற்றமுடியாத காரியத்தை நீர் நிறைவேற்றிவிடுகிறது என்று வைத்தியர் சொன்னார், தாத்தா!"

கிழவன் என் பேச்சைக் கேட்டு இளநகை புரிந்தான். என் தோளில் கையை வைத்து, "உன் கிராமத்து வைத்தியன் கெட்டிக்காரனாகத் தோன்றுகிறான். ஆனால். இப்பொழுது இந்தக் கிணற்றிலிருந்து ஒரு சொம்புத் தண்ணீர்கூடக் கிடைக்காது என்பதை வருத்தத்துடன் தெரிவித்துக்கொள்ளுகிறேன்" என்றான்.

"ஏன்?"

"நாங்கள் கிணற்றைத் துப்புரவு செய்துகொண்டிருக்கிறோம். நீ பார்க்கவில்லை?"

கிழவன் இந்தக் கேள்வியைக் கேட்டுக்கொண்டிருந்த நேரத்தில், நீரில் மூழ்கித் தூர் வாருபவன் கிணற்றிலிருந்து வெளியே வந்து, வலையைக் கவிழ்த்தான். வலையிலிருந்து சகதி சிதறித் தரையில் நாற்புறமும் பரவியது. எத்தனையோ பேர் பறந்து விழுந்து ஓடிச் சகதிக்குள் கையைவிட்டுக் களையலாயினர். அந்தச் சகதியில் அவர்களுக்கு ஒன்றும் கிடைக்கவில்லை. நீர் மூழ்கித் தூர் வாருபவன் வெறும் வலையைக் கையில் எடுத்துக்கொண்டு மறுபடியும் கிணற்றுக்குள் குதித்துவிட்டான்.

"நீரில் மூழ்கி இந்த ஆள் என்ன தேடுகிறான்?" என்று நான் கிழவனிடம் கேட்டேன்.

"ஒன்றும் தேடவில்லை!" கிழவன் விடையிறுத்தான்: "இவன் கிணற்றில் உள்ள அழுக்குத் தூர்களை வாரி வெளியே கொட்டுகிறான். எல்லாச் சேறும் எடுத்த பின்தான் இந்தக் கிணறு துப்புரவாகும். அப்புறமே நீ உன் குழந்தைக்கு இதன் நீரைக் குடிக்கக் கொடுக்கலாம்."

"நான் குழந்தையைத் தூக்கிக்கொண்டு ஓர் ஓரமாக நின்று விட்டேன். நீர் மூழ்குபவன் வலையோடு கிணற்றிலிருந்து வெளியே

வந்தான். அதிலிருந்த சகதியைத் தரையில் போட்டான். அந்தச் சகதியில் ஒரு சீப்பு கிடைத்தது.”

“இந்தச் சீப்பு யாருடையது?” நீர் மூழ்குபவன் கேட்டான்.

புது மணம் புரிந்துகொண்டிருந்த பெண் ஒருத்தி நாணத்துடன் நீர் மூழ்குபவனிடமிருந்து சீப்பை வாங்கிக்கொண்டாள். பிறகு தன் கணவனின் தோள்மீது சாய்ந்துகொண்டாள். அந்தப் பெண்ணின் கேசங்கள் பொன்னிறமாக நீண்டிருந்தன. முகம் கோதுமை நிறம், கண்கள் பெரியவை. பழுப்பு நிறமாகத் தோன்றின. அவற்றில் எப்பொழுதாவது கண்ணீர் பெருகினால் இளங்காலை வானத்தின் செக்கர் படிந்து பிரகாசித்தன.

“நினைவிருக்கிறதா?” அவள் தன் கணவனிடம் மெதுவாகக் கேட்டாள். அவள் விரல்கள் சீப்பை வருடிக்கொடுத்தன. சீப்பின் ஒவ்வொரு பல்லும் காலத்தின் இனிய கணமாகத் தோன்றின. போனது திரும்பி வராது என்பதையும் நினைவுறுத்தின.

“நினைவிருக்கிறது!” அவனது இளங் கணவன் மெதுவாகக் கூறினான். அப்படியே கனவில் தன்னை இழந்தான். இந்தக் கிணற்றின் அடியில்தான் அவன் தன் இதயத்துக்கு இனியாளை முதல் முறையாகப் பார்த்தான். அப்பொழுது அவள் குளிப்பதற்குமுன் தன் பொன்னிறக் கேசங்களை வாரி நீவிக்கொண்டிருந்தாள். அவனுக்குத் தாகமான தாகம். இந்தக் கிணற்றடியில் தன் குதிரையை நிறுத்தி அவன் குடிக்கத் தண்ணீர் கேட்டான்.

தண்ணீர்!

தண்ணீரில் பெரும் சக்தி இருக்கிறது!

தண்ணீரில் ஆழ்ந்த அன்பு இருக்கிறது!

இளங் கணவன் தன் புது மனைவியிடமிருந்து சீப்பை வாங்கித் தன் உதடுகளில் ஒத்திக்கொண்டான். அப்புறம் தன் சட்டைப் பையில் போட்டுக்கொண்டான்.

பெண் அவனுக்குப் பருக நீர் கொடுப்பதற்கு முன்னால் அந்தச் சீப்பைக் கிணற்றின் மேடையில் வைத்தாள். அவளது பொன்னிறக் கேசங்கள் அவள் தோள்களில் தவழ்ந்தன. அவள் தண்ணீர் கொடுத்துத் திரும்பியபொழுது இளைஞன் அவள் கரங்களைச்

சட்டென்று பற்றிக்கொண்டான். இவன் இழுக்க, அவள் இழுக்கச் சீப்பு எகிறிக் கிணற்றுக்குள் விழுந்துவிட்டது.

“நினைவிருக்கிறதா?”

முதல் கரஸ்பரிசம் ஆயிற்றே! யாருக்காவது நினைவில்லாமல் போகுமா? சீப்பு கிணற்றுக்குள் விழுந்தபொழுது, அன்புப் பார்வை உள்ளத்துள் ஊடுருவியபொழுது, கேசத்தின் ஒவ்வோர் இழையும் ஆதவனாகக் காட்சி தந்தபொழுது யாருக்குத்தான் நினைவிராது?

நீர் மூழ்குபவன் மீண்டும் வெளியே வந்தான். வெளியே வந்து அவன் மீண்டும் வலையைப் புரட்டிப் போட்டான். இம்முறை அதற்குள்ளிருந்து நீண்டதொரு கத்தி வெளிப்பட்டது.

வெள்ளிநரைக் கிழவன் கத்தியைக் கையில் எடுத்துக்கொண்டு.

“இந்தக் கத்தி யாருடையது?” என்று கேட்டான்.

சிறிது நேரம் அத்தக் கூட்டத்தில் யாருமே பேசவில்லை. எல்லோருக்கும் அந்தக் கத்தியின் கதை தெரியும். அதன் கைப்பிடி யானை தந்தத்தினால் ஆனது. வெகு அழகாயிருக்கும் அது. அந்தக் கத்திக்கு உடையவன் ஓர் இளைஞன். அவனும் அந்தக் கூட்டத்தில் இருந்தான். எல்லாரும் அவனையே பார்க்கலாயினர். கொடுமையே உருவான காவல் அதிகாரியைத் தீர்த்துக் கட்டிய கத்தி அது என்பது எல்லாருக்கும் தெரியும். அந்த அதிகாரி கிராமத்து இளம் பெண்களில் எத்தனை பேரைக் கெடுத்து வயிற்றெரிச்சலைக் கொட்டிக்கொண்டிருந்தான்! அவனுக்கு ஒரு முடிவை ஏற்படுத்திய கத்தியை மறக்க முடியுமா? ஆனால் இளைஞனுக்கு எதிராக எவ்விதச் சந்தர்ப்ப சாட்சியங்களும் கிடைக்கவில்லை. போலீஸ் வழக்குத் தள்ளுபடி ஆகிவிட்டது. கிராமத்துக் கௌரவத்தைச் சூறையாடியவனின் பெயர் பூண்டே இப்புவியிலிருந்து அழிந்து ஒழிந்துவிட்டது. கிணற்று நீர் அந்தக் கத்தியை மக்கள் பார்வையில் படாமல் மறைத்து வைத்து இளைஞனைக் காப்பாற்றிவிட்டது. விஷமக்காரக் குழந்தையின் தாய் அதைத் தந்தையின் தண்டனையிலிருந்து தப்புவிக்க ஒளித்து மறைப்பதுபோல!

நீர்மைக்கு ஒரு நேர்மை உண்டு, வல்லமை உண்டு; பழியும் பாவமும் களையும் பெருமை உண்டு.

அந்த இளைஞனின் விழிகள் செக்கச் சிவந்துவிட்டன. திடுமென்று முன்னேறி, அவன் கிழவன் கையிலிருந்து கத்தியைப் பறித்துக்கொண்டு தன் இடுப்புப் பட்டையில் செருகிக்கொண் டான். அவன் அன்னை அன்பும் ஆதரவும் பொங்க அவன் கரங்களைப் பற்றிக்கொண்டாள்.

நீர் மூழ்கி மீண்டும் வலையை வெளியே கொண்டு வந்தான். இம்முறை கன்னங்கரேல் என்றிருந்த களிமண்ணில் யானைத் தந்தத்தினால் ஆன பல வளையல்கள் இருந்தன.

வயதிற் சிறிய இளம் கைம்பெண் ஒருத்தி மெதுவாக விசிக்கலானாள். ஏனென்றால் திருமணத்தன்று அவள் கணவன் விஷம் தின்று தன்னுயிரை மாய்த்துக்கொண்டுவிட்டான். காரணம் அவன் வேறு கிராமத்துப் பெண் ஒருத்தியோடு காதல் கொண்டிருந்தான்; அவள் அவன் உடைமையாக ஆகவில்லை. அந்த ஏக்கத்தில்தான் இந்த முடிவுக்கு வந்துவிட்டான். சாந்திமுகூர்த்தத்தன்று இரவு படுக்கையறையில் கணவனின் பிணத்தைக் கண்டு பயந்து அலறியவாறு வெளியே ஓடிவந்தவள் இந்தப் பெண்! ஆசையனைத்தும் நிராசையாகி இந்த அவலத்தை அடைந்ததற்கு அறிகுறியாகக் கைவளையல்களையெல்லாம் கழற்றிக் கிணற்றில் போட்டுவிட்டாள் அவள்.

கிழவன் பேசாமல் நின்றுகொண்டிருந்தான்.

இளம் கைம்பெண் மெதுவாக முன்னே வந்து குனிந்து ஒவ் வொரு வளையலாகப் பொறுக்கித் தன் முந்தானையில் பத்திரப் படுத்திக்கொண்டாள். அவள் ஒவ்வொரு வளையலையும் பொறுக்கிய விதம், தான் காணாத ஆசைக் கனவுகளையெல்லாம் எண்ணிப் பார்ப்பதுபோலத் தோன்றியது. எல்லா வளையல்களையும் பொறுக்கிக்கொண்டவள், குனிந்த தலை குனிந்தபடியே அங்கிருந்து சென்றுவிட்டாள். அவள் போன பின்னருங்கூட மக்கள் பேசாமல் அங்கே நின்றனர், மௌன அஞ்சலி செலுத்துபவர்களைப் போல!

“இது நமது மூதாதையரின் கிணறு. இது நமக்கு வாழ்வும் அளிக்கிறது, சாவும் அளிக்கிறது. இந்தக் கிணற்றின் தீர்ப்பிலிருந்து யாரும் தப்பமுடியாது” என்றான் கிழவன்.

நீர் மூழ்கித் தூர் எடுப்பவன் மீண்டும் வெளியே வந்தான். இம்முறை அவன் முகம் நீலம் பாரித்துப் போயிருந்தது. இதயம்

படபடவென்று அடித்துக்கொண்டிருந்தது. இந்தத் தடவை அவன் அடித்தளத்துக்கும் கீழே சென்று ஆழ்ந்த நீரிலிருந்து எதையோ தேடி எடுத்து வந்திருப்பதாகப்பட்டது.

தூர் எடுப்பவன் வெகு ஜாக்கிரதையாக வலையைப் பிரித்தான். இந்தத் தடவை வலையில் சேறு கொஞ்சமாகவும் மணல் அதிகமாகவும் இருந்தது. அந்த மணலில் ஒரு சிறு குழந்தையின் சவம் காணப்பட்டது.

தீயை மிதித்தாற்போலச் சட்டென்று எல்லாரும் பின்னால் இரண்டடி துள்ளிக் குதித்தனர். பிறகு கவனமாக அந்தக் குழந்தையின் சவத்தைப் பார்க்கலாயினர். அவர்கள் அனைவரின் பார்வையும் விழிபிதுங்கிவிடுகிறாற்போல விரிந்திருந்தது. ஒளிரும் உடல் படைத்த அந்தக் கிழவன் இறந்த குழந்தையை இரு கைகளிலும் ஏந்தி, "இந்தக் குழந்தை யாருடையது?" என்று கேட்டான்.

யாரும் விடை அளிக்கவில்லை.

யாரும் அதைப் பெற முன்னே வரவில்லை.

ஆண்களின் முகம் வெளிறியது. மணமான பெண்கள் முகத்தைச் சேலைத் தலைப்பினால் இழுத்து மூடிக்கொண்டார்கள். இளம் கன்னிப் பெண்களின் கண்கள் கீழே குனிந்தன.

"இந்தக் குழந்தை யாருடையது?" ஒளிரும் உடல் படைத்த கிழவன் குரலில் கடுமையைத் தேக்கி மீண்டும் கேட்டான்.

எல்லாரும் பேசாமல் பேயறைந்தாற்போலக் கிணற்றைச் சுற்றி நின்றுகொண்டிருந்தார்கள். யாரும் எதுவும் பேசவில்லை; தன் குழந்தை என்று கூறி வாங்கிக்கொள்ளவும் இல்லை.

கிழவன் இறந்த அந்தக் குழந்தையைத் தூர் எடுப்பவனிடம் திரும்பத் தந்து வருத்தம் தோய்ந்த குரலில், "ஐயா! தூர் எடுப்பவரே! இந்தக் குழந்தையை மீண்டும் கிணற்றுக்குள்ளேயே போட்டுவிடும்!" என்றான்.

அதன் பின்னர் என் பக்கம் திரும்பி வருத்தமும் வாட்டமும் தோய்ந்த பார்வையுடன், "ஐயா! மிகுந்த வருத்தத்துடன் கூறக் கடமைப்பட்டிருக்கிறேன். இந்தக் கிணறு சுத்தமாகாது. இதன் நீரைக் குடிக்க வைத்து உம்மால் உம் குழந்தையைப் பிழைக்க

வைக்க முடியாது" என்று கூறினான்.

தூர் எடுப்பவன் குழந்தையின் சடலத்தைக் கிணற்றில் போட்டு விட்டான்.

அடுத்த கணம் என் குழந்தை என் மடியிலிருந்து திமிறியபடி குதித்துக்கொண்டு கிணற்றை நோக்கி ஓடியது. "பொறு. பொறு! நான் இந்தக் குழந்தையோடு விளையாடுவேன்!" என்றது.

நான் ஓடிப் பிடிப்பதற்குள்ளாக என் குழந்தையும் கிணற்றுக்குள் குதித்துவிட்டது!

"என் குழந்தை! என் குழந்தை!" என்று கதறிக்கொண்டு நான் கிணற்றை நோக்கி ஓடினேன். ஆனால் கிராமத்தார்கள் என்னைப் பிடித்துத் தடுத்து நிறுத்திவிட்டார்கள்.

"பார்க்கவில்லையா நீங்கள்? என் குழந்தை கிணற்றுக்குள் விழுந்துவிட்டதே!" என்று நான் திமிறிக்கொண்டு கத்தினேன்.

"உன் குழந்தை அந்த இன்னொரு குழந்தையுடன் விளையாடிக் கொண்டிருக்கிறது!" என்று அந்தக் கிழவன் வெகு அமைதியாகக் கூறினான்.

நான் கிணற்றுக்குள் குனிந்து எட்டிப் பார்த்து, "மகனே! திரும்பி வா!" என்று குரல் கொடுத்தேன்.

கிணற்றுக்குள்ளிருந்து நச்சுச் சிரிப்பு ஒன்று வெடித்தது. கிணற்றுக்குள் தண்ணீர் இருப்பதாகப் படவில்லை; நஞ்சு நுரைத்துக்கொண்டு நிற்பதாகத் தோன்றியது. அது பொங்கிப் பெருகி உலகத்தில் உள்ள மேடு-பள்ளம்-மைதானம் எல்லாவற்றையும் கபளீகரம் செய்யத் துடிப்பதாகப்பட்டது!

ஜனங்கள் என்னை அங்கிருந்து தனியாகப் பிடித்து இழுத்துச் சென்றனர். நான் இரு முழங்கால்களையும் மண்டியிட்டுக்கொண்டு, கிழவனின் சட்டை நுனியைப் பிடித்துக்கொண்டு கெஞ்சலுற்றேன்: "என் குழந்தை தாத்தா! என் குழந்தையைத் திருப்பிக் கொடுத்துவிடு, தாத்தா! நானாகத் தேடி உன் கிணற்றண்டை வந்தேன். இது அடுக்காது. என் குழந்தையைத் திருப்பித் தந்துவிடு!" என்றேன்.

"உன் குழந்தை உனக்குக் கிடைக்கவேண்டுமானால்......." நிமிர்ந்து நின்று கூறினான். அவன் கண்களில் அப்பொழுது விசித்திர ஒளி

பளிச்சிட்டது. உறுதியும் அமைதியும் தொனிக்கும் குரலில் அவன் தொடர்ந்தான்: "உன் குழந்தை உனக்குக் கிடைக்கவேண்டுமானால், கல்யாணமாகாத கன்னிப் பெண் ஒருத்தி இந்தக் கிணற்று மேடைக்கு வரவேண்டும். கிணற்றுக்குள் எட்டிப் பார்த்து, அந்த இன்னொரு குழந்தையைக் கூப்பிடவேண்டும். 'என் மகனே!' என்று உறவு முறை பிறழாது கூப்பிடவேண்டும். மறுகணமே உன் குழந்தை உனக்குக் கிடைத்துவிடும்!

நான் அங்கிருந்து எழுந்து கிராமத்துப் பெண்களிடம் சென்று. "என் குழந்தையை எனக்குக் கொடுங்கள்!" என்று மன்றாடினேன்.

மணமான பெண்கள் முகத்தைச் சேலைத் தலைப்பால் போர்த்திக் கொண்டு முதுகைக் காட்டி நின்றார்கள்.

"என் குழந்தையை எனக்குக் கொடுங்கள்!"

கன்னிப் பெண்கள் முகம் சுளித்தார்கள். அவர்கள் உதடுகள் துடித்தன; இமைகள் நீர் கோத்து நின்றன.

"என் குழந்தையை எனக்குக் கொடுங்கள்!"

கிழவிகள் வெறுப்பால் அட்டகாசச் சிரிப்புச் சிரித்தார்கள்.

ஆம், அவர்கள் வெறுப்பினால் சிரிக்க முடியும். ஏனென்றால் அவர்களுடைய வயிறுதான் வளம் குன்றிப் போய்விட்டதே!

நான் இரு கைகளாலும் என் முகத்தை மூடி மறைத்துக்கொண்டேன், அவர்கள் என் கன்னங்களில் வழியும் கண்ணீரைப் பார்த்துவிடக் கூடாது என்பதற்காக.

வெகுநேரம் கழித்து நான் என் கைகளை முகத்திலிருந்து அகற்றினேன். அங்கு யாருமே இல்லை. நான் மட்டும் அந்தக் கிராமத்தில் தனியாக இருப்பதாக உணர்ந்தேன். அதுதான் "எங்கும் இல்லை" கிராமம் ஆயிற்றே. நாற்சந்தியில் இருக்கும் அதன் கிணற்றடியில் நான் நிற்கிறேன். "யாராவது கன்னிப் பெண் ஒருத்தி வரமாட்டாளா. என் குழந்தைக்கு உயிர்ப் பிச்சை தரமாட்டாளா, என் குழந்தை அந்தக் கிணற்றிலிருந்து மீண்டும் வராதா?" என்று!

"எங்கும் இல்லை"யோ இந்த நாற்சந்திக் கிணறு?

'நோ'வும் 'எஸ்' ஸும்

கடைசி உலகப் பெரும் போர் 2165 கி.பி.யில் நடந்தது. அதில் உலகமே அழிந்துவிட்டது. மூன்றே மூன்று பேர் உயிர்பிழைத்தனர்.

1. பேராசிரியர் மெஹ்தாப்.
2. நான்கு வயது ஆன நீக்ரோப் பையன்.
3. ஆறு மாதம் ஆகாத பிரெஞ்சுப் பெண். மிஸ் 'நோ' என்று பெயர்.

பேராசிரியர் மெஹ்தாப் தன் காலத்தில் மிகப்பெரிய ஜீனியஸ் என்று கருதப்பட்டான். போட்டோன் ராக்கெட் அவன் கண்டு பிடித்ததுதான். கிட்டத்தட்ட ஒளிவேகத்தில் இயங்கக்கூடியது அது. வான வீதியில் எங்கும் கிடைக்கும் ஈதரின் கச்சாப் பொருளிலிருந்து ஆக்ஸிஜன், ஹைட்ரஜன், நைட்ரஜன் போன்ற பரமாணுக்களை அதனால் படைக்கமுடியும். அவற்றிலிருந்து தனக்கு வேண்டிய சக்தியை உற்பத்தி செய்துகொள்ளவும் முடியும். அவன், புவிஈர்ப்பைக் கூறிட்டுக் கட்டுப்படுத்தவும் மட்டுப்படுத்தவும் அறிந்திருந்தான். செயற்கைப் புவிஈர்ப்புச் சக்தியை உண்டுபண்ணவும் தெரிந்து வைத்திருந்தான்.

வெள்ளைக் கதிர்பற்றியும் அவன் ஆராய்ந்து பல உண்மைகளைக் கண்டுபிடித்திருந்தான். வெயிலைப் போலவே வெள்ளைக் கதிரும் எந்த நேரத்திலும் கதிரவனிடமிருந்து புறப்பட்ட வண்ணமே இருக்கிறது. ஆனால் அந்தக் கிரணங்கள் பகலிலும் புலனாவதில்லை;

இரவிலும் புலனாவதில்லை. அதை வானவில்லின் நிறம்போலப் பகுத்துக் காட்டவும் முடியாது. எக்ஸ்ரே, ராடார். அணுதர்சினி, ரேடியோ, மின்னணுப் பொறிகள் போன்ற எந்த யந்திரச் சாதனமும் அதைத் தன்வசப்படுத்த முடியாமல் தவித்தன. பேராசிரியர் மெஹ்தாப் ஒரு புதுவகை "ஆண்டி மீட்டர்" என்ற யந்திரத்தின் உதவியால், வெள்ளைக் கதிர் என்று ஒன்று உண்டு என்பதை நிரூபித்துவிட்டான்; உலகத்துக்கு அதன் பெருமையை உணர்த்தியும் விட்டான்.

மனிதர்களது உள்ளத்தில் ஒருவருக்கொருவர் பிடிக்காமல் எழும் வெறுப்புணர்ச்சிக்குப் பொறுப்பாளி, கண்களுக்குப் புலனாகாத இந்த வெள்ளைக்கதிரே என்பதையும் பல சோதனைகள் மூலம் நிரூபித்துவிட்டான். இந்த வெள்ளைக் கதிர் கதிரவனின் உட்பகுதியிலிருந்து சிறுகச் சிறுக வெளியேறுவதாகவும். அது மனிதனின் ஒவ்வொரு நரம்பிலும் ஊடுருவிப் புகுந்து பாதிப்பதாகவும் அவன் ஆராய்ந்து முடிவுக்கு வந்திருந்தான்.

ஆனால் பேராசிரியர் மெஹ்தாப் வெள்ளைக் கதிரின் தீமையை அகற்ற மாற்று கண்டுபிடிப்பதற்கு முன்பாகவே, பாழாய்ப் போன கடைசி உலகப் போர் 2165-இல் நடந்து உலகத்தையே அழித்துவிட்டது. மேலே கூறிய மூவரைத் தவிர யாருமே உயிர் பிழைக்கவில்லை. அதாவது பேராசிரியர் மெஹ்தாப், மிஸ் 'நோ.' நீக்ரோப் பையன் - அவன் பெயர் 'எஸ்.' இம்மூவர் மட்டுமே தப்பிப் பிழைத்தவர்கள்.

'பேராசிரியர் மெஹ்தாப் இவ்வுலகை உதறிவிட்டு, இப்புவியிலிருந்து பறந்து, இந்தச் சூரிய மண்டலத்தையே ஒதுக்கிவிட்டு, ஆகாச கங்கைக்கு மறுபுறமிருந்து "டிரோமேதா"க் கிரகத்துக்குக் குடிபெயர்ந்து விட்டான். 'டிரோமேதா'க் கிரகத்துக்கு இரண்டு சூரியன்கள் வெயில் அளித்துக்கொண்டிருந்தனர். ஆனால் அந்த வெயில் கொளுத்தவில்லை. இளஞ்சூடாக இதமாக இருந்தது. காரணம், இரண்டு சூரியன்களும் நடுத்தர வயதானவை. அதுவும் தவிர, இவ்விரண்டு சூரியன்களும் இரு வெவ்வேறு வகையான கதிர்களைப் பாய்ச்சிக்கொண்டிருந்தன.

ஒரு சூரியனிலிருந்து பூவுலகத்துச் சூரியனைப் போல் கண்ணுக்குப் புலனாகாத வெள்ளைக் கதிர்கள் வெளிவந்துகொண்டிருந்தன. அவை அடுத்த சூரியனிலிருந்து வரும் கதிர்களை மாய்த்தன.

அதனால் இந்தக் கிரகத்தின் சீதோஷ்ண நிலை சமமாக, இதமாக, ரம்யமாக இருந்தது. மனத்தில் அதிகக் கோபமும் எழுவதில்லை; வெறுப்புணர்ச்சியும் அவ்வளவாகத் தலைகாட்டுவதில்லை. எனவே, மனிதன் மனிதனின் உயிரைக் குடிக்கும் அளவுக்குப் பகைமை பாராட்டவில்லை. சூடும் மிகக் குறைவு. குளிரும் மிகக் குறைவு. ஈர்ப்புச் சக்தியும் வெகு வெகு குறைவு. இரண்டு குழந்தைகள் அந்தக் கிரகத்தை அடைந்து அதன் தரையிலிருந்து குதித்தால் தரையிலிருந்து ஆயிர கஜம் உயரம் எழும்பிவிடுவார்கள்.

அந்தக் கிரகத்தைப் பூமி என்று கொண்டால், தரையின் அடிமட்டத்தில் குதித்தால், எவரெஸ்ட் சிகரத்தையே தொட்டு விடுவார்கள். வெயில் மிக மெதுவாக வடிகட்டி வந்தது. மிஸ். நோ அதன் கிரணங்களை நூல் நூற்றுப் பொன்னிற ஸ்வெட்டர் தயாரித்து விடலாம். மெது என்றால் அத்தனை மெது. மாஸ்டர் எஸ் எதையாவது நினைத்துக் கடகடவென்று சிரித்தால், அந்தச் சிரிப்பின் அலைகள் வானவெளியில் ஐஸ்கிரீமாகிப் பறந்தன.

பகல் முழுதும் இவ்விரு குழந்தைகளும் சிரித்து விளையாடி, அந்தச் சிரிப்பில் தயாராகும் ஐஸ்கிரீமைத் தின்று மகிழ்ந்தார்கள். அந்தக் கோளின் மலைகள் எவரெஸ்டைக் காட்டிலும் உயரமாக இருந்தன. ஆனால் மிகவும் இலேசான ஸ்பாஞ்சுப் பொருளால் ஆனவை. இலேசு என்றால் சாதாரண இலேசு அல்ல. கட்டை விரலினால் அதன் உச்சியில் அழுத்தினால் முழு மலையும் அழுந்திப் பூமியோடு ஒட்டிக்கொண்டுவிடும். அப்புறம் கொஞ்சம் கொஞ்சமாக வேறு இடத்தில் எழுந்து உயர்ந்து மலையாகும். மாஸ்டர் எஸ்ஸுக்கும் மிஸ் நோவுக்கும் இந்த விளையாட்டு வேடிக்கையாக இருக்கும். இருவரும் தினமும் அந்தக் கோளின் மலைகளில் விளையாடுவார்கள். அதற்குத் தக்கவாறு சீதோஷ்ண நிலை மாறிக்கொண்டே இருக்கும். அதைக் காண அவர்களுக்கு வேடிக்கையாக இருக்கும்.

பேராசிரியர் மெஹ்தாப் நன்கு யோசித்தே அந்தக் கிரகத்தைத் தேர்ந்தெடுத்திருந்தான். பல்லாயிரக்கணக்கான ஆண்டுகளாக இந்த வெறுப்புணர்ச்சி மனிதர்களின் ரத்தத்தில் மட்டும் அல்ல; எலும்புகளுக்குள்ளுங்கூடப் புரையோடியிருக்கிறது. என்றைக் காவது ஒருநாள் வெள்ளைக் கதிர் தன் பிரபாவத்தைக் காட்டி அதிர்ஷ்டம் கெட்ட இந்த மானிட இனத்தையே தீர்த்துக்கட்டி

விடும் என்பதை அவன் எப்போதோ அறிந்திருந்தான். ஆனால் இந்தக் கதிருக்குச் சரியான மாற்று அவனால் கண்டுபிடிக்க முடிய வில்லை. காலமும் குறுகிக்கொண்டே போயிற்று. அதனால் அவன் மெதுவாகத் தனது கண்டுபிடிப்பான பெரிய போட்டோன் ராக் கெட் மூலம் பலமுறை இந்தச் சூரிய மண்டலத்தையும் தாண்டிப் பறந்தான். மனித இனம் அழிவை நோக்கிச் செல்லும் வெறுப் புணர்ச்சியிலிருந்து தப்பி வாழக்கூடிய வேறு கோளைத் தேடித் திரிந்தான். அதிர்ஷ்டவசமாக அவனுக்கு இந்தக் கோள் சீக்கிரமே கிடைத்துவிட்டது. அடுத்த பத்து ஆண்டுகள் அவன் மனிதனது அறிவு, கலை, பண்பாடு, நாகரிகம் போன்ற விலைமதிப்பற்ற அனுபவத்தில் ஊறிய கலைச் செல்வங்களையும் இன்னோரன்ன தேவைப் பொருள்களையும் பிறருக்குத் தெரியாமல் ரகசியமாகப் புவியிலிருந்து இந்தக் கோளில் கொண்டு சேர்க்க முழு மூச்சோடு முனைந்திருந்தான். எல்லா ஏற்பாடுகளையும் செவ்வனே செய்து முடித்தபின், அவனுக்குத் தன் விஞ்ஞானக் கண்டுபிடிப்புகளின் காரணமாக உறுதியான நம்பிக்கை பிறந்தது. டிரோமேதாக் கோள் மனிதன் வாழ உகந்ததே என்ற முடிவுக்கு வந்தான். இந்தக் கோளில் மானிட நாகரிகத்தையும் பண்பாட்டையும் மேலும் வளப்படுத்த முடியும் என்ற உறுதியோடு. இந்த நற்செய்தியைத் தெரிவிக்க அவன் நம் புவிக்கு இறங்கி வந்தான்.

ஆனால் துயரம் தரும் செய்தியையே அவன் எதிர்கொண்டான். டிரோமேதாக் கோளிலிருந்து அவன் இந்தப் புவிக்கு வந்த பொழுது, கடைசி உலகப் பெரும் போர் தனது இறுதி மூச்சை முறித்துப் பிராணனை விட்டுக்கொண்டிருந்தது. மனித இனம் முழுதுமே நசித்துவிட்டிருந்தது. அதன் நாகரிகம் குழிதோண்டிப் புதைக்கப்பட்டிருந்தது. பேராசிரியர் மெஹ்தாபின் இந்த நற்செய்தியைக் கேட்கவோ, செயல்படுத்தவோ யாருமே உயிருடன் இல்லை. வெகு சிரமப்பட்டுத் தேடியதில் பேராசிரியர் மெஹ்தாபுக்கு இந்த இரண்டு குழந்தைகள் மட்டுமே இந்தக் கோடிக்கு அந்தக் கோடி தனித் தனிப் பகுதிகளில் எப்படியோ உயிருடன் கிடைத்தன. அவன் அவற்றை எடுத்துக்கொண்டு தன் போட்டோன் ராக்கெட்டில் அமர்ந்து புதுக் கோளை நோக்கிப் பயணமானான்.

டிரோமேதாக் கிரகத்தை அடைந்து அவன் அந்த இரு குழந்தைகளையும் காப்பாற்றி அவற்றுக்குக் கல்வியறிவு புகட்டுவதில்

இராப்பகலாக முனைந்தான். இந்த இரு குழந்தைகள் தாமே மனித இனத்தை நசிக்காமல் காத்துப் பயிர் செய்து வளப்படுத்த வேண்டியவை. இவற்றில் ஒன்று இறந்துவிட்டாலும் அல்லது ஒன்றின் கல்வி - கேள்வியில் தவறு நேர்ந்துவிட்டாலும், அதே பழைய பிரச்னைகள் மீண்டும் காளானாக முளைத்துவிடும். இருபத்தோராவது நூற்றாண்டு மனித இனத்தை மரணத்தின் வாயில் கொண்டு தள்ளியதே, அதே நிலை தலையெடுத்துவிடும். அப்புறம் அவனது முயற்சிகள் அத்தனையும் விழலுக்கு இறைத்த நீராகிவிடும்.

அதனால் பேராசிரியர் மெஹ்தாப் இந்த இரு குழந்தைகளின் கல்வி அறிவு, பாதுகாப்பு. கவனிப்பு ஆகிய விஷயங்களில் எள்ளளவும் குறைநேரவிடவில்லை. அவன் தான் இறப்பதற்கு முன்னால் மனித இனத்தின் பிரதிநிதிகளான இவ்விரு குழந்தைகளுக்கும் மானிட அறிவு, நாகரிகம், பண்பு போன்ற முழுமுதலையும் ஒப்படைத்துவிடத் திட்டமிட்டான், இனி பூமியில் முளைவிட முடியாது, இனி அது களர்நிலந்தான் என்னும் அளவுக்கு அல்லவா போர் கோரத் தாண்டவமாடிக்கிட்டது. இருக்கும் முதலுக்காவது மோசம் நேராமல் பார்த்துக்கொள்ள வேண்டியது மனிதனாகிய அவன் கடமை அல்லவா?

விஞ்ஞானம், வரலாறு, இலக்கியம், தத்துவம், பொருளாதாரம் எதிலுமே, வாழ்க்கையின் எந்தத் துறை விடுபட்டு விடக்கூடாது என்பதில் அவன் குறியாயிருந்தான் முதலில் உயிர் - மெய்யெழுத்தில் தொடங்கி, ஷேக்ஸ்பியர், காளிதாசன், தாந்தே, துளசிதாஸ், காலிப் வரையிலும், ஆப்பிள் விழுவதிலிருந்து தொடங்கித் தாரகைகள் பறக்கும் வரையிலும், அதாவது நியூட்டனில் தொடங்கி, ஐன்ஸ்டீன், பேராசிரியர் மெஹ்தாப் வரையில் எத்தனை விலைமதிப்பற்ற பெருஞ்செல்வம் பொக்கிஷமாகச் சேர்ந்திருக்கின்றனவோ, அத்தனையையும் சில ஆண்டுகளுக்குள் இந்தப் பிஞ்சு மூளைகளுக்குள் எப்படியாவது திணித்து நிரப்பிவிடவேண்டும்.

காலமோ வெகு குறைவாக இருந்தது. அவனுக்கோ நாளுக்கு நாள் வயதாகிக்கொண்டிருந்தது. ஆறு மாதத்துச் சின்னஞ்சிறு பிஞ்சுப் பெண் இப்போது பதினாறு பிராயம் நிறைந்த அழகு சுந்தரியாகத் துறுதுறுத்து மதர்ப்புடன் நின்றாள். சுருட்டை மயிரும், போதையூட்டும் விழிகளும், இலேசான நாணப் புன்னகையும் எழில்

கூட்ட நீக்ரோப் பையன் ஆறு அடி உயரம் வளர்ந்திருந்தான். அகன்று திரண்ட மார்பு அவன் ஆண்மைக்குக் கட்டியம் கூறியது. அவன் தனது இருபத்தோராவது வயதில் அடி எடுத்து வைத்துக் கொண்டிருந்தான்.

இருவருக்கும் சேர்ந்தாற்போல் கல்வியறிவு புகட்டப்பட்டுக் கொண்டிருந்தது. இருவரும் பேராசிரியர் பார்வையில் சமமாகவே கருதப்பட்டனர். எள்ளளவும் ஏற்றத்தாழ்வு கண்கொண்டு அவர்களை அவன் நோக்கவில்லை. இருவரையும் அவன் ஒரே மாதிரியாக நேசித்தான். ஏலெக்ட்ரானிக் மூளை மூலம் இருவருக்கும் சீரான மானிட அறிவை வழங்கினான். இருவருமே கெட்டிக்காரர்கள், நல்ல அறிவாளிகள். சென்ற பதினைந்து ஆண்டுப் படிப்பில் இருவருடைய மூளையும் பதினைந்தாம் நூற்றாண்டு வரையுள்ள மானிட அறிவைத் துல்லியமாகப் பெற்றுத் துவங்கியது.

பேராசிரியருக்கு மட்டற்ற மகிழ்ச்சி. இன்னும் இரண்டொரு ஆண்டுகளுக்குள் இருவரும் இருபதாம் நூற்றாண்டின் அறிவையும் தாண்டிவிடுவார்கள். அப்புறம் அவர்களது அரைகுறைக் கல்வி முழுமை பெற்றுவிடும். பல்லாயிரம் ஆண்டுகள் அநுபவத்தில் உழன்று மூளைக்கு வேலை கொடுத்து மனிதன் சேகரித்த அறிவு வீணாகாது. மனிதனின் வளர்ச்சி நிற்காது. மனிதன் தனது புது நாட்டில் வளம் கண்டு முன்னேறி வாழ்வான். இந்த எண்ணமே அவனுக்கு இனித்தது.

ஆனால் மனித இனம் எங்கிருந்து வளரும், எப்படி வளரும்? வழி வழி வளமுறும்?

இதுவரை இந்தக் கிரகத்தில் மூன்றே மூன்று பேர் இருந்தார்கள். அறிவு, கல்வி என்னும் நூலால் ஒருவரோடு ஒருவர் இணைந்திருந்தனர்; பிணைக்கப்பட்டிருந்தனர். ஆனால் ஒரு குடும்பத்தில் இருக்கவேண்டிய நெருக்கம் எங்கிருந்தது? அன்புதான் எங்கிருந்தது? கீழே பூமியிலேயே இழந்துவிட்ட அந்தக் குடும்பப் பாசம், இல்லற ஞானம், அதனால் கிடைக்கக்கூடிய இன்பம் இவையெல்லாம் இவ்விரு இளம் உள்ளங்களில் படியவில்லையே. பேராசிரியர் மெஹ்தாப் திகைத்தான்.

என்ன விந்தை! மிஸ் நோவும் மாஸ்டர் எஸ்ஸுவும் ஒன்றேபோல் வளர்ந்தனர்; ஒன்றேபோல் போஷிக்கப்பட்டனர். இருவரும் இணைந்தே இருக்கும் நிர்ப்பந்த நிலையிலும் வாழ்ந்தனர். இருவருக்கும் ஒருவரைவிட்டால் இன்னொரு துணை கிடையாது; பொழுதுபோக்கு கிடையாது. ஆம். பேராசிரியர் இருந்தான். ஆனால் அவன் ஒரு தந்தையின் நிலையில், ஓர் ஆசானின் நிலையில் இரக்கக் குணம் கொண்ட ஒரு பெருமகனின் நிலையில்தான் இருந்தான். இயற்கையின் விதிப்படி பார்த்தால், அவர்கள் இருவரும் ஒருவரையொருவர் காதலித்து மானிட சாதியைப் பயிரிட்டு வளர்த்திருக்கவேண்டும். பேராசிரியர் மெஹ்தாப் பலமுறை அவர்களுக்குக் குறிப்பால் இதை உணர்த்தவும் செய்தான். அவர்கள் புரிந்துகொள்ள முடியாத அளவுக்குச் சிறு குழந்தைகளும் இல்லை, ஒருவரையொருவர் சீக்கிரம் மணந்து கொள்ளாவிட்டால் முடிவு பயங்கரமாக இருக்கும் என்பதை அவர்கள் நன்கு அறிந்திருந்தார்கள். இம்முழு மண்டலத்திலும் கட்டுக்கோப்பான நல்ல விளக்கம் தரும் மானிட வாழ்க்கை எக்காலத்துக்கும் இல்லாமல் அஸ்தமித்துவிடும் என்பதும் அவர்கள் அறியாததல்ல. ஆனால் என்ன விஷயமோ, ஏது விஷயமோ, இருவரும் ஒருவரையொருவர் விரும்பவில்லை; ஒருவரை ஒருவர் காதலிக்கவில்லை. ஒருவரோடு ஒருவர் இணைந்து வாழ்ந்தனர். இருவருக்கும் ஒருவரையொருவர் பிடித்தும் இருந்தது. ஆனால் காதல்தான் இருவரிடையிலும் துளிர்க்கவில்லை.

நோ மிகவும் சிவப்பு. மிஸ்டர் எஸ்ஸுக்கு இது ஓர் ஆட்சேபம். எனக்கு இத்தனை சிவப்புப் பெண் வேண்டாம் என்று சொல்லி வந்தான்.

நோவுக்கு எஸ்ஸின் கறுப்பு நிறத்தில் அவ்வளவு ஆட்சேபம் இல்லை. ஆனால் அவனுடைய சுருட்டை மயிர் பிடிக்கவில்லை. எனக்கு நீண்ட கேசமுள்ள பையன்தான் வேண்டும் என்று கூறி வந்தாள்.

"எனக்குக் கரிய விழிகள் கொண்ட பெண்தான் வேண்டும். அவள் எவ்வளவு கறுப்பாயிருந்தாலும் பரவாயில்லை. நன்றாக அவள் வாய் ஆடட்டும். ஆனால் கடைசியில் அவள் தோல்வியை ஏற்கவேண்டும்!"

“நன்றாயிருக்கிறதே! நான் எதற்காகத் தோல்வியை ஏற்க வேண்டும்? ஊஹூம், முடியாது!” நோ கடிந்துரைப்பாள்.

“அதுவும் உன்னிடம் தோற்பதா? நடக்காது!”

“இதோ பார், நோ! எடுத்ததற்கெல்லாம் கவிதை படிக்காதே!” என்பான் எஸ்.

எஸ்ஸுக்கு சயன்ஸ், கணக்கு, அல்ஜிப்ரா ஆகியவற்றில் ஆர்வம் அதிகம். நோவுக்குக் கவிதை என்றால் உயிர். இலக்கியம், தத்துவம், வம்பு இவற்றில் பொழுதைப் போக்குவாள். சொல்லப்போனால் அவளுக்கு எத்தனையோ மொழிகள் தெரியும். ராக்கெட்கூட ஓட்டுவாள்! “நீ என்ன நினைத்துக்கொண்டிருக்கிறாய்? உன்னைப் போல் அல்ஜிப்ராவும் கணக்கும் போட்டுப் போட்டு ரசனையற்றுப் போன அசட்டைக் கல்யாணம் செய்துகொள்ளுவேன் என்று கனவு காண்கிறாயா?” என்று கேட்பாள்.

“எஸ்!” என்று எஸ் விடையளிப்பான்.

“நோ” என்பாள் நோ. “நான் விரும்பும் பையன் எப்படி இருக்கவேண்டும். தெரியுமா? நீர்க்குமிழிபோல நயம் மிகுந்த வனாக இருக்கவேண்டும். சூரியனைப்போலப் பொன்னிறமாக ராக்கெட்டைப்போல வேகம் கொண்டவனாக இருக்கவேண்டும். எந்த நேரமும் உன்னைப்போல ‘பார்முலா, பார்முலா’ என்று பார்முலாவைக் கட்டி மாரடிக்கும் முட்டாளாக இருக்கக் கூடாது!” என்று சுடச் சுடக் கொடுப்பாள்.

ஆனால் அப்படிப்பட்ட பையன் எங்கிருந்து கிடைப்பான்? பேராசிரியர் கையைப் பிசைந்துகொண்டு ‘நோ’வைக் கேட்பார், “இருப்பதே நீங்கள் இருவரும் மட்டுந்தானே? நீங்கள் இருவரும் கூடிய விரைவில் திருமணம் புரிந்துகொள்ள வேண்டும் என்று நான் விரும்புகிறேன். அடுத்த இருபது ஆண்டுக்குள் நீங்கள் இருவரும் பதினாறும் பெற்றுப் பெருவாழ்வு வாழ்ந்தால்...” பேராசிரியர் கணக்குப் போடுவதில் இறங்கிவிடுவார்.

“எனக்கு இவனிடம் அன்போ காதலோ இல்லை!” நோ அழாக் குறையாகக் கூறுவாள்: “இவன் தன் கைகளால் என் கரங்களைப் பற்றும்போது இவன் கைகள் மிகவும் சில்லிப்பாகவே எனக்குப்படுகின்றன. என் கைகளில் ஏதோ பனிக்கட்டியை

வைத்தாற்போலவே உணருகிறேன். எனக்கு நெருப்பாகத் தகிக்கும் பையன்தான் வேண்டும்!"

'இவளுக்குச் சிறிதும் அழகே இல்லை!' என்று முகத்தைச் சுளித்துக்கொண்டு கூறுவான்: "இவள் நீல விழிகளும், கழுத்தில் படை படையாகத் தெரியும் எண்ணற்ற சிறு சிறு மச்சங்களும், சிவந்த உதடுகளும் துளிக்கூட நன்றாயில்லை. தோல் வழுமூண்டு ரத்தம் பெருக்கும் சதையை அல்லவா இவள் உதடுகள் நினைப்பூட்டுகின்றன. பார்க்கச் சகிக்கவில்லையே! நான் இவளைக் காதலிக்கவில்லை. இவளைக் காதலிக்க என்னால் முடியவும் முடியாது."

பேராசிரியர் நம்பிக்கை இழந்து தலைமயிரைப் பிய்த்துக் கொண்டான். வாழ்க்கை முழுவதும் அவன் மேற்கொண்ட முயற்சிகள் அனைத்தும் வீணாக அல்லவா போய்க்கொண்டிருந்தன! அவன் உலகத்து மேதாவிகளுக்கெல்லாம் மேலான மகா ஜீனியஸ். இப்பொழுது இந்தப் படைப்பில் கடைசியாக எஞ்சியிருந்த ஒரே அறிவாளி. அவன் எல்லாம் அறிந்திருந்தான். எல்லா ஞானமும், எல்லா விஞ்ஞானமும், சகல கலைகளும் அவனுக்குள் அடக்கம்!

ஆனால் காதலைப்பற்றி அவனுக்கு எதுவுமே தெரியவில்லை.

அவன் தன் கடந்த காலத்தைத் திரும்பிப் பார்த்தான். அவனுக்குத் தன் பிள்ளைப் பிராயம் நினைவுக்கு வந்தது. அவன் தெருக்களிலே வளர்ந்தான். ஒரு பிச்சைக்காரி அவனை எடுத்து வளர்த்தாள், யார் அவன் தாய்? யார் அவன் தந்தை? அவனுக்கு எதுவுமே தெரியாது. அப்படி ஒரு தாய் தந்தையின் தேவையையும் அவன் உணரவில்லை. மிகச் சிறு பிராயத்திலேயே அவன் தன் வாழ்வில் பல விஷயங்களைக் கற்றுத் தேற வேண்டியிருந்தது. எத்தனை இருளில் வாழ்ந்தார்கள், அவன் வகுப்பைச் சேர்ந்தவர்கள்? தெருப் புழுதியில் புரண்டு, நாற்றமடிக்கும் மரப்படிகளுக்குப் பின்னால் முடங்கிப்படுத்து, பாதிரிமார்கள் தரும் பிச்சையில் வாழ்ந்து காலத்தை ஓட்டவேண்டியிருந்தது! பிறந்து நன்கொடையின் உதவிகொண்டு கல்வியறிவு பெற்ற கணங்கள் ஒளிக் கணங்கள்! கடும் முயற்சியாலும் பயிற்சியாலும் அவன் பட்டை தீட்டிய வைரம்போல் பிரகாசித்தபோது எத்தனையோ பெருமைகள் அவனை வந்து அடைந்தன, செல்வங்கள் வந்து சூழ்ந்தன. ஆற்றல்கள் பல கூடிவந்தன. ஆனால் இவ்வளவுக்கும் இடையே

அவனுக்கு அன்பு கிட்டவில்லை; காதல் கைகூடவில்லை. அவன் மேற்கொண்டிருந்த பணி, பூவுலகில் அவன் பொறுப்பேற்று நடத்திய பணி மிக மேன்மையானது. அப்பணியில் மூழ்கிவிட்டவனுக்குக் காதல் நினைவே உண்டாகவில்லை; அது கட்டாயம் தேவை என்றும் தோன்றவில்லை. இந்த உணர்வு அவனைப் பீடித்து விரட்டவும் இல்லை.

எனவே, காதலை அனுபவபூர்வமாக அறியாதவனாகவே அவன் வளர்ந்தான்; வாழ்ந்தான். ஆனால் காதல் உணர்வைப் பற்றி அவன் நிறையப் படித்திருந்தான். இரு இளைஞர்களுக்கும் அதைப் படித்துப் படித்துப் புகட்டியும் இருந்தான். ஆனால், படிப்பதும் படிப்பிப்பதும் வேறு விஷயம், உய்த்து உணர்வது வேறு விஷயம் அல்லவா? அவன் ஒருநாளும் காதல் உணர்வைப் புரிந்துகொள்ளவில்லை. தன் உள்ளத்துத் தீயைத் தீக்குச்சி போலப் பயன்படுத்தினானே ஒழியத் தன் விரல்களைச் சுட்டுக் கொள்ளவில்லை. அதனால் காதல்பற்றி எடுத்துரைத்து அவர்களை இணங்க வைக்க இயலாமல் தவித்தான்.

என்ன செய்வது என்று அவனுக்கு விளங்காமல் போகவே, மீண்டும் ஒருமுறை பூமியைச் சுற்றிவந்தால் என்ன என்று தோன்றியது. ஒருவேளை அவனைப்போலவே ஓரிருவர் இணைந்தோ, தனித் தனியாகவோ அல்லது மூலைக்கு ஒருவராகவோ அழிந்து பாழாகிவிட்ட பூமியில் கிடைக்கலாகாதா? ஒரு காலத்தில் உயர்ந்த நாகரிகத்துக்கு உறைவிடமாயிருந்த உலகம் ஆயிற்றே! அப்படி யாராவது கிடைத்து மணந்துகொள்ளவும் அவர்கள் சம்மதித்தால் இந்தக் கிரகத்துக்கு அவர்களை இட்டுவந்து மானிட இனத்தை வளர்த்து விருத்தி செய்யலாமே என்ற ஒரு போட்டோன் ராக்கெட் மிகவும் மெதுவாகப் பூமிக்கு அருகில் மிக மிக நெருக்கமாகப் பறந்துகொண்டிருந்தது. பேராசிரியர் மெஹ்தாப் விசனமே உருவாகிவிட்டான். பிறகு தொண்டை அடைக்க, குரல் தழுதழுக்க. ஏதோ ஒரு சோகக் கதையின் கடைசி அத்தியாயத்தைக் கூறுபவன்போல மெதுவாகச் சொல்லத் தொடங்கினான்:

“இங்கே நியூயார்க் நகரத்தின் வானளாவிய அடுக்குமாடிக் கட்டடங்கள் இருந்தன. இதோ, இதுதான் பாரிஸ் நகரம்: மெல்லிய மேனி படைத்த எழிற் கன்னிகள் வாழ்ந்த இடம். இது

மாஸ்கோ: செகாவ், தோஸ்தோவஸ்கி, டால்ஸ்டாய் ஆகியவர்களின் ஆருயிர்க் காதலியாகத் திகழ்ந்தது. இது பீஜிங்: நீலக்கல் பதித்து எழிலார்ந்த கட்டடங்கள் நிறைந்த நகரம். இங்கேதான் டோக்கியோ இருந்தது. மீஷா, செர்ரி மலர்கள் மலிந்த நகரம் இது. இதுதான் டெஹ்ரான். எழில்மிகு ரோஜாக்களின் ஊஞ்சல் என்று பெயர் பெற்றது. இது லாகூர்: கவிதையும் இலக்கியமும் கொம்மாளமிடும் கலைத்தேவியின் உறைவிடம். இது தில்லி: இந்தியாவின் தலைநகரம். ஏழு நாகரிகங்களைக் கண்ட தலைநகரம். ஏழு நாகரிகங்களுக்கே தலைநகரம். ஏழு நாகரிகங்களுக்கும் உறைவிடம். ஆனால் இப்பொழுது எல்லாமே இடிந்து பாழாகக் கிடக்கின்றன. சந்தடியற்று, அழிந்தொழிந்து, ஒலி குன்றி, ஒளி குன்றி, இடிந்து பாழாகிச் சிதிலமாகிக் கிடக்கும் பாழ்கள். பெயருக்குக்கூட ஒரு கட்டடம் இல்லை உறுதியான, நிலைகுலையாத ஒரு மாளிகை இல்லை. இருப்பதெல்லாம் பாழடைந்த இடிபாடுகளே."

பேராசிரியரின் குரல் மூழ்கி முக்குளித்து மௌனமாகி விட்டது. உள்ளத்தை வருத்தி வாட்டும் நினைவுகளில் அவன் தன்னை மறந்துபோனான். ஆனால் சிறிது நேரத்துக்கெல்லாம் தூக்கிப்போட்டாற்போல் உணர்வு பெற்று வியப்புடன் கீழே நோக்கலானான்.

'அடே!' வியப்பில் பெருங் கூச்சலே போட்டுவிட்டான் அவன்.

எஸ்ஸும் நோவும் அவன் கூச்சலைக் கேட்டு அவன் அருகில் ஓடி வந்தனர், அவர்கள் பார்வையும் கீழே குனிந்து விரிந்தது. பேராசிரியரின் பார்வை போன திக்கிலேயே வட்டமிட்டுத் தேடியது.

உண்மையில் ஒரே ஒரு கட்டடம் மட்டும் தன் புதுக் கருக்கு அழியாமல். உறுதி குலையாமல், கம்பீரமாகப் பூமியில் நின்று கொண்டிருந்தது. அவர்கள் இருவரும் வியப்பால் அதிர்ந்தனர். கண்களைக் கசக்கிக்கொண்டு மீண்டும் பார்த்தனர். உண்மையிலே ஒரு கட்டடம் தெரிந்தது. சிறிதும் உருக்குலையாமல். அவர்கள் கண்கள் ஏமாறவில்லை. முழுப் புவியிலும் ஒரே ஒரு கட்டடம் மட்டும் எஞ்சியிருந்தது.

பேராசிரியர் தன் ராக்கெட்டை மெதுவாக அந்தக் கட்டடத்துக்கு எதிரே இறக்கினான். பிறகு அதிலிருந்து இறங்கி மூவரும் அந்தக்

கட்டடத்தை நோக்கி நடந்தனர். மனிதனின் படைப்பாற்றலைப் பறைசாற்றிக்கொண்டு மிடுக்கோடு நின்ற கைவண்ணக் கட்டடம் அது ஒன்றே. அன்றலர்ந்த மேனியாக இன்னும் நிலையாக அப்படியே நின்றுகொண்டிருந்தது.

இருள் சூழத் தொடங்கிய நேரம். ஆனால் அந்தக் கட்டடம் நின்ற இடத்தில் மட்டும் இருள் இல்லை. இருட்டும் அந்தக் கட்டடத்தைத் தீண்டவே அஞ்சியதுபோலும்!

நதிக்கரை நீரோட்டம் காட்டும் எழிற் கனவு. எழிற் கன்னி ஒருத்தி தனது மழுமழுப்பான புயங்களைத் தூக்கிச் சோம்பல் முறித்துவிட்டு, காதல் தர்பாரில் தொழுகை புரிகிறாற்போன்ற எழிற் காட்சி!

“தாஜ்மகால்!”

நோ அடையாளம் கண்டுகொண்டு உரக்கக் கூவினாள். அப்புறம் ஓடிப்போய் வாசற்புற வழியாக உள்ளே நுழைந்து விட்டாள். பேராசிரியர் தாஜ்மகாலைப்பற்றி இருவருக்கும் முன்பே விவரமாகச் சொல்லியிருந்தான். அதன் படத்தையுங்கூட அவர்களுக்குக் காட்டியிருந்தான். அதே கட்டடம் இப்போது உண்மையாக அவர்கள் எதிரில் தெரிந்தது.

எல்லாம் அழிந்துபோன பின்பும் தாஜ்மகால் மட்டும் தப்பிப் பிழைத்திருந்தது. இது விந்தைதான். மூவரும் வியப்பும் மகிழ்ச்சியும் பொங்க, உள்ளத்தைத் தாளமிடவைக்கும் உணர்வை உள்ளத்தில் தேக்கி மறைத்துக்கொண்டு தாஜின் எதிரே நின்றனர். திடுமென்று ஒரு சலவைக் கல் மீனாருக்குமேலே நாலாம் பிறைச் சந்திரன் வந்து நின்றான். யாருடையவோ மென்மையான வெறியூட்டும் விரல்களில் வெள்ளி மோதிரம் அணிந்தாற்போன்றிருந்தது அந்தக் காட்சி.

“ஆஹ்! நோவின் உள்ளத்தில் அடங்கிய பெருமூச்சு ஒன்று தன்னையும் மீறி எழுந்தது.” அவள் எஸ்ஸின் கையைப் பற்றிக் கொண்டாள். பிறகு மெதுவாக அவன் கையைத் தடவிக் கொண்டே, “உன் கை ஏன் நெருப்பாகக் கொதிக்கிறது?” என்று கேட்டாள்.

“ஓஹ்ஹ! நீதான் எத்தனை அழகு!” என்றான் எஸ், நோவைப் பார்த்து. “நீ இவ்வளவு கொள்ளை அழகு என்று எனக்கு இதுவரை தெரியாமல் போய்விட்டதே!” என்றவன் நோவின் முகத்தையே வைத்த விழி வாங்காமல் பார்த்தான், முதல் முதலாக ஒரு பெண்ணைப் பார்ப்பவனைப் போல்!

“நான் எஸ்ஸை மணந்துகொள்ளுகிறேன். நாங்கள் கீழே தாஜ்மகாலின் அடியில் வாழ்வோம். இங்கேயே எங்களுக்குக் குழந்தைகள் பிறக்கும்!” என்று பேராசிரியர் மெஹ்தாவைப் பார்த்துக் கூறினாள் நோ.

“நீ என்ன சொல்லுகிறாய்?” பேராசிரியர் பதறிப் போய்க் கேட்டான்: “இது வெறுப்புணர்ச்சி நிறைந்த போர்க்களம். புழுதியும் ரத்தமும் புரண்டோடிய இடம். உடன்பிறந்தவர்களின் உயிரைக் குடிக்கத் துடித்த கொடிய பூமி. மீண்டும் அதே பழைய கதையைத் தொடர விரும்புகிறாயா?”

“தாஜ்மகால் இருக்கிறவரைக்கும் மனிதனின் நம்பிக்கையும் வாழும்!” என்று கூறி, நோ தாஜ்மகாலையே அன்போடு பார்க்கலானாள்.

“நான் உன் பொருட்டு இந்தத் தாஜ்மகாலைப் பெயர்த்து எடுத்து, போட்டோன் ராக்கெட் மூலம் டிரோமேதாக் கிரகத்துக்கே எடுத்துச் செல்லமுடியும்!”

“இதைக் காட்டிலும் வேறு என்ன அநியாயம் இருக்கமுடியும் புரொபஸர்?” எஸ் பதறிக் கொதித்துக் கேட்டான்.

“தாஜ்மகாலைப் பாருங்கள்! இதை மனிதனின் கரங்கள் படைத்ததாகத் தோன்றவில்லை. இது புவியில் தானாகவே முளைத்திருப்பதாகத் தோன்றுகிறது. இது இந்தப் புவியின் கனவு, புரொபஸர்! கனவுகளைக் களவு செய்யமுடியாது!”

“ஆனால் இந்தப் புவியில் வெறுப்புக் கதிர்கள் பொழிகின்றனவே! அவை மனிதனின் எலும்புகளில் ஊடுருவித் தாக்குகின்றனவே!” என்று பேராசிரியர் பெருங் கூச்சல் போட்டான்.

“அப்படியிருந்தும் இந்தத் தாஜ்மகால் எப்படி உருவாயிற்று?” என்று எஸ் கேட்டான்.

"வெறுப்புணர்வை வளமுறப் பயிர் செய்யும் இந்தப் பூமியில் அன்பின் இந்த அற்புதம் எப்படி வளர்ந்தது?" நோ, பேராசிரியரிடம் இந்தக் கேள்வியைக் கேட்டுவிட்டு, எஸ்ஸின் கையைக் கெட்டியாகப் பற்றிக்கொண்டாள். "அப்படிச் சொல்லாதீர்கள் புரொபஸர், அப்படிச் சொல்லாதீர்கள்! எப்போதாவது அன்பின் குரல் ஒலிக்கும். எப்போதாவது அன்பின் மணம் கமழும். எப்போதாவது அன்பும் காதலும் உணர்ச்சி பெற்று விழித்தெழும். ஒவ்வொரு கிராமத்திலும், ஒவ்வொரு தெருவிலும் தோன்றி இந்த உலகம் முழுவதிலும் ஆட்சி செலுத்தும். அன்பின் ஆட்சியை அழிக்க முடியாது, முடியவே முடியாது!" என்று முடித்தாள்.

பிறகு ஒரு நீண்ட பெருமூச்சுவிட்டு, நோ, தன் தலையை எஸ்ஸின் மார்பில் புதைத்துக்கொண்டாள். பிறகு இரு கண்களையும் மூடிக்கொண்டு அமைதியான குரலில் கேட்டாள்: "இங்கு நான் என் குழந்தைகளைக் காணலாமா?"

தாஜின் இந்தச் செய்தியை ஏந்தி அவை இவ்வுலகம் முழுவதும் பரவி விரிந்துகொண்டே போகின்றன.

யாரையும் வெறுக்கவில்லை!

பாவண்ணன்

பட்டப்படிப்பு முடித்த பிறகு போக்கிடமற்ற நானும் என் நண்பர்களும் சத்திரத்துக்குப் பக்கத்தில் உள்ள மகிழ மரத்தடியிலும் ஏரிக்கரையிலும் வேலங்காட்டிலும் திரிவதும் பேசிக்கொண்டிருப்பதுமாகக் காலத்தைக் கழிப்போம். மகிழமரம் என்பது சந்திப்புப் புள்ளி. தொடங்கிய இடத்துக்கே மீண்டும் வந்து சேர்ந்துவிட்டால் ஒரு சுற்று முடிந்ததாகக் கணக்கு. ஏன் அப்படிச் சுற்றினோம், அப்போது என்ன பேசினோம் என்பதெல்லாம் பெரிய கதை. அநேகமாக யாரும் சாப்பிட்டிருக்க மாட்டோம். இருக்கும் பழைய சோற்றை எங்களுக்குப் போட்டுவிட எங்கள் பெற்றோர்கள் முயற்சி செய்வதும் இல்லாத காரணங்களையெல்லாம் சொல்லி அதைத் தட்டிக்கழித்து அதை அவர்களையே சாப்பிட வைத்து விட்டு ஏமாற்றும் ஏப்பத்துடன் நாங்கள் வெளியேறிவிடுவதும் மிகப்பெரிய நாடகம். இவ்வளவு தொலைவு கஷ்டப்பட்டுப் படிக்க வைத்தவர்களுக்கு வயிறாரச் சோறு போட ஒரு வேலை கிடைக்கவில்லையே என்று உள்ளூர நொந்துகொள்வோம். யார் மீது கோபத்தைக் காட்டுவது ? இந்தியாவின் பிரதமர் தொடங்கி, தமிழக முதல்வரைத் தொட்டு, உலகில் இருக்கிற எல்லாரையுமே குற்றவாளிக் கூண்டில் ஏற்றிக் கோபத்தைக் கொட்டுவோம்.

எங்கள் சொந்தக்காரர் ஒருவர் யாராவது அந்தப் பக்கம் வந்துவிட்டால் அவர்கள் பார்வையில் படுவதே அவமானமாக இருக்கும். அடிக்கடி தொலைந்துவிடும் மாட்டைத் தேடிக் கொண்டு திரியும் பெரியப்பா ஒருவர் மரத்தடியில் நாங்கள் நிற்பதை ஓரக்கண்ணால் பார்த்தபடியே பக்கத்தில் நிற்கிற ஆளிடம். 'இந்த மாடுங்கள வளக்கறதும் போதும், அதுங்கள திரிய உட்டுட்டு பின்னால அலைய உடறதும் போதும்டா. தீனி தின்னற மாடுங்களுக்கு அறிவே இருக்கறதில்லடா' என்பார். அவர் வார்த்தைகள் எங்களையே தைப்பதைப் போல இருக்கும். உள்ளே எரிந்துகொண்டிருக்கும் கோபம் மேலும் பொங்கும்.

மகிழமரத்துக்கு எதிரே கிராமணி ஓட்டல். வடைகறியின் மணமும் பூரி கிழங்கின் மணமும் தெருவரைக்கும் வீசும். அலைந்த களைப்புக்கும் வெற்று வயிற்றுக்கும் தணியாத கோபத்துக்கும் ஒரு தேநீர் குடித்தால் இதமாக இருக்கும் போலத் தோன்றும். ஒரு தேநீர் அப்போது இருபது பைசா. அவ்வளவு பெரிய தொகை யாரிடமும் இருக்காது. ஐந்து பைசா, பத்துப் பைசா இருந்தால் பெரிய விஷயம். எப்படியோ ஒரு தேநீருக்குச் சில்லறைகளைத் திரட்டிவிடுவோம். நான்கு பேர் ஒன்றாகச் சென்று தேநீர் எப்படி கேட்பது என்பது அசிங்கப்பட்டுக் கொண்டு முதலில் யாரேனும் ஒருவர் சென்று சில்லறைகளைக் கொடுத்துத் தேநீர் வாங்கிப் பருகத் தொடங்குவது என்றும் நாலைந்து மிடறுகள் குடிப்பதற்குள் தற்செயலாகச் செல்வதைப் போல மற்றவர்களும் ஒவ்வொருவராகச் சென்று பார்ப்பதென்றும் விளையாட்டுப் போல ஒருவர் கையில் உள்ள தம்ளரைப் பிடுங்கி மற்றவர்கள் பருகிக் கொள்வதென்றும் திட்டமிட்டுச் செயல்படுத்துவோம்.

ஓட்டலுக்குள் சாப்பிட்டுக்கொண்டிருக்கும் சிலருடைய இலையின் மீது பதியும் கண்களைத் தவிர்க்க இயல்வதில்லை. பலகாரங்களின் வகைகளும் மணமும் மலைப்பூட்டும். திரும்பும்போது சாப்பிட்டுக்கொண்டிருந்தவர்களின் உடை, முகம், சாப்பிடும் விதம் எல்லாவற்றையும் ஒவ்வொன்றாகச் சொல்லித் திட்டத் தொடங்குவோம். திட்டு மெல்ல மெல்லத் தணிந்து கிண்டலாக மாறும். அந்தத் திட்டுக்கும் கிண்டலுக்கும் அடிப்படையில் எந்தக் காரணமும் இல்லை என்பதும் பசியே அப்படிப்பட்ட காரணமில்லாத கோபத்தைத் தூண்டியது

என்பதும் இப்போது புரிகிறது. பசி வந்திடப் பத்தும் பறந்து போகும் என்று சொல்வதுண்டு. பசியைத் தாங்க இயலாதவர்களால் மட்டுமே அதைப் புரிந்துகொள்ள முடியும். ஏட்டில் எழுதப்படும் ஆயிரமாயிரம் பக்கங்களாலும் அந்த உணர்வைப் புரிந்துகொள்ள வைக்க முடியாது.

பசியின் கொடுமையை விவரிக்கும் கதைகள் ஏராளம். உலகக் கதைகளில் சரிபாதிக் கதைகள் இவ்வகையானவை என்னும் கூற்று மிகையாகாது. பசி தொடர்பான எவ்வளவோ கதைகள் மனத்தில் அலைமோதினாலும் பசி தூண்டக் கூடிய நுட்பமான ஓர் உணர்வைச் சித்தரிக்கும் கிஷன் சந்தர் என்னும் உருது எழுத்தாளரின் கதையை மறக்கவே முடியாது.

இக்கதையில் நெடுநாட்களாகச் சந்திக்காமல் இருந்த நண்பரைச் சந்திக்கச் செல்கிறார் ஒருவர். திரைப்படங்களுக்குக் கதை எழுதித் தந்து கொண்டிருப்பதாக நம்பி வந்தவர், சகல வியாதிகளையும் குணப்படுத்தும் தைல பாட்டில்களை விற்றுக் கொண்டிருப்பவனாகப் பார்த்து அதிர்ச்சி அடைகிறார். ஆனால் நண்பர் மிகவும் நம்பிக்கையுடன் காட்சி அளிக்கிறார். விரைவாக தைல வியாபாரத்திலேயே லட்சாதிபதியாகிவிட முடியும் என்று சொல்கிறார். ‘இதுவரை எவ்வளவு பாட்டில்கள் விற்றிருக்கின்றன?’ என்கிற கேள்விக்கு மூன்று மாதங்களில் மூன்று பாட்டில்கள் விற்றுள்ளதாகச் சொல்கிறார்.

பேசிக்கொண்டிருக்கும்போதே மற்றொரு நண்பர் வருகிறார். அவர் ஒரு துணிக்கடையில் வேலை செய்பவர். சீக்கிரமாக லட்சாதிபதியாகும் கனவு அவருக்கும் இருக்கிறது. அவர் வேறொரு திட்டத்தை முன்வைக்கிறார். அப்போது மூன்றாவது நண்பர் வருகிறார். அவர் வேலை தேடும் இளைஞர். அவரிடமும் விரைவாகவே லட்சாதிபதியாகும் திட்டமுள்ளது. அனைவரும் ஒன்றிணைந்து குழுவாக இயங்குவதுதான் வெற்றிக்கு வழியென்று சொல்கிறார். ஏற்கனவே குழுவாக இயங்கி வெற்றி கண்ட அப்பாஸை உதாரணத்துக்குச் சொல்கிறார். திடுமென அவர் வார்த்தை தடிக்கின்றன. அப்பாஸைக் கண்டபடி திட்டுகிறார். வெறியேறிய குரலில் தாழ்த்திப் பேசுகிறார்.

எதிர்காலக் கனவுகள் பற்றி நெடுநேரம் பேசிக்கொண்டிருந்ததில் நேரம் போனதே தெரியவில்லை. நண்பகலையும் தாண்டி மூன்றரை

ஆகிவிடுகிறது. மூன்று நண்பர்களையும் சாப்பிட அழைக்கிறார் வந்தவர். இருவர் தயாராக இருக்கும் சூழலில் ஒருவர் மறுத்து விடுகிறார். உடனே எல்லாரும் மறுத்துச் சொல்கிறார்கள். பசியே இல்லை என்று மீண்டும் மீண்டும் சொல்கிறார்கள். ஆனாலும் நண்பர் விடவில்லை. வற்புறுத்தி அழைத்துச் செல்கிறார். எல்லாரும் அருகில் இருந்த உணவு விடுதிக்குச் சென்று சாப்பிடத் தொடங்குகிறார்கள். எல்லாரும் வேண்டும் மட்டும் கேட்டு வாங்கி வாங்கிச் சாப்பிடுகிறார்கள்.

சாப்பாடு முடிந்ததும் இருவர் புறப்பட்டு விட எஞ்சியவருடன் காப்பி அருந்துகிறார் நண்பர். வேலையற்ற இளைஞர் அவர். சாப்பாடு வாங்கித் தந்தவரிடம் தணிந்த குரலில் மூன்று நாட்களுக்குப் பிறகு அப்போதுதான் சாப்பிட்டதாகக் கூறுகிறார் அந்த இளைஞர். நரம்புகள் வலுவேற புத்துணர்ச்சியுடன் காணப்படுகிறார் அவர். அப்போது நண்பர் அவரிடம், 'இப்போது சொல்லுங்கள். அப்பாஸின் மீது உங்களுக்கு இருக்கும் வெறுப்புக்குக் காரணம் என்ன?' என்று கேட்கிறார். இளைஞர் அமைதியான குரலில் நண்பரைப் பார்த்து 'நான் யாரையுமே வெறுக்கவில்லை நண்பரே' என்று சொல்கிறார். இருவரும் புன்னகைத்தபடி எழுந்து கொள்கிறார்கள்.

இக்கதை நெடுக நண்பர்களின் கனவுகள் மிக விரிவான அளவில் விவரிக்கப்படுகின்றன. எல்லாமே எதிர்கால லட்சியக் கனவுகள். உள்ளூரப் பொங்கி எழும் பசியையே தம் கனவுகளால் மூடி மறைக்க முயற்சி செய்கிறார்கள் அனைவரும். வெற்றி பெற்ற ஒருவர் மீது தோல்வி கண்டவன் கொள்கிற சாதாரண ஆதங்கமும் ஆற்றாமையும் பசியின் காரணமாகவே கோபமும் எரிச்சலுமாக மாறிவிடுகின்றன. பசி தணிந்ததும் மனம் நிம்மதியான சமநிலைக்குத் திரும்புகிறது.

★

உருது மொழிப் படைப்பாளிகளில் முக்கியமானவர் கிஷன் சந்தர். இந்திய மொழிகளின் சிறுகதைத் தொகுப்பொன்றைத் தயாரிக்கும் எவராலும் விடப்பட முடியாத ஒரு பெயர் கிஷன் சந்தர். 21 உருது மொழிப் படைப்பாளிகளைத் தமிழுக்கு அறிமுகப்படுத்தும் நோக்கத்துடன் அவர்களுடைய படைப்புகளை மொழிபெயர்த்துத் தொகுத்து, 'நம்பிக்கை நட்சத்திரம்' என்கிற

தலைப்பில் நூலாக்கினார் முக்தார் என்னும் மொழிபெயர்ப்பாளர். அருணோதயம் பதிப்பகம் 1967ல் இந்த நூலை வெளியிட்டது. 'நான் யாரையும் வெறுக்கவில்லை' என்னும் சிறுகதை இந்நூலில் இடம்பெற்றுள்ளது.

★★★

கிருஷ்ண சந்தர் ஓர் அறிமுகம்

(23 நவம்பர் 1914 – 8 மார்ச் 1977)

23 நவம்பர் 1914 ஆம் ஆண்டு, பரத்பூரில் பிறந்த கிருஷ்ண சந்தர், தம் ஆரம்ப வாழ்வை கஷ்மீரில்தான் கழித்தார். வெவ்வேறு விதமான கருப்பொருள்களை, வெவ்வேறு விதமான நடையில், வெவ்வேறு விதமான உரையாடலை உருவாக்கியவர். இடதுசாரி சார்ந்த கதைகளைக் கலைத்தன்மையுடன் எழுதியவர். ஏழை எளியவர்கள், தொழிலாளிகள், விளிம்புநிலை மனிதர்களைப் பற்றி அழகியலுடன் கவித்வத்துடன் ஆழமாகப் படைத்தவர். 1970 –1980 உர்து இலக்கியத்தில், ராஜேந்தர் சிங் பேடி, மண்ட்வோவுடன் கிருஷ்ண சந்தரும் தலைசிறந்த மூன்று எழுத்தாளர்களாகக் கொண்டாடப்படுகின்றனர். இன்றளவும்கூட உர்து வாசகர்களால் கிர்ஷன் சந்தர் வாசிக்கப்படும் அளவிற்கு, வேறு யாரும் வாசிக்கப்படுவதில்லை.

கதைகள், நாடகங்கள், திரைப்படப் பங்களிப்புகள், சிறுவர் இலக்கியம் என நூற்றுக்கும் மேற்பட்ட படைப்புகளை எழுதி இருக்கிறார். சமுக்காளம், மகாலட்சுமி பாலம், தூய்மைப்பணியாளர் காலு, பிரம்மபுத்ரா நதி, அன்னமிடுபவர், பிர்தௌஸ் ஹோட்டலில், லால் பாக், இரண்டாவது மரணம், நாவல் மரம், சொர்க்கமும் நரகமும், ரெண்டு பர்லாங் தூரம், பள்ளத்தாக்கு, நாங்கள் பார்பாரியன்கள், பெஷாவர் எக்ஸ்பிரஸ், ரொசன்பர்க்கின் மரணம், கருப்பு நதி ஆகியன பிரசித்தி பெற்ற கதைகள். கிர்ஷன் சந்தர் பெயர், கிருஷன் சந்தர், கிருஷ்ண சந்தர் என்று பெயர்களால் மொழிபெயர்க்கப்படுகின்றன...

பிரசுர விவரம்

கிருஷ்ண சந்தர் கதைகள்

வ.எண்	கதை	மொழிபெயர்ப்பு	இதழ்	ஆண்டு
1	புதுச்சட்டை	அசோகன்	சக்தி	பிப்ரவரி 1947
2	சிலை விழிக்கிறது	அசோகன்	சக்தி	டிசம்பர் 1953
3	பௌர்ணமி நிலவிலே	அசோகன்	சக்தி	ஜனவரி 1955
4	காதலுக்குப் பிறகு	முக்தார்	நம்பிக்கை நட்சத்திரம் அருணோதயம்	ஜூலை 1967
5	மலைக்கன்னி	முக்தார்	நம்பிக்கை நட்சத்திரம் அருணோதயம்	ஜூலை 1967
6	நான் யாரையும் வெறுக்கவில்லை	முக்தார்	நம்பிக்கை நட்சத்திரம் அருணோதயம்	ஜூலை 1967
7	அணைந்த சுவாலை	முக்தார்	நம்பிக்கை நட்சத்திரம் அருணோதயம்	ஜூலை 1967
8	திலீப்குமாரின் நாவிதன்	முக்தார்	நம்பிக்கை நட்சத்திரம் அருணோதயம்	ஜூலை 1967
9	பெஷாவர் எக்ஸ்பிரஸ்	முக்தார்	தீபம்	1968
10	குப்பைச் சாமியார்	ரா.வீழிநாதன்	உர்தூக் கதைகள்	1978
11	சமுக்காளம்	ரா.வீழிநாதன்	உர்தூக் கதைகள்	1978
12	நாற்சந்திக் கிணறு	ரா.வீழிநாதன்	உர்தூக் கதைகள்	1978
13	‘நோ’வும், ‘எஸ்’ ஸும்	ரா.வீழிநாதன்	உர்தூக் கதைகள்	1978

www.ingramcontent.com/pod-product-compliance
Lightning Source LLC
LaVergne TN
LVHW100809051026
849519LV00006B/2020